第二語言學習叢書 (Sách học ngôn ngữ thứ hai)

Người Việt Nam vui học tiếng Trung

(Sử dụng chú âm phù hiệu và hệ thống phiên âm tiếng Trung)

(Có đĩa ghi âm đối chiếu giữa tiếng Việt và tiếng Trung)

Học hai chiều tiếng Việt và tiếng Trung

越南人輕鬆學中文

越南人轻松学中文

yuè nán rén qīng sōng xué zhōng wén

（用注音符號漢語拼音為中文注音）

（中越對照錄音）

（用注音符号汉语拼音为中文注音中越对照录音）

(yòng zhù yīn fú hào hàn yǔ pīn yīn wèi zhōng wén zhù yīn)

(zhōng yuè duì zhào lù yīn)

越文中文雙向學習

越文中文双向学习

yuè wén zhōng wén shuāng xiàng

Easy Mandarin for Vietnamese

(With Pronunciation Notation in *Bopomofo* and *Pinyin*)

(Text Recorded in Chinese and Vietnamese)

Bi-directional Learning of Vietnamese and Chinese

Tác Giả: Đặng Ứng Liệt

鄧應烈著

邓应烈著 dèng yìng liè zhù

Author:Deng Yinglie

Công ty TNHH sự nghiệp văn hoá Trí Khoan (Đài Loan)

臺灣智寬文化事業有限公司

台湾智宽文化事业有限公司

tái wān zhì kuān wén huà shì yè yǒu xiàn gōng sī

Knowledge Publishing Co., Ltd., Taiwan

目錄 Mục lục

LỜI NÓI ĐẦU CỦA NHÀ XUẤT BẢN

Đài Loan (Trung Quốc) và Việt Nam gần như chỉ cách nhau bởi một dòng biển. có mối quan hệ chặt chẽ với nhau từ thời xa xưa. Ở Đài Loan sử dụng chữ Hán. Vào thời cổ đại ở Việt Nam, chữ Hán được thừa hưởng đầy đủ và dựa trên cơ sở đó để sang tạo ra chữ Nôm mang bản sắc riêng của mình. Trở thành một giai thoại về sự giao lưu của cả hai bên.

Cùng với sự giao lưu giữa Đài Loan và Việt Nam ngày càng gần gũi, sự trao đổi nguồn nhân lực giữa hai bên trở nên thường xuyên hơn, nhiều doanh nhân Đài Loan đến Việt Nam để đầu tư, những mối quan hệ hôn nhân Đài - Việt cộng thêm việc du lịch, du học của người dân hai nước không ngừng gia tăng. Chính vì thế, bạn đọc đến từ Đài Loan và Việt Nam đều có nhu cầu học ngôn ngữ của đối phương. Vì thế, chúng tôi biên soạn Người Việt Nam vui học tiếng Trung với đặc điểm hội thoại có cả song ngữ này, để đáp ứng nhu cầu của tất cả các bên.

Cuốn sách này gần gũi với đọc vì nó gồm có những đặc điểm sau đây:

1. Giới thiệu về ngôn ngữ: Giới thiệu các đặc tính của tiếng Trung và tiếng Việt, sử dụng hệ thống phiên âm quốc tế để ghi chú cách phát âm của hai ngôn ngữ, giúp người đọc có thể nhanh chóng học biết những phần cơ bản.

2. Hội thoại hai chiều: thông qua những đoạn hội thoại về cuộc sống hằng ngày được thể hiện bằng song ngữ thì người Việt Nam có thể dùng để học tiếng Trung và người Đài Loan có thể dung để học tiếng Việt.

3. Chú âm tiếng Trung: có hai loài chú âm cho chữ Hán, tức chú âm phù hiệu của Đài Loan và hệ thống phiên âm của đại lục Trung Quốc giúp cho người Việt đọc một cách chính xác các câu nói trong tiếng Trung.

4. So sánh về ngôn ngữ: giới thiệu về đặc điểm của cả hai ngôn ngữ, từ đồng nghĩa và trái nghĩa được so sánh với việc học từ mới.

5. Chú thích về song ngữ: giảng giải ngữ pháp, cách chuyển đổi của âm Hán Việt so sánh với phát âm tiêu chuẩn của tiếng Trung hay phương ngữ.

6. Nhập dữ liệu bằng máy tính: giới thiệu các phương pháp đánh chữ của tiếng Trung và tiếng Việt, bạn đọc có thể đánh chữ trên máy vi tính một cách dễ dàng.

7. Đĩa ghi âm Trung-Việt: Nội dung của cuốn sách có ghi âm với giọng đọc tiêu chuẩn bằng tiếng Trung và tiếng Việt.

8. Phụ lục Trung-Việt: Phụ lục có bao gồm nội dung như bách gia tính, tên địa lý chính của Đài Loan, tên địa lý chính của Việt Nam, các thành viên trong gia đình, những câu tục ngữ thường dùng, giúp cho nội dung của những cuộc hội thoại trong cuộc sống hằng ngày có thể trở nên đa dạng.

Mặc dù cuốn sách này được viết cho người Việt để học tiếng Trung nhưng người Đài Loan cũng có thể sử dụng để học tiếng Việt. Cho nên, sách này là một cuốn sách hội thoại tiếng Trung-Việt mới dành cho độc giả để học tiếng Trung hoặc tiếng Việt, cho tất cả những người học tiếng Trung hoặc tiếng Việt như một "ngôn ngữ thứ hai": Người Việt Nam và người Đài Loan kết hôn với nhau, sinh viên chuyên khoa hay lớp đào tạo học tiếng Trung-Việt, lưu học sinh Việt Nam và Đài Loan, khách du lịch Đài Loan và Việt Nam, là lựa chọn hàng đầu để họ bắt đầu quá trình tự học của mình.

Nhà xuất bản xin gửi lời cảm ơn chân thành chân thành đến người biên soạn, biên tập, ghi âm cho quyển sách này: Ngài Trần Hoằng Chương, cô Danh Hồng Cẩm (người hiệu đính và người đọc tiếng Việt), cô Thường Tinh (người đọc tiếng Trung), em Giang Huệ Binh (người hiệu đính) lưu học sinh ở viện văn học thuộc trường đại học Trịnh Châu.

Để cải thiện hiệu quả sử dụng của sách, hoan nghênh độc giả đóng góp ý kiến quý báu.

Tháng 12 năm 2019
Công Ty TNHH sự nghiệp văn hóa Trí Khoan (Đài Loan)

出版者序言

（中國）臺灣和越南一衣帶水，自古以來就有著密切的交往。中國文字是使用漢字書寫的，越南古時候全盤繼承了漢字，並發明了自己使用的喃字，成為雙方互相交往的佳話。

隨著臺灣和越南的交往越來越密切，雙方的人員往來非常頻繁。許多臺灣的企業家到越南去投資；越南和臺灣的年輕人互相通婚；雙方互派留學人員也大大增加；雙方民眾到對方去旅遊觀光的活動不斷擴大。這樣，雙方此類讀者都希望學習對方的語言。為此我們編輯了這本雙語會話為特點的《越南人輕鬆學中文》，以滿足各方人員的需求。

本書盡量做到對讀者友好，具有以下特色：

1. 語言介紹：介紹了中文和越南語的特點、利用國際音標標注兩種文字的發音、快速入門。

2. 雙向會話：通過各種生活場景雙語對照會話，越南人用來學習中文，臺灣人用來學習越南語。

3. 中文注音：用臺灣注音符號及大陸漢語拼音給中文注音。

4. 語言比對：介紹雙言特點，同義詞、反義詞比對學詞彙。

5. 雙語注釋： 講解語法、 漢越音和中文發音轉換比對。

6. 電腦打字： 介紹了中文、 越文的輸入方法， 讀者可以在電腦上輕鬆打字。

7. 中越錄音： 全書都有中文和越南語的標準錄音。

8. 中越附錄： 附錄中提供百家姓、 臺灣主要地名、 越南主要地名、 家庭成員、 常用諺語， 可以豐富日常會話的內容。

　　本書為全新的中文越南語會話書籍， 提供給讀者學習中文或越南語。 雖然是為越南人學習中文而寫的， 但臺灣人也可以用來學習越南語。 它適用於所有把中文或越南語作為非母語的 "第二語言" 來學的人： 越南人和臺灣人互相有姻親者；中文、 越南語專業學生、 培訓班學員； 赴越、 赴臺的留學生、 企業家和商人； 臺灣、 越南的觀光者， 成為他們自學首選讀本。

　　本出版社對參加本書編輯、 校對、 錄音的人員： 陳宏彰、 名紅錦 (越文校訂和錄音)、 常菁 (中文錄音)、 鄭州大學人文學院的越南碩士留學生江惠冰 (校閱者) 表示衷心感謝。

　　為了改進圖書的使用效果， 歡迎廣大讀者多提寶貴意見。

智寬文化事業有限公司

二零一九年十二月

Ký hiệu được sử dụng trong sách
書中符號說明

Ký hiệu 符號	Tên 名稱	Sử dụng cho 用途
〈　〉	Dấu ngoặc góc 單角號	Tiếng Trung giản thể 放簡體中文
{　}	Dấu ngoặc lớn 半形大括弧	Phiên âm tiếng Trung 放漢語拼音
[　]	Dấu ngoặc vuông 半形中括弧	Phiên âm quốc tế 放國際音標
<　>	Dấu ngoặc nhọn 半形尖括弧	Mã số trang 表示所在頁碼
\	Dấu huyền dài 反斜線	Phân cách từ và giải thích 分隔詞語解釋
⊙ / ȁ	Dấu ghi âm 錄音符	Văn bản có ghi âm 文字有錄音
○	Từ đồng nghĩa 同意詞	Mẫu từ đồng nghĩa 同意詞舉例
△	Từ trái nghĩa 反意詞	Mẫu từ trái nghĩa 反意詞舉例

*Trong toàn bộ cuốn sách đều có Chú âm phù hiệu Bopomofo ở bên phải của các chữ phồn thể. Trong những văn bản chính của hội thoại và từ mới, phiên âm tiếng Trung được đặt dưới các chữ giản thể. Trong những bảng, dấu hiệu {} cho phiên âm tiếng Trung, [] cho phiên âm quốc tế có khi bị lược bỏ. Từ mới và bài học sẽ được ghi âm lại và những văn bản với ký hiệu ⊙ cũng sẽ được ghi âm lại.

全書繁體漢字右邊都有注音符號注音。會話正文和生詞中漢語拼音放在簡體字下面，表格{}中的漢語拼音符、[]中的國際音標符有時省略，生詞、課文部分都會錄音，加錄音符號⊙的文字也會錄音。

Hướng dẫn chú âm
注音說明

    Cả Đài Loan và Trung Quốc đại lục đều sử dụng tiếng Trung, tức là tiếng Hoa, được viết bằng chữ Hán. Đài Loan sử dụng chữ phồn thể còn ở đại lục Trung Quốc sử dụng chữ giản thể. Những chữ này cần phải học và viết từng chữ một, rất khó để nhớ cách phát âm và ý nghĩa. Không có việc gì khó, chỉ sợ lòng không bền, mọi người đều có thể học tốt nếu kiên trì học tập trong một thời gian dài.

    臺灣和中國大陸都使用中文， 就是華語， 用漢字書寫。 在臺灣使用的是繁體字， 在中國大陸使用的是簡體字。 這些字都需要一個一個地學習書寫， 並記住它的發音和意思， 頗有些困難。 世上無難事， 只怕有心人。 長期堅持學習就能夠學好。

    Tiếng Trung tiêu chuẩn ở Đài Loan được gọi là tiếng Quốc Ngữ, và ở Trung Quốc đại lục được gọi là tiếng Phổ Thông. Trong tiếng Trung một chữ có một âm đọc và nó không thể được đọc một cách chính xác nếu không có chú âm. Để tạo điều kiện cho bạn đọc khác nhau, cuốn sách này sử dụng hai hệ thống ngữ âm để ghi chú phát âm của những chữ trong tiếng Trung: phiên âm tiếng Việt, bảng chú âm phù hiệu Bopomofo của Đài Loan và phiên âm tiếng Trung. Thanh mẫu (bảng 1) và vận mẫu (bảng 2) của tiếng Trung chú âm bằng hai hệ thống được liệt kê dưới đây để các bạn tham khảo học tập.

    中文標準話臺灣叫做國語， 而中國大陸叫做普通話。 中文一字一音， 沒有注音就無法正確讀出。 為了方便不同的讀者， 本書用臺灣的注音字母和中國大陸的漢語拼音兩種注音體系為漢字注音。 現在把中文的聲母（表一）和韻母（表二）的兩種注音列舉出來，供大家學習參考。

Giống như tiếng Việt trong hệ thống phát âm của tiếng Trung mỗi từ đều có một âm tiết và mỗi âm tiết đều bao gồm thanh mẫu (âm tiết đầu) và vận mẫu (âm tiết cuối). Thanh mẫu tức là phụ âm bao gồm phụ âm đơn và phụ âm kép (bảng 1), vận mẫu tức là nguyên âm cũng có nguyên âm đơn và nguyên âm kép (bảng 2). Nguyên âm của hai ngôn ngữ có thể được kết hợp với âm thanh mũi để tạo thành vần. Các nguyên âm của tiếng Việt có thể được kết hợp với phụ âm để tạo thành âm cuối chứa phụ âm, nhưng tiếng Trung không có âm cuối chứa phụ âm.

和越南語一樣，中文的發音系統每個字形成一個音節，每個音節由聲母和韻母組成。聲母就是子音，包括單子音和複合子音（表一）；韻母就是母音字母，也有單母音和複合母音（表二）。兩種語言的母音可以和鼻音組合在一起鼻韻尾。越南語的母音可以和子音組合在一起形成子音韻尾，而中文普通話沒有子音韻尾。

I. Thanh mẫu tiếng Trung

一、中文聲母

Trong tiếng Trung có 21 thanh mẫu, như trong Bảng 1.

中文聲母有21個，如表一。

Bảng 1. Thanh mẫu tiếng Trung ⊙

表一 中文聲母 ⊙　　　　🎧 00-01

Giải thích tiếng Trung ở đầu biểu mẫu: 表頭中文解釋：

序號	Số thứ tự
注音＝注音符號	Chú âm phù hiệu
拼音＝漢語拼音	Hệ thống phiên âm tiếng Trung
越音＝越文參考發音	Phát âm tham khảo của tiếng Việt
音標＝國際音標	Phiên âm quốc tế
中文發音說明	Thuyết minh về phát âm tiếng Trung
例詞	Mẫu từ

序號	注音 ⊙	拼音 ⊙	越音	音標	中文發音說明	例詞 ⊙
1	ㄅ	b	p	p	Âm môi, không bật hơi, vôt thanh. 唇音，不送氣清音	爸爸 {bà ba} cha, bố
2	ㄆ	p	ph	p'	Âm môi, bật hơi, vô thanh, khác với chữ f. 唇音，送氣清音，不同於 f	婆婆 {pó po} mẹ chồng
3	ㄇ	m	m	m	Giống như m tiếng việt, hữu thanh. 和越南語 m 一樣，濁音	妹妹 {mèi mei} em gái
4	ㄈ	f	f	f	Âm môi răng, răng trên cắn môi dưới, bật hơi. 唇齒音，上齒咬下唇發音，送氣	豐富 {fēng fù} giàu

17

5	ㄉ	d	t	t	Âm đầu lưỡi giữa, không bật hơi, vô thanh. 中舌尖音， 不送氣清音	弟弟 {dì dì} em trai
6	ㄊ	t	th	t'	Âm đầu lưỡi giữa, bật hơi, vô thanh. 中舌尖音， 送氣清音	頭痛 {tóu tòng} nhức đầu
7	ㄋ	n	n	n	Giống như n trong tiếng việt, hữu thanh. 和越南語 n 一樣， 濁音	泥濘 {ní nìng} lầy lội
8	ㄌ	l	l	l	Giống như l trong tiếng việt. 和越南語 l 一樣	力量 {lì liàng} sức mạnh
9	ㄍ	g	c(k)	k	Âm gốc lưỡi tắc, không bật hơi, vô thanh, như c trong cả. 舌根閉塞音， 不送氣清音， 如 cả 中的 c	哥哥 {gē ge} anh
9.1	ㄍㄨ-	gu-	qu-	kw	Âm kép phụ-nguyên âm. 子音母音組合音	廣告 {guǎng gào} quảng cáo
10	ㄎ	k	kh	k'	Âm gốc lưỡi, bật hơi, vô thanh. 舌根音， 送氣清音	可口 {kě kǒu} ngon
11	ㄏ	h	h	χ	Âm gốc lưỡi, luồng khí rất mạnh. 舌根音， 氣流很強	花卉 {huā huì} bông hoa
12	ㄐ	j	chi	tɕ	Âm mặt lưỡi, không bật hơi vô thanh, như ch tiếngViệt. 舌面音， 不送氣清音， 如越南語的 ch	季節 {jì jié} mùa
13	ㄑ	q	txi	tɕ'	Âm mặt lưỡi, như ch, bật hơi, vô thanh. 舌面音， ch 的送氣清音	前期 {qián qí} kỳ đầu

14	ㄒ	x	xi	ɕ	Âm xát mặt lưỡi. 舌面摩擦音	新鮮 {xīn xiān} tươi
15	ㄓ	zh*	tr	tʂ	Âm đầu lưỡi sau, uốn lưỡi, không bật hơi, vô thanh. 舌尖後音，捲舌，不送氣清音	終止 {zhōng zhǐ} chấm dứt
16	ㄔ	ch*	chh	tʂ'	Âm đầu lưỡi sau, uốn lưỡi, bật hơi mạnh, vô thanh. 舌尖後音，捲舌，強送氣清音	出產 {chū chǎn} sản xuất
17	ㄕ	sh*	s	ʂ'	Âm uốn lưỡi s, như giọng Miền Nam VN. 捲舌音，越南南方口音的 s	受傷 {shòu shāng} bị thương
18	ㄖ	r*	r	ʐ	Âm đầu lưỡi sau, uốn lưỡi, hữu thanh, như trong tiếng Pháp: **j**aune. 舌尖後音，捲舌，濁音	忍讓 {rěn ràng} nhẫn nhượng
19	ㄗ	z*	z	ts	Âm đầu lưỡi trước, không uốn lưỡi, không bật hơi, vô thanh, như trong tiếng Pháp: ma**tch**. 舌尖前音，不捲舌，不送氣清音	宗族 {zōng zú} tông tộc
20	ㄘ	c*	tx	ts'	Âm đầu lưỡi trước, uốn lưỡi, bật hơi mạnh, vô thanh, như trong tiếng Anh: ten**ts**. 舌尖前音，捲舌，強送氣清音	粗糙 {cū cāo} nhám
21	ㄙ	s	x	s	Âm đầu lưỡi trước, không uốn lưỡi. 舌尖前音，不捲舌	四歲 {sì suì} bốn tuổi

Thật toàn

* Các âm tiết độc lập zhi, chi, shi, ri, zi, ci, si tương đương với các phát âm trong tiếng Việt trư, chư, sư, rư, zư, txư, xư.

獨立的音節 zhi、 chi、 shi、 ri、 zi、 ci、 si 相當於越文 trư、 chư、 sư、 rư、 zư、 txư、 xư 的發音。

* Những chữ in đậm là âm vị không được tìm thấy trong tiếng Việt, người Việt Nam cần tăng cường rèn luyện.

粗體字是越南語沒有的音素， 越南人特別需要加強練習。

* Những chữ cái như nhau của hai ngôn ngữ được phát âm khác nhau, chẳng hạn như: ㄆ, ㄊ, ㄎ, ㄔ được viết như p, t, k, ch trong phiên âm TQ, khi đánh vần tiếng Việt không bật hơi, mà tiếng Trung phải bật hơi, đặc biệt phải nhắc cho người Việt và người ta chú ý. Khi đánh vần tiếng Trung, xem chữ cái đầu p, t, k, ch phải bật hơi mạnh và không được bật hơi khi đánh vần tiếng Việt.

兩種語言發音不同而文字相同， 如：ㄆ、ㄊ、ㄎ、ㄔ寫成拼音是 p, t, k, ch， 越南文發不送氣音， 而中文發音是送氣的， 特別要提醒越南人和國人注意。 拼讀中文時， 見到聲母 p, t, k, ch 一定要強送氣， 而拼讀越南文時就不能送氣。

II. Vận mẫu tiếng Trung

二、中文韻母

Trong tiếng Trung có 36 vận mẫu, như trong Bảng 2.

中文韻母有36個， 如表二。

Bảng 2. Vận mẫu tiếng Trung ⊙　　🎧 00-02

表二中文韻母 ⊙

Giải thích tiếng Trung ở đầu biểu mẫu như Bảng 1.

表頭中文解釋如表一。

序號	注音 ⊙	拼音 ⊙	越音	音標	中文發音說明	例詞 ⊙
1	ㄚ	a	a	a	Nguyên âm đơn 單母音, như trong: bài ca 之中	發展 {fā zhǎn} phát triển
2	ㄛ	o	ô	o	Nguyên âm đơn 單母音, như trong:ô-tô 之中	喔喔叫 {ō ō jiào} ò ó ó
3	ㄜ	**e**	ơ	ɤ	Nguyên âm đơn 單母音, như trong: sớp phơ 之中	熱情 {rè qíng} nhiệt tình
4	ㄝ	ê	ê	e	Nguyên âm đơn 單母音, như trong: em bé 之中	切開 {qiē kāi} cắt đứt
5	ㄞ	ai	ai	ai	Nguyên âm kép 複合母音, như trong:phải trái 之中	開採 {kāi cǎi} khai thác
6	ㄟ	ei	ây	ei	Nguyên âm kép 複合母音, như trong:cây 之中	梅花 {méi huā} hoa mai
7	ㄠ	ao	au	au	Nguyên âm kép 複合母音, như trong: tàu 之中	找到了 {zhǎo dào le} tìm được rồi

8	ㄡ	ou	ôu	ou	Nguyên âm kép 複合母音, như trong: cầu 之中	歐洲 {ōu zhōu} Châu âu
9	ㄢ	an	an	an	Nguyên âm mũi 鼻韻母, như trong: an toàn 之中	慢慢 {màn màn} chậm chậm
10	ㄣ	en	ân	ən	Nguyên âm mũi 鼻韻母, như trong: nhân dân 之中	苯酚 {běn fēn} bổn phận
11	ㄤ	ang	ang	aŋ	Nguyên âm mũi 鼻韻母, như trong: thang 之中	陽光 {yáng guāng} ánh mặt trời
12	ㄥ	eng	âng	əŋ	Nguyên âm mũi 鼻韻母, như trong: nâng cao 之中	登記 {dēng jì} đăng ký
13	ㄧ	i	i	i	Nguyên âm đơn 單母音, như trong: ý chí 之中	米飯 {mǐ fàn} cơm
14	ㄧㄚ	ia	ia	ia	như trong: bia 之中	家庭 {jiā tíng} gia đình
15	ㄧㄢ	ian	iên	iæn	Nguyên âm mũi 鼻韻母, như trong: thiên thể 之中	錢包 {qián bāo} ví tiền
16	ㄧㄤ	iang	iang	iaŋ	Nguyên âm mũi 鼻韻母, như trong: Giang Tô 之中	良好 {liáng hǎo} tốt đẹp
17	ㄧㄠ	iao	iao	iau	Nguyên âm kép 複合母音, như trong: nhau 之中	苗條 {miáo tiáo} mảnh khảnh
18	ㄧㄝ	ie	iê	ie	Nguyên âm kép 複合母音, như trong: chiếm 之中	謝謝 {xiè xie} cảm ơn

19	ㄧㄣ	in	in	in	Nguyên âm mũi 鼻韻母, như trong: tin 之中	金銀 {jīn yín} vàng bạc
20	ㄧㄥ	ing	ing	iŋ	Nguyên âm mũi 鼻韻母, như trong: Vinh 之中	英明 {yīng míng} anh minh
21	ㄧㄡ	iu	iêu	iou	Nguyên âm kép 複合母音, như trong: chiều 之中	牛奶 {niú nǎi} sữa bò
22	ㄨ	u	u	u	Nguyên âm đơn 單母音, như trong: củ 之中	孤獨 {gū dú} cô độc
23	ㄨㄚ	ua	oa	ua	Nguyên âm kép 複合母音, như trong: hoa 之中	誇獎 {kuā jiǎng} khen ngợi
24	ㄨㄛ	uo	uô	uo	Nguyên âm kép 複合母音, như trong: quốc gia 之中	擴大 {kuò dà} mở rộng
25	ㄨㄞ	uai	oai	uai	Nguyên âm kép 複合母音, như trong: hoài 之中	快捷 {kuài jié} nhanh chóng
26	ㄨㄟ	ui	ui	uei	Nguyên âm kép 複合母音, như trong: quí 之中	最貴 {zuì guì} đắt nhất
27	ㄨㄢ	uan	oan	uan	Nguyên âm mũi 鼻韻母, như trong: toàn 之中	關門 {guān mén} đóng cửa
28	ㄨㄣ	un	uân	uən	Nguyên âm mũi 鼻韻母, như trong: vần 之中	遵守 {zūn shǒu} tuân thủ
29	ㄨㄤ	uang	oang	uaŋ	Nguyên âm mũi 鼻韻母, như trong: thinh thoảng 之中	光芒 {guāng máng} ánh sáng

30	ㄨㄥ	ong	ung	uŋ	Nguyên âm mũi 鼻韻母, như trong: đúng 之中	農村 {nóng cūn} nông thôn
31	ㄩ	ü #	uy	y	Nguyên âm đơn 單母音, giống như ủy 之中	旅遊 {lǚ yóu} du lịch
32	ㄩㄝ	üe #	uyê	yɛ, uɛ	Nguyên âm kép 複合母音, như trong: thuyết 之中	略語 {lüè yǔ} từ viết tắt
33	ㄩㄢ	uan*	uyân	yæn, uan	Nguyên âm mũi 鼻韻母, như trong: tuyên truyền 之中	全面 {quán miàn} toàn diện
34	ㄩㄣ	un*	uyn	yn, un	Nguyên âm mũi 鼻韻母, như trong: uỷn 之中	駿馬 {jùn mǎ} tuấn mã
35	ㄩㄥ	iong	yung iung	yŋ	Nguyên âm mũi 鼻韻母, như trong: không gian 之中	雄偉 {xióng wěi} hùng vĩ
36	儿	er	ơr	ɚ	Nguyên âm đặc biệt 特殊母音, Như ơ, lăn lưỡi cuộn 捲舌 ơ	兒子 {ér zi} con trai

Những vận mẫu này được sử dụng sau ㄋ n, ㄌ l, trong những vận mẫu này chữ cái ü phát âm là [y] (bằng phát âm chữ cái u tiếng Pháp) và ü có thể viết như v.

此類韻母用於：ㄋ l、ㄌ n 之後，韻母中的字母 ü 發音為 [y]（相當於法語字母 u 的發音），ü 可以寫成 v。

* Những vận mẫu này khi được sử dụng sau những chữ cái ㄐ j, ㄑ q, ㄒ x, 一 y, phát âm là [y], còn lại ở tình hình khác phát âm là [u].

此韻母用於：ㄐ j、ㄑ q、ㄒ x、一 y 之後時 u 發音為：[y]，其餘情況 u 發音為 [u]。

III. Đánh vần tiếng Việt

三、越南語拼讀

　　Tiếng Việt thuộc hệ thống đánh vần chữ cái, bên cạnh đó còn có nhiều âm tố được ghép lại bởi nhiều chữ cái khác nhau, do đó không cần sử dụng bất kỳ hệ thống phát âm nào khác để phiên âm. Mọi người học thuộc lòng cách phát âm chính xác các chữ cái đơn và kép của tiếng Việt, tức âm đầu và vần, đọc chính xác thanh điệu, đều có thể đọc và nói tiếng Việt lưu loát. Sử dụng các hệ thống phát âm khác để chú âm thực như vẽ rắn thêm chân không cần thiết.

　　越南語是拼音文字，而且是不同的音素都用不同的字母來拼寫，因此不需要用任何其他讀音系統注音。大家學會了越南語字母和字母組合也就是聲母和韻母的正確發音，以及正確念出聲調，就能夠順暢讀出和說出越南語了。再用其他讀音系統注音，就是畫蛇添足了。

Bảng 3. Bảng chữ cái tiếng Việt ⊙　🎧 00-03

表三越南語字表 ⊙

Giải thích tiếng Trung ở đầu biểu mẫu: 表頭中文解釋：

序號	Số thứ tự
字母＝越文字母	Phiên âm tiếng Việt
注音＝注音符號	Chữ chú âm phù hiệu
拼音＝漢語拼音	Phiên âm tiếng Trung
音標＝國際音標	Phiên âm quốc tế
越南語發音說明	Thuyết minh phát âm tiếng Việt
例詞	Mẫu từ

序號	⊙ 字母	注音	⊙ 拼音	音標	越南語發音說明	⊙ 例詞
1	A a	ㄚˋ	a	aː	Miệng mở rộng, âm thanh kéo dài. 口張大，發長音	ba 三 {sān}
2	Ă ă	ㄚ	a	a	Miệng không mở to lắm, âm thanh ngắn. 開口度不大，發音短	chăm sóc 照顧 {zhào gù}
3	Â â	ㄚˇ	a	ɐ	Âm lưỡi của a. a 的上齶音	dã tâm 野心 {yě xīn}
4	B b	ㄅˇ	b̦*	ɓ, b	Phụ âm hữu thanh. 濁子音	bà 女士 {nǚ shì}
5	C c	ㄍ	g#	k	Phụ âm vô thanh, không bật hơi. 輕子音，不送氣	căn cứ 根據 {gēn jù}
6	ch	ㄔ	ch#	ʧ	Phụ âm vô thanh, không bật hơi. 輕子音，不送氣	cha 父親 {fù qīn}
7	D d	ㄖ	r	ʐ, z	Miền Nam phát âm như y [j]. 南部發音 y [j]	da 皮膚 {pí fū}
8	Đ đ	ㄅˇ	d̦*	ɗ, d	Phụ âm hữu thanh. 濁子音	đã 已經 {yǐ jīng}
9	E e	ㄝ	ê	ɛ	Khai khẩu âm e, bằng a trong tian, tiếng Trung. 開口 e，普通話 tian 中的 a	sẽ 將會 {jiāng huì}
10	Ê ê	ㄝ	ê	e	Âm e khép miệng, bằng e trong jie, tiếng Trung. 閉口 e，普通話 jie 中的 e	tê 酸痛 {suān tòng}
11	F f	ㄈ	f	f	Dùng trong từ mượn, hiếm dụng. 見於外來語，少用	Fi-ji 斐濟 {fěi jì}

12	G g	《˘	ğ*	ɣ, g	Trước a, ă, â, o, ô, ơ, u, ư, như g, phụ âm hữu thanh. â, o, ô, ơ, u, ư 前ㄑㄧㄢ，濁ㄓㄨㄛ子ㄗ音ㄧㄣ g;	gang tay 手ㄕㄡ套ㄊㄠ {shǒu tào}
		ㄖ	r	ʒ (z)	Trước i, e, ê, như d tiếng Việt i, e, ê 之ㄓ前ㄑㄧㄢ，越ㄩㄝ南ㄋㄢ語ㄩ d	gì 什ㄕㄣ麼ㄇㄜ {shén me}
13	gh	《˘	ğ*	ɣ, g	Trước i, e, ê, như g, phụ âm hữu thanh. i, e, ê 之ㄓ前ㄑㄧㄢ，濁ㄓㄨㄛ子ㄗ音ㄧㄣ g	ghế 椅ㄧ子ㄗ {yǐ zi}
14	gi	ㄖ	r	ʒ (z)	Trước a, ă, â, e, ê, o, ô, ơ, u, ư, như d tiếng Việt. a, ă, â, e, ê, o, ô, ơ, u, ư 之ㄓ前ㄑㄧㄢ，越ㄩㄝ南ㄋㄢ語ㄩ d	gia đình 家ㄐㄧㄚ庭ㄊㄧㄥ {jiā tíng}
15	H h	ㄏ	h	h	Chữ cái ㄏ bật hơi không mạnh. 送ㄙㄨㄥ氣ㄑㄧ不ㄅㄨ強ㄑㄧㄤ	Hoàng 黃ㄏㄨㄤ {huáng}
16	I i	ㄧ	i	i	Như chữ cái ㄧ. 和ㄏㄜㄧ發ㄈㄚ音ㄧㄣ一ㄧ樣ㄧㄤ	ghi nhớ 記ㄐㄧ得ㄉㄜ {jì dé}
17	J j	ㄖ	r	ʒ (z)	Dùng trong từ mượn ngoại ngữ, như d tiếng Việt. 見ㄐㄧㄢ於ㄩ外ㄨㄞ來ㄌㄞ語ㄩ，越ㄩㄝ南ㄋㄢ語ㄩ d	Jean （法ㄈㄚ）讓ㄖㄤ {ràng}
18	K k	《	g#	k	Trước i, e, ê, phụ âm vô thanh, không bật hơi. 在ㄗㄞ i, e, ê 之ㄓ前ㄑㄧㄢ，輕ㄑㄧㄥ子ㄗ音ㄧㄣ，不ㄅㄨ送ㄙㄨㄥ氣ㄑㄧ	kênh 運ㄩㄣ河ㄏㄜ {yùn hé}
19	kh	ㄎ	k	χ	Như ㄏ bật hơi mạnh. 強ㄑㄧㄤ送ㄙㄨㄥ氣ㄑㄧㄏ	không 不ㄅㄨ {bù}
20	L l	ㄌ	l	l	Giống như ㄌ. 和ㄏㄜㄌ發ㄈㄚ音ㄧㄣ一ㄧ樣ㄧㄤ	lần 次ㄘ {cì}
21	M m	ㄇ	m	m	Giống như ㄇ. 和ㄏㄜㄇ發ㄈㄚ音ㄧㄣ一ㄧ樣ㄧㄤ	mưa 雨ㄩ {yǔ}
22	N n	ㄋ	n	n	Giống như ㄋ. 和ㄏㄜㄋ發ㄈㄚ音ㄧㄣ一ㄧ樣ㄧㄤ	nên 應ㄧㄥ當ㄉㄤ {yīng dāng}

23	ng	ㄫ	ng	ŋ	Trước a, ă, â, o, ô, ơ, u, ư. 在 a, ă, â, o, ô, ơ, u, ư 之前	ngủ 睡覺 {shuì jiào}
24	ngh	ㄫ	ng	ŋ	Trước i, e, ê. 在 i, e, ê 之前	nghỉ 休息 {xiūxí}
25	nh	广	ni	ɲ	Giống như 广. 和广發音一樣	nho 儒 {rú}
26	O o	ㄛ	ọ	ɔ	Âm o mở miệng. 開口 o 音	nói 說 {shuō}
27	Ô ô	ㄛ	o	o	Âm o khép miệng. 閉口 o 音	số 數 {shù}
28	Ơ ơ	ㄜ	e	ə:, ɜ	Giống như ㄜ. 和ㄜ發音一樣	bờ 岸邊 {àn biān}
29	P p	ㄅ	b#	p	Phụ âm vô thanh, không bật hơi. 輕子音，不送氣	pin 電池 {diàn chí}
30	ph	ㄆ	p	f	Âm thanh giữa ㄆ và ㄈ. 介於ㄆ和ㄈ之間的音	phức tạp 複雜 {fù zá}
31	Q q	ㄍ	g#	k	Luôn luôn sử dụng với u, phụ âm vô thanh, không bật hơi. 總是和 u 一起使用，輕子音，不送氣	quý vị & 各位 {gè wèi}
32	R r	ㄖ	r	ʐ	Miền Nam là [ʐ], trong từ ngoại ngữ là [ɹ]. 南部發成[z]，在外來語中舌頭彈動的[ɹ]音	răng 牙齒 {yá chǐ}
33	S s	ㄕ	sh	s	Miền Nam uốn lưỡi [ʂ], Miền bắc không uốn lưỡi. 南部發捲舌音[ʂ]，北部不捲舌	say 醉 {zuì}

34	T t	ㄉ	d#	t	Phụ âm vô thanh, không bật hơi . 輕子音， 不送氣	phía ta 我方 {wǒ fāng}
35	th	ㄊ	t	tʰ, t'	Giống như ㄊ . 和ㄊ發音一樣	thợ 工匠 {gōng jiàng}
36	tr	ㄓ	tr#	ţ	Uốn lưỡi, phát âm Miền bắc như ch, phụ âm vô thanh, không bật hơi. 捲舌， 北部發似 ch，輕子音， 不送氣	chính trị 政治 {zhèngzhì}
37	U u	ㄨ	u	u	Giống như ㄨ . 和ㄨ發音一樣	vũ trụ 宇宙 {yǔ zhòu}
38	Ư ư	ㄗ韻	(z)i	ɯ, ɨ	Vận mẫu trong ㄗ . ㄗ的韻母	tư tưởng 思想 {sī xiǎng}
39	V v	万	v	v	Giống như 万 , Miền Nam đọc như [j] . 和万發音一樣， 南部發成 [j]	Việt Nam 越南 {yuè nán}
40	W w	ㄨ	w	w	Được dùng trong từ mượn ngoại ngữ. 見於外來語	whisky 威士忌 {wēi shì jì}
41	X x	ㄙ	s	s	Không uốn lưỡi. 不捲舌	xin 請 {qǐng}
42	Y y	ㄧ	y	i:	Tương đương với chữ cái ㄧ . 與字母 i 等同	lý do 理由 {lǐ yóu}
43	Z z	ㄗ	r	z	Rất hiếm sử dụng, dùng trong từ mượn ngoại ngữ. 極少用， 見於外來語	Zola 左拉 {zuǒ lā}

* Thể hiện phụ âm hữu thanh. 表示濁音。

Thể hiện phụ âm vô thanh không bật hơi. 表示不送氣清子音。

&TPHCM 胡志明市 *q* [g] = phụ âm hữu thanh 濁子音，Hà Nội 河內 *q* [k] = phụ âm vô thanh không bật hơi 不送氣清子音.

IV. Vần mẫu và âm cuối (cuối vần)

四、 韻母和韻尾

Các âm tiết trong tiếng Việt được chia thành âm đầu, vần (âm đệm, âm chính, âm cuối) và thanh điệu. Chúng tôi đã nói về âm đầu ở phần trước, bây giờ hãy xem về phần vần: bao gồm: âm đệm, âm chính, âm cuối (cũng nói là cuối vần).

Giống như tiếng Trung cổ đại, tiếng Việt có vần đứng riêng và vần kết hợp với m, n, ng, p, t, c [k], ch [t]. Những âm tiết này được bảo tồn hoàn toàn trong những phương ngữ Mẫn Nam, Khách Gia, tiếng địa phương Đài Loan và phương ngữ Quảng Đông (Trung Quốc). Tiếng Phổ Thông không có âm cuối là m, p, t, c, ch.

越南語的音節分為聲母、 韻母、 聲調幾部分， 韻母又包括依附母音、 主母音和韻尾。 前面我們講了聲母， 現在來看看韻母和韻尾。

類似中古漢語， 越南語有純韻母和帶有子音韻尾 m, n, ng, p, t, c [k], ch [t] 的韻母。 這些音節在臺灣的閩南方言、 客家方言和中國的粵方言中比較完整地保留下來了。 而普通話沒有子音韻尾 m, p, t, c, ch。

Vần trong tiếng Việt chủ yếu có các vần sau, và có thể thêm năm ký hiệu thanh điệu của bảng 5 để tạo thành sáu thanh, và các âm tiết có âm cuối là phụ âm thì mang dấu sắc và dấu nặng

越南語韻母主要有下面這些， 可以加表五的五種聲調符號形成六個聲調， 帶有子音韻尾的音節聲調只有銳聲和重聲。

a, ai, ay, ao, ây, e, eo, ê, i, y, ia, iu, o, oi, ô, ôi, ơ, ơi, oa, oai, (oay), (oao), (oe), (oeo), (oo), u, ư, (ui), ua, ưa, uê, ui, (uơ), (uôi), (ươi), uy, (uya)

Các vần trong ngoặc đơn ở trên khi sử dụng cần phải kết hợp với phụ âm.

上面括弧中的韻母需要加上子音使用。

30

Bảng 4 Bảng thể hiện vần trong tiếng Việt ⊘ 🎵 00-04

	-u	-m	-n	-ng	-nh	-p	-t	-c	-ch
a	au	am	an	ang	anh	ap	at	ac	ach
(â)	âu	âm	ân	âng		âp	ât	âc	
(ă)		ăm	ăn			ăp	ăt	ăc	
e		em	en	eng		ep	et	ec	
ê	êu	êm	ên		ênh	êp	êt		êch
i/y	iu	im	in	ing	inh	ip	it		ich
(iê) *	iêu	iêm	iên	iêng		iêp	iêt	iêc	
o		om	on	ong		op	ot	oc	
ô		ôm	ôn	ông		ôp	ôt	ôc	
ơ		ơm	ơn			ơp	ơt		
oa		oam	oan	oang	oanh	oap	oat	oac	oach
(oă)			oăn				oăt	oăc	
oe			oen				oet		
oo				oong				ooc	
u		um	un	ung		up	ut	uc	
ư	ưu		ưn	ưng		ưp	ưt	ưc	
(uâ)			uân	uâng			uât		
uê									uêch
(uơ)			uơn						
(uô)		uôm	uôn	uông			uôt	uôc	
(ươ)	ươu	ươm	ươn	ương		ươp	ươt	ươc	
uy	uyu				uynh		uyt		uych
(uyê)			uyên				uyêt		

* TPHCM 胡ㄏㄨˊ志ㄓˋ明ㄇㄧㄥˊ市ㄕˋ iê ＝ㄧㄧ [i:], Hà Nội 河ㄏㄜˊ內ㄋㄟˋ iê＝ㄧㄝ [ie].

V. Thanh điệu

五、 聲調

Cả tiếng Trung lẫn tiếng Việt đều là ngôn ngữ có thanh điệu, nếu bạn đánh vần chính xác, bạn cũng phải đọc đúng thanh điệu. Tiếng Trung tiêu chuẩn có bốn thanh điệu: thanh thứ nhất, thanh thứ hai, thanh thứ ba và thanh thứ tư (tức các thanh: âm, dương, thưởng, khứ), cũng có biến điệu khinh thanh và bán thanh ba, tạo thành sáu thanh điệu khác nhau. Thanh điệu của tiếng Việt được chia thành hai hệ âm chính là miền Bắc và miền Nam. Giọng miền Bắc lấy Hà Nội làm tiêu chuẩn có sáu thanh điệu: bằng, huyền, hỏi, ngã, sắc và nặng; còn giọng Sài Gòn lấy thành phố Hồ Chí Minh làm tiêu chuẩn và chỉ có năm thanh điệu, hỏi và ngã trở thành một thanh điệu, nhưng vẫn viết tách ra, sử dụng ký hiệu của thanh hỏi và thanh ngã.

中文和越南語都是有聲調的語言， 拼讀正確了還需讀對聲調。 中文標準語的聲調有四個： 陰平、 陽平、 上聲和去聲， 還有變調輕聲和半上聲， 形成六種不同的聲調。 越南語的聲調， 分為北方和南方兩大聲調。 以河內為代表的北方口音有六個聲調： 平聲、 玄聲、 問聲、 跌聲、 銳聲、 重聲； 而以胡志明市為代表的西貢口音的標準越南語只有五個聲調， 問聲和跌聲變成一個聲調， 但是書寫仍然分開， 分別使用問聲和跌聲符號。

Hiện nay liệt kê thanh điệu của tiếng Trung (phân chia dấu khác nhau: chú âm/phiên âm) và tiếng Việt trong bảng 5.

現在把中文（分隔不同調符： 注音／拼音） 和越南文的聲調對照列如表五。

Giải thích tiếng Trung ở đầu biểu mẫu: 表頭中文解釋：

序號	Số thứ tự
國語聲調	Dấu hiệu trong tiếng phổ thông TQ
聲調符	Dấu thanh điệu
越語參考調	Thanh điệu tham khảo của tiếng Việt
術語說明	Giải thích thuật ngữ

Bảng 5. Đội chiếu thanh điều tiếng Trung và tiếng Việt
表五中文聲調與越南語的對應關係

序號	國語聲調 聲調符	越語 參考調	術語說明
1	陰平 /55 không 無 / ‾	平聲 /44 không 無	陰平 thanh thứ nhất ≈ 平聲 thanh ngang, không có ký hiệu
2	陽平 /35 ´	銳聲 /45 ´	陽平 thanh thứ hai ≈ 銳聲 sắc
3	上聲 /214 ˇ	問聲 /214 ?	上聲 thanh thứ ba = 問聲 hỏi
4	去聲 /51 `	平 /44 + 重聲 /31 .	去聲 thanh thứ tư ≈ 平聲 bằng + 重聲 nặng
5	輕聲 /21 ˙ /không 無	玄聲 /21 `	輕聲 khinh thanh = 玄聲 huyền
6	變調 /34 ˇˇ	跌聲 /324 ~	兩個上聲前調變調 hai chữ thanh ba đặt lại với nhau, chữ ở trước sẽ thay điệu như sơ đồ bên trái ≈ 跌聲 ngã

* Nếu nguyên âm tiếng Việt có dấu biến âm, ký hiệu thanh điệu sẽ đặt trên hai dưới chữ cái. Nếu hai nguyên âm đều không có dấu biến âm thì đặt ký hiệu thanh điệu rất linh hoạt, có thể đặt trên hai dưới bất kỳ nguyên âm nào: khóa =khoá. Cái u trong qu không bao giờ được đặt ký hiệu thanh điệu.

越南文韻母為加符字母的，聲調符號就標在該字母上。兩個母音都沒有加符號的，聲調符號標注比較靈活，隨便加在哪個母音上均可： khóa=khoá。Qu 的 u 從來不標注聲調符號。

	一聲 Thanh 1	二聲 Thanh 2	三聲 Thanh 3	四聲 Thanh 4	輕聲 Khinh thanh	變調 Biến điệu
注音符號 Chú âm phù hiệu		´	ˇ	`	·	ˇ →
漢語拼音 Phiên âm tiếng Trung	ˉ	´	ˇ	`		ˇ →´
例字 Mẫu từ						
中文 ⊙	媽	麻	馬	罵	嗎	馬甲
漢語拼音	mā	má	mǎ	mà	ma	mǎ jiǎ
越文 ⊙	mẹ	tê	ngựa	rủa	dạ	áo gi-lê

越語聲調記號 Ký hiệu Thanh điệu Tiếng Việt ⊙

No.	記號 Ký hiệu	越文名 ⊙ Tên Việt	中文名 ⊙ Tên Trung	例詞 ⊙ Mẫu từ	例詞義 ⊙ Nghĩa từ ví dụ
1		Bằng	平聲	đa âm tiết	多音節
2	`	Huyền	玄聲	đà điểu	鴕鳥
3	?	Hỏi	問聲	đả kích	打擊
4	~	Ngã	跌聲	đã vậy	已經如此
5	´	Sắc	銳聲	đá bóng	踢足球
6	.	Nặng	重聲	đạc điền	丈量田地

VI. Cách đánh máy tiếng Trung và tiếng Việt

六、中越文輸入法

1. Cách đánh máy tiếng Trung

Chữ Hán nhập vào máy tính cần phải thực hiện từng chữ một. Có các cách đánh chữ phồn thể như Thương Hiệt (Ts'ang Chieh, Cangjie) và hệ thống chú âm phù hiệu ở Đài Loan cùng với các phép nhập liệu tiếng Trung giản thể của Trung Quốc như phiên âm, viết tay và nhập bằng giọng nói ở Trung Quốc đại lục. Các phép đánh chữ Hán khác nhau đều có thể tìm thấy trên Internet để tải chương trình và cài đặt, thì bạn có thể nhập các chữ Hán tiếng

Trung. Hệ thống máy tính nói chung đều đi kèm với những phần mềm đánh chữ Hán của Microsoft.

Để tăng tốc độ nhập, bạn có thể nhập theo phương thức cụm từ, nghĩa là, để nhập chữ cái đầu tiên của mỗi chữ tiếng Trung, bạn có thể tìm một chuỗi từ, ví dụ: nhập vào r, y, t, bạn có thể tìm thấy cụm từ như 日月潭／任由他 và chọn cái từ tương ứng theo số thứ tự.

1. 中文輸入

中文輸入電腦需要一字字的進行。有臺灣的倉頡、注音符號等繁體中文輸入法、中國大陸的拼音、手寫、語音等簡體中文輸入法。輸入法都可以在網上查找下載安裝程式，就可以輸入漢字了。一般的中文系統，都自帶有微軟輸入法等。

為了加快輸入速度，可按照詞組詞組方式進行輸入，就是打入每一個漢字拼音的第一個字母，就可以把一串詞找出來，比如，輸入 r、y、t，就可以找到"日月潭／任由他"等詞組，按照序號選擇相應的詞就可以了。

Phương thức nhập từ theo cách liên tưởng có nghĩa là khi bạn nhập một chữ, sẽ xuất hiện một loạt cụm từ được bắt đầu bằng chữ bạn đã nhập. Ví dụ: nếu bạn nhập chữ "人", cụm từ "人員／人數／人名／人們／人物" sẽ xuất hiện, sau đó chọn cụm từ tương ứng theo số thứ tự.

Ngày nay, phương thức nhập từ bằng giọng nói Tấn phi (訊飛, xunfei) rất phổ biến, chỉ cần đọc chính xác cụm từ và câu, và chữ tương ứng được tìm ra ngay lập tức. Đây là cách nhanh nhất để nhập chữ Hán.

聯想輸入法是指，當你輸入一個漢字的讀音以後，會排列出以該字開始的一系列詞組，比如你輸了 " 人 " 字， 就會出現 " 人員 / 人數 / 人名 / 人們 / 人物 " 等詞組， 然後按照序號選擇相應的詞組就可以了。

現在比較流行訊飛語音輸入法， 只要正確讀出詞組和句子， 相應的漢字馬上被打出來了。 這是最快捷的輸入方法。

Phải học thuộc lòng phương pháp nhập chữ Hán phồn thể (bấm biểu tượng ncH thì có sẵn ㄅ) và giản thể (bấm biểu tượng ncH thì có sẵn Ⓜ để ncH với cụm từ) của hệ thống Microsoft.

要學熟微軟 (Microsoft) 中文系統的輸繁體字 (單擊圖標出現 ㄅ) 和輸簡體字詞組 (單擊圖標出現 Ⓜ) 的方法。

Phía trên là hình bàn phím với cách nhập chữ Hán phồn thể, ba ký hiệu ở trong mỗi phím là: bên trên góc trái là chữ cái Latinh vốn có của bàn phím, bên dưới là ký hiệu chú âm của chữ Hán và bên trên góc phải là phiên âm tiếng Trung tương đương với ký hiệu chú âm. Chọn thanh điệu phải gõ phím: space = thanh một, 6 = thanh hai, 3 = thanh ba, 4 = thanh bốn và 7 = khinh thanh, nếu có chữ đồng âm phải gõ phím ▽ để chọn, ví dụ:

上圖是輸入繁體中文字的鍵盤圖， 每個鍵位上的三個字元： 上左為鍵盤原拉丁字元， 下邊為要輸入漢字的注音符號， 上右為注音符號等同的拼音字母。 要選擇聲調需擊鍵： space= 一聲 ； 6= 二聲 ； 3= 三聲 ； 4= 四聲 ； 7= 輕聲， 同音字要擊鍵 ▽ 來選擇，例如：

Để nhập những chữ phồn thể 輸繁體字 " 輕鬆學 ", gõ các phím 擊鍵 f、u、/、space、▽ rồi chọn chữ 後選字 ; n、j、/、space、▽ rồi chọn chữ 後選字 ; v、m、,、6 rồi chọn chữ 後選字。 Chữ đã chọn sẽ xuất hiện đầu tiên. 已選字優先出現。

Để nhập những chữ giản thể 輸簡體字 " 轻松学 ", gõ các phím 擊鍵 qingsongxue thì sẽ trực tiếp xuất hiện ba chữ này. 就直接得到這三個字。

2. Cách đánh máy tiếng Việt

Ngoài bảng chữ cái Latinh thông thường, tiếng Việt có một số chữ cái dấu hiệu cho biết cách phát âm và thanh điệu, để nhập những chữ cái này, có thể tìm thấy trên mạng:

2. 越南文輸入

越南文除了常規的拉丁字母以外， 還有表示讀音和聲調的加符號字母， 為了輸入這些字母， 可在下面網址：

https://download.com.vn/unikey/download

Tải xuống phần mềm liên quan đến UniKey-4.2RC. Sau khi cài đặt, bạn có thể nhập chữ cái mã thống nhất của Việt Nam. Phương thức nhập đơn giản nhất là: sau khi vào hệ thống nhập chữ Việt, tại "Bảng mã" chọn Unicode (mã thống nhất); tại "Kiểu gõ" chọn Microsoft (vi tính); tại "Phím chuyển" không chọn Ctrl + Shift, mà chọn Alt+Z, vì vậy sẽ không có dấu phân tách trước chữ cái tiếng Việt, bấm vào biểu tượng nhập tiếng Việt để biến thành chữ V. Sau khi chọn xong, chọn "Đóng" thì có thể sử dụng phần mềm để nhập tiếng Việt.

下載 UniKey-4.2RC 相關軟件， 安裝後就可以輸入越南文的統一碼加符字母了。 在執行程式以後有多種輸入方式可選， 最簡便的輸入法是： 進入輸入系統以後， Bảng mã(碼表) 選擇 Unicode(統一碼)； Kiểu gõ(擊鍵方式) 選擇 Microsoft(微軟)； Phím chuyển(越南文和普通字母輸入法轉換熱鍵) 不要選擇 Ctrl+Shift， 要選擇 Alt Z， 這樣輸入越南加符字母前面就不會出現空格， 點擊越文輸入圖示使之變成字母 V。 選擇完畢以後， 擊鍵 Đóng(關閉) 就可以輸入越文了。

Với Bảng 5, bạn có thể nhập tất cả các chữ cái đặc biệt tiếng Việt Nam.

利用表 5 你就可以輸入所有的越南文特有的字母了。

Bảng 6. Bàn phím gõ chữ mã thống nhất (Unicode) của UniKey tiếng Việt

表六越南語 UniKey 統一鍵輸入法擊鍵表

先擊鍵位	後擊 5	後擊 6	後擊 7	後擊 8	後擊 9
a/A	可得 à/À	可得 ả/Ả	可得 ã/Ã	可得 á/Á	可得 ạ/Ạ
e/E	可得 è/È	可得 ẻ/Ẻ	可得 ẽ/Ẽ	可得 é/É	可得 ẹ/Ẹ
i/I	可得 ì/Ì	可得 ỉ/Ỉ	可得 ĩ/Ĩ	可得 í/Í	可得 ị/Ị
o/O	可得 ò/Ò	可得 ỏ/Ỏ	可得 õ/Õ	可得 ó/Ó	可得 ọ/Ọ
u/U	可得 ù/Ù	可得 ủ/Ủ	可得 ũ/Ũ	可得 ú/Ú	可得 ụ/Ụ
y/Y	可得 ỳ/Ỳ	可得 ỷ/Ỷ	可得 ỹ/Ỹ	可得 ý/Ý	可得 ỵ/Ỵ
1/!=ă/Ă	可得 ằ/Ằ	可得 ẳ/Ẳ	可得 ẵ/Ẵ	可得 ắ/Ắ	可得 ặ/Ặ
2/@=â/Â	可得 ầ/Ầ	可得 ẩ/Ẩ	可得 ẫ/Ẫ	可得 ấ/Ấ	可得 ậ/Ậ
3/#=ê/Ê	可得 ề/Ề	可得 ể/Ể	可得 ễ/Ễ	可得 ế/É	可得 ệ/Ệ
4/$=ô/Ô	可得 ồ/Ồ	可得 ổ/Ổ	可得 ỗ/Ỗ	可得 ố/Ố	可得 ộ/Ộ
[/{=ư/Ư	可得 ừ/Ừ	可得 ử/Ử	可得 ữ/Ữ	可得 ứ/Ứ	可得 ự/Ự
]/}=ơ/Ơ	可得 ờ/Ờ	可得 ở/Ở	可得 ỡ/Ỡ	可得 ớ/Ớ	可得 ợ/Ợ

Giải thích tiếng Trung ở đầu biểu mẫu: 表頭中文解釋：

先擊鍵位　　　　　　gõ phím...trước

後擊鍵　　　　　　　gõ...sau

可得　　　　　　　　trở về, có sẵn

/= 或　　　　　　　　/=hoặc

Ngoài ra, nhấn phím 0 một lần, nhận được chữ cái "đ", nhấn hai lần để đánh "0"; nhấn phím shift + 0 một lần, để đánh chữ cái "Đ", nhấn hai lần để đánh chữ cái ") ".

另外，擊鍵盤符號 0 一次，得到字母 " đ "，擊兩次得到字元 " 0 "；擊鍵盤符號 shift+0 一次，得到字母 " Đ "，擊兩次得到字元 ") "。

Cách nhập này được thực hiện phù hợp với thói quen viết tiếng Việt theo mỗi âm tiết. Sau khi nhập một âm tiết, bạn cần tạo khoảng trống để nhập chữ cái đặc biệt của âm tiết tiếp theo. Nếu bạn muốn nhập chữ cái gốc của một phím, hãy nhấn hai lần, ví dụ, nhấn hai lần vào 2 để nhập 2.

本輸入法按照越南文書寫習慣每個音節進行。 輸入完一個音節後， 要打一個空格才能夠輸入下一個音節的加符字母。 如果要打出某鍵的原字元， 雙擊就可以了， 比如： 雙擊 2 可以得到字元 2。

Nếu bạn không có nhu cầu sử dụng phần mềm đánh chữ tiếng Việt, có thể chọn khởi động giao diện chính của phần mềm, và chọn kết thúc.

如果不需要越南文輸入法， 可以調出啟動菜單， 請選擇 Kết thuc(結束) 即可。

Bạn cũng có thể sử dụng chuột bấm vào biểu tượng nhập tiếng Việt và thay đổi chữ V thành chữ E để dừng gõ chữ tiếng Việt.

也可以用滑鼠單擊越南語輸入圖標， 將字母 V 變成字母 E， 就停止輸入越南語加符字母。

Giới thiệu phương ngữ hai nơi

兩地方言介紹

I. Phương ngữ Đài Loan

一、臺灣的方言

Ở Đài Loan ngoài những ngôn ngữ của các dân tộc nguyên sống ở vùng núi cao, hai phương ngữ tiếng Trung được sử dụng chủ yếu là Mẫn Nam và Khách Gia. Phương ngữ Mẫn Nam ban đầu được sử dụng ở miền nam của tỉnh Phúc Kiến trong các khu vực như Hạ Môn và Chương Châu. Những người từ các khu vực này đã di cư đến Đài Loan trong những năm đầu tiên hình thành phương ngữ Mẫn Nam Đài Loan hiện nay, người dân nói phương ngữ Mẫn Nam chiếm khoảng 65%. Phương ngữ Khách Gia là một phương ngữ được hình thành bởi những người nhập cư đến Đài Loan chủ yếu từ khu vực Mai Châu của tỉnh Quảng Đông, đặc biệt là huyện Tiêu Lĩnh. Người dân nói phương ngữ Khách Gia chiếm khoảng 30%. Hai phương ngữ này khá khác với Quan thoại (Quốc ngữ) của Đài Loan nhưng người nói hai phương ngữ này đều nói Quốc ngữ rất hay. Học tốt sử dụng tiếng Phổ Thông trên toàn đảo Đài Loan được giới thiệu trong cuốn sách này, bạn sẽ không có rào cản ngôn ngữ nào cả ở khắp Đài Loan.

臺灣除了本地原住民高山族使用的語言外，主要通用中文的閩南話和客家話兩種方言。閩南話原為福建南部等廈門和漳州等地區使用的方言。這些地區的人早年移民到臺灣，就形成了當今的臺灣閩南話，說閩南話的民眾大約占百分之65%。客家話主要是由廣東省梅州地區特別是蕉嶺縣的先民移民到臺灣形成的方言，說客家話的民眾約占30%。這兩種方言與臺灣國語的差別比較大，但說這兩種方言的人國語都說得很好。學會全島使用國語也就是本書介紹的中文、走遍臺灣都不會出現任何語言障礙。

II. Phương ngữ Việt Nam
二儿、 越南的方言

    Khoảng cách Bắc-Nam ở Việt Nam rất lớn, gồm có bốn phương ngữ chính: Bắc Bộ, Trung Bắc Bộ, Trung Bộ Và Nam Bộ. Sự khác biệt của họ chủ yếu là ở những thay đổi trong lời nói âm thanh và thanh điệu và sự khác biệt về ngữ pháp là rất nhỏ. Người của bốn khu vực phương ngữ có thể nghe hiểu ý nghĩa của nhau. Những người nói tiếng Phổ Thông thì không thể nghe hiểu phương ngữ Đài Loan.

    越南南北跨距很大， 主要有北部、 中北部、 中部和南部四個大方言區。 它們的差異主要在語音、 聲調變化上， 文法上的差異非常小。 四個方言區的人可以互相聽懂對方的意思。 臺灣方言， 說國語的人就可能聽不懂。

Bảng phương ngữ Việt Nam 越南方言表

Tên phương ngữ 方言名稱	Khu vực đại diện 代表點	Tên cũ 舊名
Giọng Bắc Bộ 北部方言	Hà Nội 河內、 Hải Phòng 海防、 Vịnh Đông Kinh 東京灣	Phương ngữ Đông Kinh 東京方言
Giọng Trung Bắc Bộ 中北部方言	Nghệ An 義安、 Thanh Hoá 清化、 Quảng Bình 廣平、 Hà Tĩnh 河靜	Phương ngữ An Nam Thượng 上安南方言
Giọng Trung Bộ 中部方言	Huế 順化、 Quảng Nam 廣南	Phương ngữ An Nam Hạ 下安南方言
Giọng Nam Bộ 南部方言	TPHCM (tức 即 Sài Gòn 西貢) 胡志明市、 Đồng bằng sông Cửu Long 湄公河三角洲地區	Phương ngữ Giao Chỉ Chi Na 交趾支那方言

Hai phương ngữ Trung Bắc Bộ và Trung Bộ được gọi chung là phương ngữ Trung Bộ.

中北部和中部兩種方言統稱為中部方言。

Cách phát âm của tiếng Việt hiện đại dựa trên giọng Hà Nội (phương ngữ Bắc Bộ). Phía nam dựa trên giọng Sài Gòn (giọng thành phố Hồ Chí Minh). Sự khác biệt chính giữa giọng Hà Nội và giọng Sài Gòn là ở thanh điệu và quyển thiết (cong lưỡi). Xem bảng dưới đây.

現代越南語的發音以河內腔（北部方言）為標準。 南部以西貢腔（即胡志明市口音）為準。 河內腔跟西貢腔主要差別是在聲調和捲舌音上。 見下表。

Những điểm khác nhau giữa giọng Sài Gòn và giọng Hà Nội

西貢腔和河內腔不同點對照表

西貢腔 Giọng Sài Gòn			Giọng Hà Nội
Âm cong lưỡi 捲舌音	Âm không cong lưỡi 平舌音	Bán nguyên âm 半母音	河內腔
tr[ts] 业	ch[tɕ] ㄐ		tr=ch= [tɕ] ㄐ
r[ɽ] ㄖ	gi[j] ㄗ	d [j] 一 , v[ɥ] ㄩ	r=gi=d= [z] v [v] 万
s[ʂ] ㄕ	x[s] ㄙ		s=x= [s] ㄙ

42

會話一：問候

‹ 会话一：问候 ›

huì huà yī : wèn hòu

Hội thoại một : Chào hỏi

Học từ mới 學生詞 xué shēng cí 🎧 01-01

朋友	朋友 péng yǒu	bạn	\○ 好友 △ 敵人 kẻ thù
繁忙	繁忙 fán máng	bận	\△ 悠閒 nhàn nhã
再見	再见 zài jiàn	tạm biệt	\Từ Hán Việt 漢越詞： 暫別
早晨	早晨 zǎo chén	buổi sáng	\Trong một thời gian sáng. 早上一段時間。
晚上	晚上 wǎn shàng	buổi tối	\Trong một thời gian tối. 晚上一段時間。
謝謝	谢谢 xiè xie	cảm ơn	\Từ Hán Việt 漢越詞： 感恩
也	也 yě	cũng	\ 他（她）也是學生。 Em ta cũng là học sinh.
祝	祝 zhù	chúc	\Âm Hán Việt của 祝. "祝"的漢越音。
這期間	这期间 zhè qí jiān	dạo này	\dạo 一段時間 này 這個
都	都 dōu	đều	\Thể hiện tất cả. 表示全部。

相遇	相遇 xiāng yù	được gặp	\được : hoàn thành 完成 gặp 相會 ○ 見到， 遇見
見面	见面 jiàn miàn	gặp mặt	\gặp 見到 mặt 臉面
最近	最近 zuì jìn	gần đây	\gần 近 đây 這裏
代問	代问 dài wèn	gửi lời hỏi	\gửi lời 寄語 hỏi 問候
改天	改天 gǎi tiān	hôm khác	\hôm 某一天 khác 另外的
健壯	健壮 jiàn zhuàng	khỏe	\ 健 khỏe 壯 mạnh
是啊， 是喔	是啊，是 喔 shì a, shì ō	nhé	\trợ từ cuối câu 句尾助詞
嗎	吗 ma	phải không	\trợ từ nghi vấn cuối câu 句尾疑問助詞
非常， 極	非常，极 fēi cháng, jí	rất	\ 老師講得非常好。 Thầy dạy rất tốt.
早上	早上 zǎo shàng	sáng	\ 阿華從早上開始 讀書。 Hoa đọc sách từ sáng.
好	好 hǎo	tốt	\ 抽煙不好。 Hút thuốc không tốt.
問候	问候 wèn hòu	thăm hỏi	\thăm 探訪 hỏi 問候
順利	顺利 shùn lì	thuận lợi	\Từ Hán Việt 漢越詞

還ㄏㄞˊ過ㄍㄨㄛˋ得ㄉㄜ去ㄑㄩ	还过得去 hái guò de qù	vẫn như thế	\vẫn 仍ㄖㄥˊ舊ㄐㄧㄡˋ nhu thế 如ㄖㄨˊ此ㄘˇ
事ㄕˋ情ㄑㄧㄥˊ，工ㄍㄨㄥ作ㄗㄨㄛˋ	事情，工作 shì qíng, gōng zuò	việc	\ 你ㄋㄧˇ在ㄗㄞˋ哪ㄋㄚˇ裏ㄌㄧˇ工ㄍㄨㄥ作ㄗㄨㄛˋ？ Bạn làm việc ở đâu?
高ㄍㄠ興ㄒㄧㄥ	高兴 gāo xìng	vui vẻ	\o 開ㄎㄞ心ㄒㄧㄣ △ 憂ㄧㄡ愁ㄔㄡˊ buồn 愁ㄔㄡˊ悶ㄇㄣˋ sầu muộn
請ㄑㄧㄥˇ安ㄢ	请安 qǐng ān	xin chào	\ 請ㄑㄧㄥˇ xin 安ㄢ bình yên

（一）見面問候

〈（一）见面问候〉

jiàn miàn wèn hòu

(1) Gặp mặt chào hỏi

A: 你好！

〈你好！〉

nǐ hǎo!

Xin chào!

B: 你好！ 你最近好嗎？

〈你好！ 你最近好吗？〉

nǐ hǎo! nǐ zuì jìn hǎo ma?

Xin chào! Bạn dạo này khỏe không?

A: 很好， 謝謝！

〈很好，谢谢！〉

hěn hǎo, xiè xie!

Rất khỏe, cảm ơn bạn.

B: 再見。

〈再见。〉

zài jiàn.

Tạm biệt.

（二）早上問好

〈（二）早上问好〉

(èr)zǎo shàng wèn hǎo

(2) Chào hỏi buổi sáng

A: 早安！

〈早安！〉

zǎo ān!

Xin chào buổi sáng!

B: 早安！ 他 / 她是誰？
〈早安！ 他 / 她是谁？〉
zǎo ān! tā/tā shì shéi?
Chào buổi sáng! Anh ấy/cô ấy là ai?

A: 他 / 她是我的朋友。
〈他 / 她是我的朋友。〉
tā/tā shì wǒ de péng yǒu.
Anh ấy/cô ấy là bạn của tôi.

B: 見到你們很高興。
〈见到你们很高兴。〉
jiàn dào nǐ men hěn gāo xìng.
Rất vui được gặp bạn.

（三）晚上問好
〈（三）晚上问好〉
(sān) wǎn shàng wèn hǎo
(3) Chào hỏi buổi tối

A: 晚安！ 您好嗎？
〈晚安！ 您好吗？〉
wǎn ān! nín hǎo ma?
Chào buổi tối! Bạn khỏe không?

B: 我很好， 謝謝， 你呢？
〈我很好，谢谢，你呢？〉
wǒ hěn hǎo, xiè xie, nǐ ne?
Tôi rất khỏe, cảm ơn, còn bạn thì sao?

A: 我也很好。
〈我也很好。〉
wǒ yě hěn hǎo.
Tôi cũng rất khỏe.

B: 你ㄋㄧˇ太ㄊㄞˋ太ㄊㄞ／先ㄒㄧㄢ生ㄕㄥ好ㄏㄠˇ嗎ㄇㄚ？

〈 你太太／先生好嗎？ 〉

nǐ tài tai /xiān shēng hǎo ma?

Vợ bạn/chồng bạn có khoẻ không?

A: 還ㄏㄞˊ過ㄍㄨㄛˋ得ㄉㄜ去ㄑㄩˋ， 謝ㄒㄧㄝ謝ㄒㄧㄝ。

〈 还过得去，谢谢。 〉

hái guò de qù, xiè xie.

Vẫn như thế, cảm ơn bạn.

B: 請ㄑㄧㄥˇ代ㄉㄞˋ我ㄨㄛˇ向ㄒㄧㄤ他ㄊㄚ／她ㄊㄚ問ㄨㄣˋ好ㄏㄠˇ。

〈 请代我向他／她问好。 〉

qǐng dài wǒ xiàng tā /tā wèn hǎo.

Cho tôi gửi lời hỏi thăm đến anh ấy/cô ấy.

A: 我ㄨㄛˇ很ㄏㄣˇ忙ㄇㄤˊ， 我ㄨㄛˇ要ㄧㄠˋ走ㄗㄡˇ了ㄌㄜ。

〈 我很忙，我要走了。 〉

wǒ hěn máng, wǒ yào zǒu le.

Tôi rất bận, tôi phải đi rồi.

B: 再ㄗㄞˋ見ㄐㄧㄢˋ！ 祝ㄓㄨˋ你ㄋㄧˇ一ㄧ切ㄑㄧㄝˋ順ㄕㄨㄣˋ利ㄌㄧˋ！

〈 再见！ 祝你一切顺利！ 〉

zài jiàn! zhù nǐ yí qiè shùn lì!

Tạm biệt! Chúc bạn mọi việc đều thuận lợi nhé.

A: 改ㄍㄞˇ天ㄊㄧㄢ見ㄐㄧㄢˋ。

〈 改天见。 〉

gǎi tiān jiàn.

Hôm khác gặp.

Chú thích về song ngữ　雙語注釋　shuāng yǔ zhù shì

🏮 Đại từ nhân xưng　人稱代詞

Việc sử dụng đại từ nhân xưng tiếng Trung không phức tạp như tiếng Việt. Tiếng Trung chỉ có thể được thể hiện cách sử dụng đại từ nhân xưng, trong khi tiếng Việt thường được sử dụng để thể hiện theo anh chị em thân mật bằng cách tự xưng và đối xứng. Chẳng hạn như hai cậu bé, người lớn tuổi dùng anh, người trẻ tuổi dùng em. Các đại từ nhân xưng được thể hiện trong bảng dưới đây.

中文人稱代詞的使用沒有越南文那麼複雜。中文只使用人稱表代詞即可以表達，而越南文在自稱和對稱的時候往往用稱兄道弟的方式來表達你我，比如兩個男生，年長一方用哥哥，年幼一方用弟弟，等等。現在把人稱代詞列入下表。

Bảng đại từ nhân xưng (NX)
人稱代詞表

	Số ít 單數		Số nhiều 複數	
	Trung 中	Việt 越	Trung 中	Việt 越
NX thứ nhất 一人稱	我 (thông dụng) 我 (thông dụng) 老子 (vô lễ)	tôi(包括對方) ta(我方) tao(非尊敬)	我們	chúng tôi(包括對方) chúng ta(不包括對方)
NX thứ hai 二人稱	你 (thông dụng) 妳 (nữ giới) 你 (thông dụng) 你 (tôn kính) 妳 (tôn kính) 您 (tôn kính) 您 (tôn kính)	bạn(朋友) cô(小姐) em(弟妹) anh(哥哥) chị(姐姐) ông(先生) bà(女士)	你們 妳們 你們 你們 妳們 你們 妳們	các bạn(各位朋友) các cô(各位小姐) các em(各位弟妹) các anh(各位哥哥) các chị(各位姐姐) các ông(各位先生) các bà(各位女士)

NX thứ ba 三人稱				
	他 (thông dụng)	bạn ấy(那朋友)	他們	các bạn ấy(那些朋友們)
	她 (nữ giới)	cô ấy(那小姐)	她們	các cô ấy(那些小姐們)
	他 (thông dụng)	em ấy(那弟妹)	他們	các em ấy(那些弟妹們)
	他 (nam giới)	anh ấy(那哥哥)	他們	các anh ấy(那些哥哥們)
	她 (nữ giới)	chị ấy(那姐姐)	她們	các chị ấy(那些姐姐們)
	您 (tôn kính)	ông ấy(那先生)	他們	các ông ấy(那些先生們)
	您 (tôn kính)	bà ấy(那女士)	她們	các bà ấy(那些女士們)
	它 (phi sinh vật)	nó(非生物)	它們	chúng nó ấy(那些非生物)

* Đại từ nhân xưng tôn kính số nhiều 您們 (các ông) 他們 (các ông ấy) hiếm khi được sử dụng.

表示尊敬的複數人稱代詞 " 您們、 他們 " 很少使用。

Khi đại từ NX được dùng làm tính từ, tiếng Trung được đặt trước danh từ và tiếng Việt sau danh từ.

人稱代詞做形容詞, 中文放在名詞前面, 越南文放在後面, 例：chồng chị 你的先生。

Tất cả các từ về một người đều có thể tạo thành một đại từ nhân xưng, ví dụ cho một thầy giáo:

所有關於人物稱謂的詞都可以構成人稱代詞, 如對一位老師：

thầy= 我 (tự xưng, 自稱), 你 (đối xưng, 對稱)、 thầy ta、 thầy ấy= 他。

Giống như tiếng Trung, tiếng Việt không có đại từ sở hữu cụ thể, nhưng gia thêm chữ *của* ở phía trước đại từ, và tiếng Trung được thêm 的 vào sau. Ví dụ:

越南語和漢語一樣, 沒有專門的物主代詞, 而是在代詞前面加 của (的), 中文是加在後面。 比如：

của tôi 我的、 của chúng mình 我們自己的、 của
các bạn 你們的、 của ông 您的、 của ông ấy 他的、
của cô ấy 她的、 của các chị ấy 她們的

🏮 Chuyển đổi phát âm (1)　　發音轉換

Tiếng Việt hiện đại được viết thành mỗi âm tiết, một âm tiết cho
dù có bao nhiêu chữ cái (nhiều nhất bảy chữ) ở thời xa xưa đều có
thể viết bằng một chữ Hán hoặc chữ Nôm. Cách phát âm tiêu chuẩn
của chữ Hán tiếng Trung trong tiếng Việt là âm Hán Việt. Có quy
luật cố định trong việc chuyển đổi phát âm giữa âm Hán Việt với
tiếng Trung, còn âm của chữ Nôm và nghĩa tiếng Trung cần phải ghi
nhớ riêng.

Khoảng 70% từ tiếng Việt được cấu thành từ âm HánViệt. Khi
người đọc của cả hai bên nắm vững những quy luật này thì có thể
học từ tiếng Trung và tiếng Việt bằng cách suy ra toàn bộ từ một ví
dụ tương tự. Nay giới thiệu cho bạn đọc những quy luật chuyển đổi
này.

Đối với những quy luật cuốn sách này chưa đưa ra, bạn độc có
thể tự tóm tắt và học thuộc lòng.

現代越南語將每個音節分寫， 一個音節
不管有多少字母（最多七個）在古代都可以
寫成漢字或者喃字。 漢字在越南語的標準
發音就是漢越音。 漢越音和漢語發音的轉
換有固定的規律， 而喃字發音和漢語意思
需要分別記憶。

越南語大約有百分之七十的詞彙都是由
漢越音組成， 掌握了這些規律， 雙方的讀
者就能夠舉一反三、 觸類旁通地學習掌握
中文和越南文單詞。 現在向讀者介紹這些
轉換規律。

本書沒有列舉出的規律， 讀者可以自己
總結學習。

1) Quy luật chuyển đổi thanh mẫu tiếng Phổ Thông b (玻), p (坡) sang âm Hán Việt

1) 普通話聲母 b (玻)、 p (坡) 的漢越音轉換規律

Thanh mẫu b tiếng Phổ Thông có thể chuyển sang những thanh mẫu tiếng Việt như sau:

普通話聲母 b 漢越音可以轉換成下列聲母：

1. Chuyển sang 轉換成 b, ví dụ 例如： 波 ba、 壩 bá、 冰 băng (ngoa âm 訛音 binh); 音波 âm ba、 霸主 bá chủ、 冰點 băng điểm。

2. Chuyển sang 轉換成 ph, ví dụ 例如： pha 玻 ; pha ly 玻璃。

Thanh mẫu p tiếng Phổ Thông có thể chuyển sang những thanh mẫu tiếng Việt như sau:

普通話聲母 p 漢越音可以轉換成下列聲母：

1. Chuyển sang 轉換成 b, ví dụ 例如： bằng 憑、 bình 平、 bồi 培 ; 文憑 văn bằng、 和平 hoà bình、 bồi dưỡng 培養。

2. Chuyển sang 轉換成 ph, ví dụ 例如： phê 批、 phổ 普、 phách 魄、 phẩm 品 ; phê bình 批評、 Phổ thông 普通、 tử phách 死魄、 phẩm chất 品質。

會話二：介紹
〈会话二：介绍〉
huì huà èr : jiè shào
Hội thoại hai : Giới thiệu

Học từ mới 學生詞 xué shēng cí　🎵 02-01

誰	谁 shéi	ai	\Đại từ nghi vấn 疑問代詞
保姆	保姆 bǎo mǔ	bảo mẫu	\Từ Hán Việt 漢越詞
天空	天空 tiān kōng	bầu trời	\ 天 trời 空 trống rỗng
小孩	小孩 xiǎo hái	bọn trẻ	\ 小 nhỏ 孩 con
嬰兒	婴儿 yīng ér	con bé	\○ 寶寶，con 孩子 bé 年幼小孩
寒暄	寒暄 hán xuān	hàn huyên	\ 寒暄 là ngôn ngữ viết của 問候 / "寒暄" 是 "問候" 的書面語 nghĩa 意 chào hỏi
照顧	照顾 zhào gù	chăm sóc	\ 照 chăm sóc 顧 nhìn
充滿	充满 chōng mǎn	đầy	\ 家庭充滿溫暖。 Gia đình đầy ấm áp.
美，美麗	美，美丽 měi, měi lì	đẹp	\ 日月潭美。 Nhật Nguyệt Đàm đẹp.
上學	上学 shàng xué	đi học	\đi 去 học 學

什麼	什么 shén me	gì	\ 你說什麼？ Bạn nói gì vậy?
和風	和风 hé fēng	gió hiu hiu	\○ 微風 △ 狂風 cơn gió mạnh
介紹	介绍 jiè shào	giới thiệu	\Từ Hán Việt 漢越詞
今天	今天 jīn tiān	hôm nay	\ 今天休息。 Hôm nay nghỉ.
是	是 shì	là	\ 這是臺灣的城市。 Đây là một thành phố ở Đài Loan.
做	做 zuò	làm	\ 做家務。 Làm việc nhà.
民眾	民众 mín zhòng	người dân	\ 眾 người，民 dân: Âm Hán Việt 漢越音
輕	轻 qīng	nhẹ	\ 臺灣的輕工業發達。 Công nghiệp nhẹ của Đài Loan phát triển rất tốt.
在，在哪裏	在，在哪里 zài, zài nǎ lǐ	ở, ở đâu	\ 你住在哪裏？ Bạn sống ở đâu?
要	要 yào	phải	\ 我要去市場了。 Tôi phải đi chợ.
風景	风景 fēng jǐng	phong cảnh	\Từ Hán Việt 漢越詞
居住	居住 jū zhù	sống	\ 我在鄉下居住。 Tôi sống ở nông thôn.
名字	名字 míng zì	tên	\ 名字叫潘氏玉。 Tên là Phan Thị Ngọc.
情況	情况 qíng kuàng	tình hình	\ 情形： Từ Hán Việt 漢越詞

人情	人情 rén qíng	tình người	\ 人 người， 情 là Chữ Hán Việt 漢越字
自哪裏	自哪里 zì nǎ lǐ	từ đâu	\ 你來自哪裏？ Bạn đến từ đâu?
是嗎	是吗 shì ma	thế à	\ 我六十歲了。 Tôi đã sáu mươi tuổi rồi. 是嗎？ Thế à.
喜歡	喜欢 xǐ huān	thích	\Âm Hán Việt 漢越音： 適
吹風	吹风 chuī fēng	thổi	\風吹得很厲害。 Gió thổi rất mạnh.
天氣	天气 tiān qì	thời tiết	\ 時節： Từ Hán Việt 漢越詞
晴朗	晴朗 qíng lǎng	trong xanh	\晴朗的天空白雲飄。 Bầu trời trong xanh với những đám mây trắng bồng bềnh.
學校	学校 xué xiào	trường	\Âm Hán Việt 漢越音： 場 / 妹妹的學校不遠。 Trường của em gái tôi không xa.
這麼， 這樣	这么，这样 zhè me, zhè yàng	vậy	\ 這麼你也知道了？ Vậy bạn cũng biết điều đó à?
家務	家务 jiā wù	việc nhà	\việc 事情 nhà 家
是	是 shì	vâng	\Khi trả lời tôn trọng lẫn nhau. 互相尊重的應答
是的	是的 shì de	dạ	\Khi trẻ trả lời với người lớn tuổi. 晚輩對長輩的應答。

（一）見面寒暄

〈（一）见面寒暄〉

(yī) jiàn miàn hán xuān

(1) Gặp mặt hàn huyên

A: 早安！ 今天天氣真好。

〈早安！ 今天天气真好。〉

zǎo ān! jīn tiān tiān qì zhēn hǎo.

Chào buổi sáng. Thời tiết hôm nay rất tốt.

B: 是的。 天空晴朗， 和風徐徐。

〈是的。 天空晴朗，和风徐徐。〉

shì de. tiān kōng qíng lǎng, hé fēng xú xú.

Vâng. Bầu trời trong xanh và gió hiu hiu thổi nhẹ.

A: 我喜歡在臺北居住。

〈我喜欢在台北居住。〉

wǒ xǐ huān zài tái běi jū zhù.

Tôi thích sống ở Đài Bắc.

B: 是嗎？

〈是吗？〉

shì ma?

Thế à?

A: 是的， 臺灣風景優美， 人民有濃厚的人情味。

〈是的，台湾风景优美，人民有浓厚的人情味。〉

shì de, tái wān fēng jǐng yōu měi, rén mín yǒu nóng hòu de rén qíng wèi.

Dạ. Phong cảnh của Đài Loan rất đẹp, người dân cũng đầy tình người.

（二）互相介紹

‹（二）互相介绍›

(èr) hù xiàng jiè shào

(2) Giới thiệu lẫn nhau

A: 你叫什麼名字？

‹你叫什么名字？›

nǐ jiào shén me míng zì?

Em tên là gì?

B: 我叫陳氏娟。

‹我叫陈氏娟。›

wǒ jiào chén shì juān.

Tôi tên là Trần Thị Quyên.

A: 你來自哪裡？

‹你来自哪里？›

nǐ lái zì nǎ lǐ?

Em đến từ đâu?

B: 我來自胡志明市。

‹我来自胡志明市。›

wǒ lái zì hú zhì míng shì.

Tôi đến từ thành phố Hồ Chí Minh.

A: 你是哪裡人？

‹你是哪里人？›

nǐ shì nǎ lǐ rén?

Quê em ở đâu?

B: 越南順化。

‹越南顺化。›

yuè nán shùn huà.

Huế, Việt Nam.

A: 我名叫林國輝, 我的家鄉在高雄。
〈我名叫林国辉，我的家乡在高雄。〉
wǒ míng jiào lín guó huī, wǒ de jiā xiāng zài gāo xióng.
Tên tôi là Lâm Quốc Huy (Lin Kuo-hui) và quê tôi ở Cao Hùng (Kao-hsiung).

B: 高雄在哪裡？
〈高雄在哪里？〉
gāo xióng zài nǎ lǐ?
Cao Hùng ở đâu?

A: 在臺灣南部。
〈在台湾南部。〉
zài tái wān nán bù.
Ở phía nam của Đài Loan.

（三）介紹情況
〈（三）介绍情况〉
(sān) jiè shào qíng kuàng
(3) Giới thiệu tình hình

A: 那位女孩是誰？
〈那位女孩是谁？〉
nà wèi nǚ hái shì shéi?
Cô bé đó là ai?

B: 是輝哥的女兒。
〈是辉哥的女儿。〉
shì huī gē de nǚ ér.
Là con gái của anh Huy.

A: 她要上學嗎？
〈她要上学吗？〉
tā yào shàng xué ma?
Con bé phải đi học à?

B: 是的， 我送她去學校。
〈是的，我送她去学校。〉
shì de, wǒ sòng tā qù xué xiào.
Dạ, tôi đưa nó đến trường.

A: 妳是誰？
〈你是谁？〉
nǐ shì shéi?
Cô là ai vậy?

B: 我是越南人， 在臺灣做保姆， 叫我娟姐。
〈我是越南人，在台湾做保姆，叫我娟姐。〉
wǒ shì yuè nán rén, zài tái wān zuò bǎo mǔ, jiào wǒ juān jiě.
Tôi là người Việt Nam, tôi làm bảo mẫu ở Đài Loan, cứ gọi tôi là chị Quyên.

A: 你為輝哥做些什麼？
〈你为辉哥做些什么？〉
nǐ wèi huī gē zuò xiē shén me?
Chị làm gì cho anh Huy?

B: 我幫忙做飯、 整理家務、 照顧小孩。
〈我帮忙做饭、整理家务、照顾小孩。〉
wǒ bāng máng zuò fàn, zhěng lǐ jiā wù, zhào gù xiǎo hái.
Tôi nấu ăn, làm việc nhà, chăm sóc bọn trẻ cho anh ấy.

🏮 Phép kỷ niên 紀年法

Việt Nam, Trung Quốc và Đài Loan đều áp dụng phép kỷ niên Lục thập hoa giáp cho sự tuần hoàn của mười Thiên can và mười hai Địa Chi, tức là phương pháp kỷ niên theo âm lịch, được sử dụng trong một phạm vi rất rộng. Mười hai địa chi đối ứng với mười hai cầm tinh. Sự khác biệt duy nhất giữa 12 cầm tinh là năm con thỏ được gọi là năm con mèo ở Việt Nam. Chẳng hạn, năm hai lẻ hai ba (2023) là năm Quý Mão, Trung Quốc và Đài Loan gọi là năm con thỏ và Việt Nam được gọi là năm con mèo.

越南和中國、臺灣都採用十天干和十二地支輪回的六十花甲紀年法，即陰曆（農曆）紀年法，使用非常廣泛。十二地支和十二屬相對應。十二生肖屬相唯一不同的是兔年 (thỏ) 在越南被稱為貓年 (mèo)。例如：二零二三年是癸卯年，中國、臺灣叫兔年，越南叫貓年。

天干 Thiên Can	地支 Địa Chi	屬相 Cầm Tinh	越文屬相 Cầm Tinh tiếng Việt	十二屬相英文 Cầm Tinh tiếng Anh
甲 giáp	子 tý	鼠	鼠 chuột	rat
乙 ất	丑 sửu	牛	牛 trâu	ox
丙 bính	寅 dần	虎	虎 hổ	tiger
丁 đinh	卯 mão	兔	貓 mèo	rabbit/kitty
戊 mậu	辰 thìn	龍 龙	龍 rồng	dragon
己 kỷ	巳 ty	蛇	蛇 rắn	snake
庚 canh	午 ngọ	馬 马	馬 ngựa	horse
辛 tân	未 mùi	羊	羊 dê	goat
壬 nhâm	申 thân	猴	猴 khỉ	monkey
癸 quý	酉 dậu	雞 鸡	雞 gà	rooster
	戌 tuất	狗	狗 chó	dog
	亥 hợi	豬 猪	豬 heo, lợn	swine, pig

60

🏮 **Cách biểu thị ngôn ngữ và người** 語言與人表示法

Trong tiếng Trung và tiếng Việt, để biểu thị một người và ngôn ngữ của một nơi, có thể sử dụng tên của địa điểm hoặc tên viết tắt, rồi trong tiếng Trung sau các từ có liên quan, gia thêm chữ 語、文、人, trong tiếng Việt trước các từ có liên quan, gia thêm chữ "tiếng, người" thì được. Ví dụ:

中文和越南語表示某地方人或語言可以使用地方名或其簡稱，中文在相關詞後面加上"語、文、人"，越文在相關詞前面加上 tiếng, người 即可。例如：

tiếng Việt 越文、 tiếng Anh 英文、 tiếng Hoa 華語 / tiếng Trung 中文、 tiếng Pháp 法文、 tiếng Nhật 日文、 tiếng Đài (tiếng Mẫn Nam) 臺語（閩南話）、 tiếng Đức 德語、 tiếng Hàn 韓文、 người Việt Nam 越南人、 người Thái Lan 泰國人、 người Hàn Quốc 韓國人、 người Mỹ 美國人、 người Đài Loan 臺灣人、 người Nhật 日本人、 người Anh 英國人、 người Pháp 法國人 等。

🏮 **Chuyển đổi phát âm (2)** 發音轉換

2) Quy luật chuyển đổi thanh mẫu tiếng Phổ Thông m（摸）, f（佛）sang âm Hán Việt

2) 普通話聲母 m（摸）、 f（佛）的漢越音轉換規律

Thanh mẫu m tiếng Phổ Thông có thể chuyển sang những thanh mẫu tiếngViệt như sau:

普通話聲母 m 漢越音可以轉換成下列聲母：

1. Chuyển sang 轉換成 m, ví dụ 例如： mai 梅、 minh 明、 mặc 墨 ; hoa mai 梅花 (hai chữ viết ngược lại 兩個字倒過來寫)、 thông minh 聰明、 thạch mặc 石墨。

61

2. Chuyển sang 轉換成 d, ví dụ 例如：　diệt 滅、
diện 面、　dân 民；bất diệt 不滅、　diện tích 面積、
nhân dân 人民。

Thanh mẫu f tiếng Phổ Thông có thể chuyển sang những thanh
mẫu tiếng Việt như sau:

普通話聲母 f 漢越音可以轉換成下列聲
母：

1. Chuyển sang 轉換成 ph, ví dụ 例如：　phát 發、
phi 飛、　phóng 訪；phát điện 發電、　phi công 飛
工、　phóng viên 訪員。

3) Quy luật chuyển đổi thanh mẫu tiếng Phổ Thông d (得), t (特)
sang âm Hán Việt

3) 普通話聲母 d (得)、　t (特) 的漢越音轉換
規律

Thanh mẫu d tiếng Phổ Thông có thể chuyển sang những thanh
mẫu tiếng Việt như sau:

普通話聲母 d 漢越音可以轉換成下列聲
母：

1. Chuyển sang 轉換成 đ, ví dụ 例如：　đăng 燈、
điểm 點、　điện 電；hải đăng 海燈、　điểm số 點數、
điện tử 電子。

Thanh mẫu t tiếng Phổ Thông có thể chuyển sang những thanh
mẫu tiếng Việt như sau:

普通話聲母 t 漢越音可以轉換成下列聲
母：

1. Chuyển sang 轉換成 đ, ví dụ 例如：　đồng 同、
đặc 特、　đồ 圖；hợp đồng 合同、　đặc sắc 特色、
bản đồ 版圖。

2. Chuyển sang 轉換成 th, ví dụ 例如：　thái 太、
tha 他、　thể 體；thái bình 太平、　lợi tha 利他、

thể dục 體育。

會話三：道歉
〈 会话三：道歉 〉
huì huà sān : dào qiàn
Hội thoại ba : Xin lỗi

🎧 03-01

Học từ mới 學生詞 xué shēng cí

哎呀	哎呀 āi ya	ây da	\Phát âm T-Việt giống nhau. 發音中越差不多。
交通堵塞	交通堵塞 jiāo tōng dǔ sè	bị kẹt xe	\ 交通 giao thông， 堵塞 kẹt xe
小心點	小心点 xiǎo xīn diǎn	cẩn thận	\ 謹慎：Từ Hán Việt 漢越詞
有	有 yǒu	có	\我家只有三口人。 Gia đình tôi chỉ có ba người.
只等待	只等待 zhǐ děng dài	chỉ mới đợi	\chỉ 只 mới 剛才，新 đợi 等。
告誡， 告訴	告诫，告诉 gào jiè, gào sù	dặn	\老師告誡我別去。 Thầy giáo dặn tôi đừng đi.
帶來	带来 dài lái	đem	\ 財富帶來幸福。 Giàu có đem lại hạnh phúc.
一個， 一件	一个，一件 yí ge, yí jiàn	một cái = điều	\Âm Hán Việt 漢越音： 條
那個	那个 nà ge	đó	\那個歌手很有名。 Ca sĩ đó rất nổi tiếng.

久等	久等 jiǔ děng	đợi lâu	\đợi 等 lâu 久
帶去，送	带去，送 dài qù, sòng	đưa	\快遞已經送到。 Chuyển phát nhanh đã đưa đến.
不要	不要 bú yào	đừng	\不要出聲。 Đừng làm ồn.
得到	得到 dé dào	được	\馬上就可以得到。 Có thể có được ngay lập tức.
交通	交通 jiāo tōng	giao thông	\Từ Hán Việt 漢越詞
沒關係	没关系 méi guān xì	không sao	\không 沒有 sao 如何
破壞	破坏 pò huài	làm hư	\Cũng có thể nói 也可以說： phá hỏng
下次	下次 xià cì	lần sau	\lần 次 sau 以後
擔心	担心 dān xīn	lo lắng	\擔 nhớ 心 trái tim
東西	东西 dān xin	món đồ	\Đông Tây nghĩa là cái gì đó. 東西意味一件事。
只需一下子	只需一下子 zhī xū yí xià zi	một lát thôi	\Cũng có thể nói 也可以說： 只是片刻
晚，遲	晚，迟 wǎn, chí	muộn	\火車會晚點。 Tàu sẽ đến muộn.
不好意思	不好意思 bù hǎo yì si	ngại quá	\害怕 ngại 太過 quá

先生，您	先生，您 xiān shēng, nín	ông	Chữ Hán Việt 漢越字： 翁
了	了 le	rồi	你也知道了？ Bạn cũng biết rồi à?
錯誤	错误 cuò wù	sai	走錯了。 Đi sai rồi.
將，會，要	将，会，要 jiāng, huì, yào	sẽ	我要買。 Tôi sẽ mua.
忘掉	忘掉 wàng diào	quên mất	quên 忘記 mất 丢掉
糟糕	糟糕 zāo gāo	tệthật	Từ Hán Việt 漢越詞： 弊實 = 真的是 糟糕
晚了	晚了 wǎn le	trễ	火車晚點了。 Tàu trễ rồi.
在路上	在路上 zài lù shàng	trên đường	trên 在…上 đường 道路
堵車，壅塞	堵车，壅塞 dǔ chē, yōng sè	ùn tắc	碰到了壅塞地段。 Gặp phải ùn tắc.
關於，回去	关于，回去 guān yú, huí qù	về	關於污染 về ô nhiễm 回家 về nhà
對不起	对不起 duì bù qǐ	xin lỗi	xin 請 lỗi 寬恕

（一）做錯事情

〈（一）做错事情〉

(yī) zuò cuò shì qíng

(1) Làm sai điều gì đó

A: 真對不起， 我弄壞了這個東西。

〈真对不起，我弄坏了这个东西。〉

zhēn duì bù qǐ, wǒ nòng huài le zhè ge dōng xi.

Xin lỗi, tôi làm hư (hỏng) cái này rồi.

B: 沒關係。

〈没关系。〉

méi guān xì.

Không sao.

A: 我下次會小心。

〈我下次会小心。〉

wǒ xià cì huì xiǎo xīn.

Lần sau tôi sẽ cẩn thận.

B: 別放在心上。

〈别放在心上。〉

bié fàng zài xīn shàng.

Đừng lo lắng về điều đó.

（二ㄦ）遺ㄧˊ忘ㄨㄤˋ東ㄉㄨㄥ西ㄒㄧ

〈（二）遗忘东西〉

(èr) yí wàng dōng xi

(2) Sự quên mất

A: 哎ㄞ呀ㄚ， 李ㄌㄧˇ先ㄒㄧㄢ生ㄕㄥ， 真ㄓㄣ對ㄉㄨㄟˋ不ㄅㄨˋ起ㄑㄧˇ。

〈哎呀，李先生，真对不起。〉

āi ya, lǐ xiān shēng, zhēn duì bù qǐ.

Ây da, ông Lý, thật xin lỗi ông.

B: 有ㄧㄡˇ什ㄕㄣˊ麼ㄇㄜ事ㄕˋ情ㄑㄧㄥˊ呀ㄚ？

〈有什么事情呀？〉

yǒu shén me shì qíng ya?

Có việc gì vậy?

A: 你ㄋㄧˇ交ㄐㄧㄠ代ㄉㄞˋ要ㄧㄠ帶ㄉㄞˋ來ㄌㄞˊ的ㄉㄜ東ㄉㄨㄥ西ㄒㄧ， 忘ㄨㄤˋ記ㄐㄧˋ帶ㄉㄞˋ來ㄌㄞˊ給ㄍㄟˇ你ㄋㄧˇ了ㄌㄜ。

〈你交代要带来的东西，忘记带来给你了。〉

nǐ jiāo dài yào dài lái de dōng xi, wàng jì dài lái gěi nǐ le.

Món đồ mà ông dặn đem đến, tôi quên đem cho ông rồi.

B: 沒ㄇㄟˊ關ㄍㄨㄢ係ㄒㄧˋ， 下ㄒㄧㄚˋ次ㄘˋ再ㄗㄞˋ給ㄍㄟˇ我ㄨㄛˇ吧ㄅㄚ。

〈没关系，下次再给我吧。〉

méi guān xì, xià cì zài gěi wǒ ba

Không sao, lần sau đưa tôi cũng được.

（三）交通堵塞

〈（三）交通堵塞〉

(sān) jiāo tōng dǔ sè

(3) Ùn tắc giao thông

A: 真糟糕，我來遲了。

〈真糟糕，我来迟了。〉

zhēn zāo gāo, wǒ lái chí le.

Tệ thật, tôi đến trễ rồi.

B: 為什麼會遲到？

〈为什么会迟到？〉

wèi shén me huì chí dào.

Tại sao bạn đến muộn.

A: 路上塞車了。

〈路上塞车了。〉

lù shàng sāi chē le.

Trên đường bị kẹt xe.

B: 是這樣。

〈是这样。〉

shì zhè yàng.

Đúng vậy rồi.

A: 真是不好意思，讓你等這麼久。

〈真是不好意思，让你等这么久。〉

zhēn shì bù hǎo yì si, ràng nǐ děng zhè me jiǔ.

Thật ngại quá, để bạn đợi lâu rồi.

B: 沒關係，只等了一會兒。

〈没关系，只等了一会儿。〉

méi guān xì, zhǐ děng le yī huǐ er

Không sao, tôi chỉ mới đợi một lát thôi.

Chú thích về song ngữ   雙語注釋   shuāng yǔ zhù shì

● Danh từ   名詞

Danh từ là từ chỉ người, động vật, sự vật. Chia thành:

名詞是表示人、 動物、 事物的名稱的詞
類。 分為:

1) Danh từ chung, ví dụ:

1) 普通名詞, 例如:

bàn ghế 家具, buổi sáng 早晨, cán bộ 幹部,
chiến sĩ 士兵, công an 公安, công nhân 工人,
gia đình 家庭, giấy bút 紙筆, học sinh 學生,
hôm nay 今天, lý luận 理論, năm 年, năm qua
去年, ban ngày 白天, nông dân 農民, sách
báo 書籍, tháng 月份, tư tưởng 思想, văn hoá
文化, 等等。

2) Danh từ riêng, ví dụ:

2) 專有名詞, 例如:

Bắc Kinh 北京, huyện Tiêu Lĩnh 蕉嶺縣, Quảng
Châu 廣州, thành phố Hồ Chí Minh 胡志明市

Đối với số nhiều, tiếng Trung có thể thêm các từ bổ trợ sau
danh từ: 們 (được dùng cho danh từ người), 許多 (nhiều),
數個 (một số), v.v.; tiếng Việt có thể thêm các phụ từ:
những, các, mọi, nhiều, lắm, v.v. 表示複數, 中文
可在名詞後面加助詞: 們 (用於表示人
的名詞)、許多、數個 等; 越語可在名
詞前面加助詞 những, các, mọi, nhiều, lắm 等:
mọi điều 所有條款, những người 人們, các đồng
chí 同志們, 所有同志, nhiều khách 許多客
人, lắm người 太多人, lắm việc 太多工作, lắm
chuyện 太多事情

69

🏮 Chuyển đổi phát âm (3)　　發音轉換

4) Quy luật chuyển đổi thanh mẫu tiếng Phổ Thông n (訥), l (勒) sang âm Hán Việt

4) 普通話聲母 n (訥)、 l (勒) 的漢越音轉換規律

Thanh mẫu n tiếng Phổ Thông có thể chuyển sang những thanh mẫu tiếng Việt như sau:

普通話聲母 n 漢越音可以轉換成下列聲母：

　　1. Chuyển sang 轉換成 n, ví dụ 例如： năng 能、 ninh 寧、 nữ 女 ; năng lực 能力、 an ninh 安寧、 phụ nữ 婦女。

　　2. Phát âm đặc biệt 特殊發音： 鳥 điểu， 例詞： đà điểu 鴕鳥。

Thanh mẫu l tiếng Phổ Thông có thể chuyển sang những thanh mẫu tiếng Việt như sau:

普通話聲母 l 漢越音可以轉換成下列聲母：

　　1. Chuyển sang 轉換成 l, ví dụ 例如： lai 來、 lao 勞、 loại 類 ; tương lai 將來、 giải lao 解勞、 kim loại 金類。

70

5) Quy luật chuyển đổi thanh mẫu tiếng Phổ Thông g (哥), k (科) sang âm Hán Việt

5) 普通話聲母 g (哥)、 k (科) 的漢越音轉換規律

Thanh mẫu g tiếng Phổ Thông có thể chuyển sang những thanh mẫu tiếng Việt như sau:

普通話聲母 g 漢越音可以轉換成下列聲母：

1. Chuyển sang 轉換成 c、 k, ví dụ 例如： cá 個 、 cảm 感 、 kế 繼 ; cá nhân 個人 、 cảm ơn 感恩 、 thừa kế 承繼 (繼承)。

2. Chuyển sang 轉換成 kh, ví dụ 例如： khái 概 ; đại khái 大概 。

Thanh mẫu k tiếng Phổ Thông có thể chuyển sang những thanh mẫu tiếng Việt như sau:

普通話聲母 k 漢越音可以轉換成下列聲母：

1. Chuyển sang 轉換成 kh, ví dụ 例如： khai 開 、 khánh 慶 、 khoa 科 ; khai khẩn 開墾 、 quốc khánh 國慶 、 khoa học 科學 。

會話四：致謝
〈 会话四：致谢 〉
huì huà sì : zhì xiè
Hội thoại bốn : Lời cảm ơn

Học từ mới 學生詞 xué shēng cí

🎧 04-01

話語	话语 huà yǔ	lời	\ 要聽爸媽的話。 Phải nghe lời bố mẹ.
表示	表示 biǎo shì	bày tỏ	\bày 顯示 tỏ 表達
謝意	谢意 xiè yì	lòng biết ơn	\lòng 心情 biết ơn 知恩
可以	可以 kě yǐ	có thể	\ 你可以用銀行卡。 Bạn có thể sử dụng thẻ ngân hàng.
幫助	帮助 bāng zhù	giúp đỡ	\○ 幫忙、 幫手
嗎	吗 ma	không	\không= 不， có thể nói 可以說： 去不去？ / 去嗎？ Đi không?
是， 好	是，好 shì, hǎo	dạ	\Trẻ em trả lời người lớn. 小輩回 答長輩。 = vâng
勞駕	劳驾 láo jià	làm ơn	\ 勞駕開窗。 Làm ơn mở cửa sổ.
大	大 dà	lớn	\△ 小 nhỏ
會怎樣	会怎样 huì zěn yàng	thì sao	\ 他不來會怎樣？ Anh ấy không đến thì sao?

這個	这个 zhè ge	cái này	\△ 那個 cái đó
輕的	轻的 qīng de	nhẹ	\△ 重的 nặng
自我	自我 zì wǒ	tự tôi	\ 自我安慰 tự an ủi
提起	提起 tí qǐ	cầm lên	\ 把包包提起來。 Cầm cái túi lên.
好的	好的 hǎo de	được rồi	\Nghĩa là 意思是： 可以了 vâng
辛苦	辛苦 xīn kǔ	vất vả	\△ 舒適 thoải mái
去市場	去市场 qù shì chǎng	đi chợ	\ 上午我去了市場。 Tôi đã đi chợ vào buổi sáng.
買	买 mǎi	mua	\ 買了些什麼？ Bạn đã mua những thứ gì?
水果	水果 shuǐ guǒ	trái cây	\trái 果實 cây 樹木
顆	颗 kē	quả	\Âm Hán Việt của 果." 果 "的漢越音。
蘋果	苹果 píng guǒ	táo	\Cũng có thể nói 也可以說： trái táo, quả táo
幫助	帮助 bāng zhù	sự giúp đỡ	\Động từ thành danh từ thêm "sự". 動詞變名詞加 "sự"。
非常	非常 fēi cháng	rất nhiều	\Ý nghĩa thực tế 實際含義： 很多

好ㄏㄠˇ心ㄒㄧㄣ腸ㄔㄤˊ	好心肠 hǎo xīn cháng	tốt bụng	\ Ý nghĩa thực tế 實ㄕˊ際ㄐㄧˋ含ㄏㄢˊ義ㄧˋ: Lòng tốt (心ㄒㄧㄣ好ㄏㄠˇ)。
沒ㄇㄟˊ什ㄕˊ麼ㄇㄜ	没什么 méi shén me	không có gì	\ 沒ㄇㄟˊ有ㄧㄡˇ什ㄕˊ麼ㄇㄜ比ㄅㄧˇ獨ㄉㄨˊ立ㄌㄧˋ自ㄗˋ由ㄧㄡˊ更ㄍㄥˋ可ㄎㄜˇ貴ㄍㄨㄟˋ的ㄉㄜ了ㄌㄜ。 Không có gì quý hơn độc lập tự do.

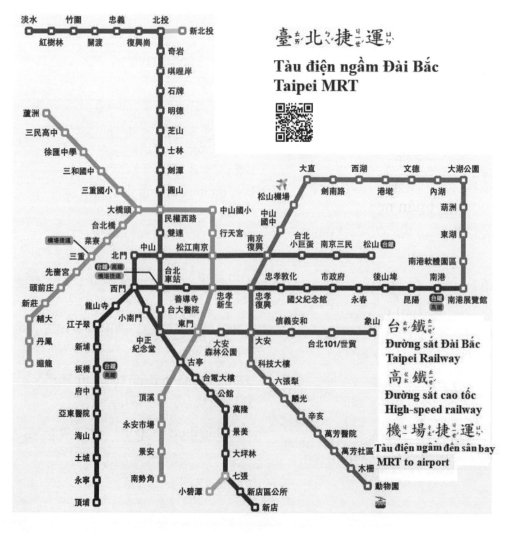

臺ㄊㄞˊ北ㄅㄟˇ捷ㄐㄧㄝˊ運ㄩㄣˋ

Tàu điện ngầm Đài Bắc
Taipei MRT

台ㄊㄞˊ鐵ㄊㄧㄝˇ
Đường sắt Đài Bắc
Taipei Railway

高ㄍㄠ鐵ㄊㄧㄝˇ
Đường sắt cao tốc
High-speed railway

機ㄐㄧ場ㄔㄤˇ捷ㄐㄧㄝˊ運ㄩㄣˋ
Tàu điện ngầm đến sân bay
MRT to airport

（一）表示謝意

〈（一）表示谢意〉

(yī) biǎo shì xiè yì

(1) Bày tỏ lòng biết ơn

A: 我可以幫助你嗎？

〈我可以帮助你吗？〉

wǒ kě yǐ bāng zhù nǐ ma?

Tôi có thể giúp đỡ bạn không?

B: 好的，謝謝你幫我把這個大物品搬上車。

〈好的，谢谢你帮我把这个大物品搬上车。〉

hǎo de, xiè xie nǐ bāng wǒ bǎ zhè ge dà wù pǐn bān shàng chē.

Dạ, làm ơn giúp tôi đem món đồ lớn này lên xe.

A: 這一件呢？

〈这一件呢？〉

zhè yí jiàn ne?

Cái này thì sao?

B: 這個很輕，我自己來就好，謝謝！

〈这个很轻，我自己来就好，谢谢！〉

zhè ge hěn qīng, wǒ zì jǐ lái jiù hǎo, xiè xie.

Cái này rất nhẹ, tôi tự mang lên được rồi, cảm ơn bạn!

A: 好的。

〈好的。〉

hǎo de.

Được.

（二ㄦ）拜ㄅㄞ託ㄊㄨㄛ致ㄓ謝ㄒㄧㄝ
〈（二）拜托致谢〉
(èr) bài tuō zhì xiè
(2) Nhờ và cảm ơn

A: 你ㄋㄧ去ㄑㄩ市ㄕ場ㄔㄤ幫ㄅㄤ我ㄨㄛ買ㄇㄞ水ㄕㄨㄟ果ㄍㄨㄛ好ㄏㄠ嗎ㄇㄚ？
〈你去市场帮我买水果好吗？〉
nǐ qù shì chǎng bāng wǒ mǎi shuǐ guǒ hǎo ma?
Cô đi chợ mua trái cây giúp tôi có được không?

B: 好ㄏㄠ的ㄉㄜ。
〈好的。〉
hǎo de.
Dạ được.

A: 幫ㄅㄤ我ㄨㄛ買ㄇㄞ六ㄌㄧㄡ顆ㄎㄜ蘋ㄆㄧㄥ果ㄍㄨㄛ。
〈帮我买六颗苹果。〉
bāng wǒ mǎi liù kē píng guǒ.
Mua giúp tôi sáu quả táo nhé.

B: 沒ㄇㄟ問ㄨㄣ題ㄊㄧ！ 我ㄨㄛ等ㄉㄥ等ㄉㄥ幫ㄅㄤ你ㄋㄧ買ㄇㄞ。
〈没问题！ 我等等帮你买。〉
méi wèn tí! wǒ děng děng bāng nǐ mǎi.
Không thành vấn đề! Tí nữa tôi sẽ mua giúp anh.

A: 謝ㄒㄧㄝ謝ㄒㄧㄝ！
〈谢谢！〉
xiè xie.
Cảm ơn cô.

B: 不ㄅㄨ客ㄎㄜ氣ㄑㄧ！
〈不客气！〉
bú kè qì!
Đừng khách sáo!/Không nên khách khí!

（三）感謝關照
〈（三）感谢关照〉
(sān) gǎn xiè guān zhào
(3) Cảm ơn sự chăm sóc

A: 非常感謝你對我的幫助。
〈非常感谢你对我的帮助。〉
fēi cháng gǎn xiè nǐ duì wǒ de bāng zhù.
Cảm ơn bạn rất nhiều vì sự giúp đỡ của bạn.

B: 別客氣！ 我很樂意做。
〈别客气！ 我很乐意做。〉
bié kè qì! wǒ hěn lè yì zuò.
Đừng khách sáo, tôi rất vui khi làm điều đó.

A: 謝謝！ 你太好了！
〈谢谢！ 你太好了！〉
xiè xie! nǐ tài hǎo le!
Cảm ơn bạn. Bạn thật tốt bụng.

B: 這沒什麼啦！
〈这没什么啦！〉
zhè méi shén me la!
Không có gì!

🏮 Chuyển đổi phát âm (4)　　發ㄈㄚ音ㄧㄣ轉ㄓㄨㄢˇ換ㄏㄨㄢˋ

6) Quy luật chuyển đổi thanh mẫu tiếng Phổ Thông h (喝ㄏㄜ), [ng (俄ㄜˊ)] sang âm Hán Việt

6) 普ㄆㄨˇ通ㄊㄨㄥ話ㄏㄨㄚˋ聲ㄕㄥ母ㄇㄨˇ h (喝ㄏㄜ)、[ng (俄ㄜˊ)] 的ㄉㄜ˙漢ㄏㄢˋ越ㄩㄝˋ音ㄧㄣ轉ㄓㄨㄢˇ換ㄏㄨㄢˋ規ㄍㄨㄟ律ㄌㄩˋ

Thanh mẫu h tiếng Phổ Thông có thể chuyển sang những thanh mẫu tiếng Việt như sau:

普ㄆㄨˇ通ㄊㄨㄥ話ㄏㄨㄚˋ聲ㄕㄥ母ㄇㄨˇ h 漢ㄏㄢˋ越ㄩㄝˋ音ㄧㄣ可ㄎㄜˇ以ㄧˇ轉ㄓㄨㄢˇ換ㄏㄨㄢˋ成ㄔㄥˊ下ㄒㄧㄚˋ列ㄌㄧㄝˋ聲ㄕㄥ母ㄇㄨˇ：

　　1. Chuyển sang 轉ㄓㄨㄢˇ換ㄏㄨㄢˋ成ㄔㄥˊ h, ví dụ 例ㄌㄧˋ如ㄖㄨˊ：　hàn 寒ㄏㄢˊ、hiểm 險ㄒㄧㄢˇ、　hoàn 完ㄨㄢˊ; hàn đái 寒ㄏㄢˊ帶ㄉㄞˋ、　nguy hiểm 危ㄨㄟ險ㄒㄧㄢˇ、　hoàn thành 完ㄨㄢˊ成ㄔㄥˊ。

　　2. Chuyển sang 轉ㄓㄨㄢˇ換ㄏㄨㄢˋ成ㄔㄥˊ ng, ví dụ 例ㄌㄧˋ如ㄖㄨˊ：　ngận 狠ㄏㄣˇ; tâm ngận 心ㄒㄧㄣ狠ㄏㄣˇ。

Thanh mẫu ng đặt trong [ ] để biểu thị rằng chữ cổ Hán ngữ có thanh mẫu ng đã trở thành vô thanh mẫu trong tiếng Phổ Thông, có thể chuyển sang những thanh mẫu tiếng Việt như sau:

[ng (俄ㄜˊ)] 放ㄈㄤˋ在ㄗㄞˋ [ ] 之ㄓ中ㄓㄨㄥ是ㄕˋ表ㄅㄧㄠˇ示ㄕˋ古ㄍㄨˇ漢ㄏㄢˋ語ㄩˇ有ㄧㄡˇ聲ㄕㄥ母ㄇㄨˇ ng 的ㄉㄜ˙字ㄗˋ在ㄗㄞˋ普ㄆㄨˇ通ㄊㄨㄥ話ㄏㄨㄚˋ中ㄓㄨㄥ變ㄅㄧㄢˋ成ㄔㄥˊ零ㄌㄧㄥˊ聲ㄕㄥ母ㄇㄨˇ，　漢ㄏㄢˋ越ㄩㄝˋ音ㄧㄣ可ㄎㄜˇ以ㄧˇ轉ㄓㄨㄢˇ換ㄏㄨㄢˋ成ㄔㄥˊ下ㄒㄧㄚˋ列ㄌㄧㄝˋ聲ㄕㄥ母ㄇㄨˇ：

　　1. Chuyển sang 轉ㄓㄨㄢˇ換ㄏㄨㄢˋ成ㄔㄥˊ ng, ví dụ 例ㄌㄧˋ如ㄖㄨˊ：　nga 俄ㄜˊ、ngạo 傲ㄠˋ; Liên Bang Nga 俄ㄜˊ聯ㄌㄧㄢˊ邦ㄅㄤ、　ngạo mạn 傲ㄠˋ慢ㄇㄢˋ。

7) Quy luật chuyển đổi thanh mẫu tiếng Phổ Thông j (基), q (欺), x (希)

7) 普通話聲母 j (基)、 q (欺)、 x (希) 的轉換規律

Phát âm của j (基)、 q (欺)、 x (希) tiếng Phổ Thông từng chia thành tiêm âm (fricative) giống như: 即 tức 集 tập 濟 tế 前 tiền 千 thiên 錢 tiền 秀 tú 袖 tú 修 tu và đoàn âm (guttural) giống như 機 cơ (ki) 級 cấp 寄 ký 遣 khiển 乾 kiền 牽 khiên 顯 hiển 獻 hiến 縣 huyện. âm Hán Việt và những phương ngữ Mẫn Nam, Quảng Đông (lấy Quảng Chêu làm tiêu chuẩn), Khách Gia cũng tương ứng như vậy.

j (基)、 q (欺)、 x (希) 曾經分成尖音 (fricative)， 如： 即集濟前千錢秀袖修； 團音 (guttural)， 如： 機級寄遣乾牽顯獻縣。 漢越音、 閩南話、 廣州話、 客家話的聲母也是這樣的對應的。

Thanh mẫu j tiếng Phổ Thông có thể chuyển sang những thanh mẫu tiếng Việt như sau:

普通話聲母 j 漢越音可以轉換成下列聲母：

1. Khi là tiêm âm chuyển sang 尖音時轉換成 t, ví dụ 例如： tức 即、 tập 集、 tế 濟 ; tức sự 即事、 tập thể 集體、 kinh tế 經濟。

2. Khi là đoàn âm chuyển sang 團音時轉換成 c、 k, ví dụ 例如： cơ 機、 kí 寄、 cấp 級 ; cơ giới hoá 機械化、 kí cư 寄居、 giai cấp 階級。

Thanh mẫu q tiếng Phổ Thông có thể chuyển sang những thanh mẫu tiếng Việt như sau:

普通話聲母 q 漢越音可以轉換成下列聲母:

1. Khi là tiêm âm chuyển sang 尖音時轉換成 t、th, ví dụ 例如: tiền 前、 thiên 千、 tiền 錢; tiền phong 前鋒、 thiên nan 千難、 ngân tiền 銀錢。

2. Khi là đoàn âm chuyển sang 團音時轉換成 k、 kh, ví dụ 例如: khiển 遣、 kiền 乾、 khiên 牽; khiển tán 遣散、 kiền khôn 乾坤、 khiên bạn 牽絆。

3. Phát âm đặc biệt theo cổ âm: 按照古音轉換的 phát âm đặc biệt 特殊發音: duyên 鉛, ví dụ 例詞: duyên tiền 鉛錢。

Thanh mẫu x tiếng Phổ Thông có thể chuyển sang những thanh mẫu tiếng Việt như sau:

普通話聲母 x 漢越音可以轉換成下列聲母:

1. Khi là tiêm âm chuyển sang 尖音時轉換成 t, ví dụ 例如: tú 秀、 lĩnh 領、 tu 修; tú tài 秀才、 lĩnh tụ 領袖、 tu lý 修理。

2. Khi là đoàn âm chuyển sang 團音時轉換成 h, ví dụ 例如: hiển 顯、 hiến 獻、 huyện 縣; hiển lộ 顯露、 văn hiến 文獻、 huyện lệnh 縣令。

8) Quy luật chuyển đổi thanh mẫu tiếng Phổ Thông y (衣) sang âm Hán Việt

8) 普通話聲母 y (衣) 的漢越音轉換規律

Thanh mẫu y tiếng Phổ Thông có thể chuyển sang những thanh mẫu tiếng Việt như sau:

普通話聲母 y 漢越音可以轉換成下列聲母：

1. y bỏ đi 脫落, ví dụ 例如： á 亞、 áp 壓、 ước 約 ; Đông Nam Á 東南亞、 áp đảo 壓倒、 ước thú 約束。

2. Chuyển sang 轉換成 v, ví dụ 例如： việt 越 ; Việt Nam 越南。

3. Chuyển sang 轉換成 ng、 ngh, ví dụ 例如： ngân 銀、 nghiên 研、 nghi 疑 ; ngân hàng 銀行、 nghiên cứu 研究、 hiềm nghi 嫌疑。

4. Giữ lại 保留 y, ví dụ 例如： y 醫、 ý 意、 y 衣 ; y tá 醫佐、 ý nghĩa 意義、 y phục 衣服。

5. Phát âm đặc biệt 特殊發音： bưu 郵， 例詞： bưu điện 郵電。

會話五：家庭
〈会话五：家庭〉
huì huà wǔ : jiā tíng
Hội thoại năm : Gia đình

Học từ mới 學生詞 xué shēng cí ♪ 05-01

家庭	家庭 jiā tíng	gia đình	\Từ Hán Việt 漢越詞
情況	情况 qíng kuàng	tình trạng	\Từ Hán Việt 漢越詞： 情狀
婚姻	婚姻 hūn yīn	hôn nhân	\Từ Hán Việt 漢越詞
結婚	结婚 jié hūn	kết hôn	\Từ Hán Việt 漢越詞
了嗎，未曾	了吗，未曾 le ma, wèi céng	chưa	\去了嗎？ 未曾去。 Đã đi chưa? Chưa.
現在	现在 xiàn zài	bây giờ	\現在去。 Đi bây giờ.
單身	单身 dān shēn	độc thân	\獨身： Từ Hán Việt 漢越詞
女朋友	女朋友 nǚ péng yǒu	bạn gái	\△ 男朋友 bạn trai
五年了	五年了 wǔ nián le	được năm năm	\được 得到， 經過 năm 五 năm 年
工作	工作 gōng zuò	làm việc	\làm 做 việc 工

子女	子女 zǐ nǚ	con cái	有兩個子女。 Có hai đứa con.
幾， 幾個	几，几个 jǐ, jǐ ge	mấy	幾個人一起去。 Mấy người cùng đi.
孩子	孩子 hái zi	đứa con	這孩子很乖。 Đứa con này rất ngoan.
女兒	女儿 nǚ ér	con gái	他只有兩個女兒。 Ông ta chỉ có hai con gái.
兒子	儿子 ér zi	con trai	我兒子三歲了。 Con trai tôi ba tuổi rồi.
真不 錯！	真不错！ zhēn bú cuò!	Vậy tốt rồi!	vậy 這樣 tốt 好 rồi 了
幸福	幸福 xìng fú	hạnh phúc	Từ Hán Việt 漢越詞
詢問	询问 xún wèn	hỏi về	hỏi 詢問 về 關於
年齡	年龄 nián líng	tuổi tác	○ 年歲，年紀
多少歲	多少岁 duō shǎo suì	bao nhiêu tuổi	tiếng Trung cũng nói 中文也 說成：多大
看起來	看起来 kàn qǐ lái	nhìn	看起來超過十歲了。 Nhìn hơn mươi tuổi rồi.
更	更 gèng	còn	金甌更熱。 Cà Mau còn nóng hơn.
比… 年輕	比…年轻 bǐ ... nián qīng	trẻ hơn	阿志比我年輕。 Em Chí trẻ hơn tôi.

（一）婚姻狀況

〈（一）婚姻状况〉

(yī) hūn yīn zhuàng kuàng

(1) Tình trạng hôn nhân

A: 你結婚了嗎？

〈你结婚了吗？〉

nǐ jié hūn le ma?

Bạn đã kết hôn chưa?

B: 我現在單身。 但我有女朋友了。

〈我现在单身。 但我有女朋友了。〉

wǒ xiàn zài dān shēn. dàn wǒ yǒu nǚ péng yǒu le.

Bây giờ tôi độc thân. Nhưng tôi có bạn gái rồi.

A: 我結婚五年了。

〈我结婚五年了。〉

wǒ jié hūn wǔ nián le.

Tôi đã kết hôn được năm năm.

B: 你的先生在哪裡工作？

〈你的先生在哪里工作？〉

nǐ de xiān shēng zài nǎ lǐ gōng zuò?

Chồng bạn làm việc ở đâu?

A: 在胡志明市。

〈在胡志明市。〉

zài hú zhì míng shì.

Ở (Tại) thành phố Hồ Chí Minh.

（二ㄦ）子ㄗ女ㄋㄩˇ情ㄑㄧㄥˊ況ㄎㄨㄤˋ

‹（二）子女情况›

(èr) zǐ nǚ qíng kuàng

(2) Tình hình con cái

A: 你ㄋㄧˇ有ㄧㄡˇ幾ㄐㄧˇ個ㄍㄜˋ孩ㄏㄞˊ子ㄗ？

‹ 你有几个孩子？ ›

nǐ yǒu jǐ ge hái zi?

Bạn có mấy đứa con?

B: 我ㄨㄛˇ有ㄧㄡˇ兩ㄌㄧㄤˇ個ㄍㄜˋ孩ㄏㄞˊ子ㄗ。

‹ 我有两个孩子。 ›

wǒ yǒu liǎng ge hái zi.

Tôi có hai đứa con.

A: 一ㄧˊ個ㄍㄜˋ女ㄋㄩˇ兒ㄦˊ， 一ㄧˊ個ㄍㄜˋ兒ㄦˊ子ㄗ。

‹ 一个女儿，一个儿子。 ›

yí ge nǚ ér, yí ge ér zi.

Một đứa con gái, một đứa con trai.

B: 真ㄓㄣ不ㄅㄨˊ錯ㄘㄨㄛˋ！

‹ 真不错！ ›

zhēn bú cuò!

Vậy tốt rồi!

A: 你ㄋㄧˇ呢ㄋㄜ？ 你ㄋㄧˇ有ㄧㄡˇ幾ㄐㄧˇ個ㄍㄜˋ孩ㄏㄞˊ子ㄗ？

‹ 你呢？ 你有几个孩子？ ›

nǐ ne? nǐ yǒu jǐ ge hái zi?

Còn bạn thì sao? Bạn có mấy đứa con?

B: 我ㄨㄛˇ只ㄓˇ有ㄧㄡˇ一ㄧˊ個ㄍㄜˋ女ㄋㄩˇ兒ㄦˊ。

‹ 我只有一个女儿。 ›

wǒ zhǐ yǒu yí ge nǚ ér.

Tôi chỉ có một cô con gái.

A: 噢！　這是一個幸福的家庭！
〈噢！　这是一个幸福的家庭！〉
ò! zhè shì yí ge xìng fú de jiā tíng!
Ồ! Đây là một gia đình hạnh phúc!

（三）詢問年齡
〈（三）询问年龄〉
(sān) xún wèn nián líng
(3) Hỏi về tuổi tác

A: 你多大了？
〈你多大了？〉
nǐ duō dà le?
Bạn bao nhiêu tuổi rồi?

B: 我二十二歲了。　你呢？
〈我二十二岁了。　你呢？〉
wǒ èr shí èr suì le. nǐ ne?
Tôi hai mươi hai tuổi rồi. Còn bạn thì sao?

A: 我二十八歲了。
〈我二十八岁了。〉
wǒ èr shí bā suì le.
Tôi hai mươi tám tuổi rồi.

B: 哇！　你看起來比我更年輕。
〈哇！　你看起来比我更年轻。〉
wa! nǐ kàn qǐ lái bǐ wǒ gèng nián qīng.
Ồ! Bạn nhìn còn trẻ hơn tôi.

Từ trái nghĩa thường dùng　常用反義詞　05-03

暖	ấm	冷	lạnh	大	lớn	小	nhỏ
忙	bận rộn	閒	nhàn rỗi	強	mạnh	弱	yếu
保護	bảo hộ	破壞	phá hoại	開	mở	關	đóng
胖	béo	瘦	gầy	歡喜	mừng	惆悵	buồn
悲	buồn	喜	vui	破碎	nát vụn	完整	toàn vẹn
高	cao	低 / 矮	thấp/lùn	正	ngay	歪	méo/xéo
高大	cao lớn	矮小	thấp nhỏ	貧窮	nghèo	富裕	giàu
死	chết	活	sống	甜	ngọt	苦	đắng
古	cổ đại	今	ngày nay	快	nhanh	慢	chậm
舊	cũ	新	mới	輕	nhẹ	重	nặng
鈍	cùn	利 / 尖	sắc/nhọn	出	ra khỏi	入	đi vào
硬	cứng	軟	mềm	寬	rộng	窄	hẹp/chập
長	dài	短	ngắn	明	sáng	暗	tối
貴	đắt	便宜	rẻ	深	sâu	淺	cạn
首	đầu	尾	đuôi	增	tăng	減	giảm
粗	dày	細	mỏng	親密	thân mật	疏遠	xa lánh
黑	đen	白	trắng	失敗	thất bại	成功	thành công
來	đến	去	đi	真	thật sự	假	giả mạo
美	đẹp đẽ	醜	xấu xí	香	thơm	臭	thúi
餓	đói	飽	no	輸	thua	贏	thắng
是	đúng	非	không	節省	tiết kiệm	浪費	lãng phí
老	già	少	trẻ	好	tốt	壞	xấu
開心	hân hoan	煩惱	buồn rầu	左	trái	右	phải
難	khó khăn	易	dễ dàng	前	trước	後	sau
哭	khóc	笑	cười	高興	vui mừng	煩惱	lo lắng
冷	lạnh	熱	nóng	遠	xa	近	gần
升	lên	降	xuống	愛	yêu	恨	ghét

會話六：語言

〈 会话六：语言 〉

huì huà liù : yǔ yán

Hội thoại sáu : Ngôn ngữ

Học từ mới 學生詞 xué shēng cí 🎧 06-01

語言	语言 yǔ yán	ngôn ngữ	\Từ Hán Việt 漢越詞
學	学 xué	học	\học là Chữ Hán Việt 漢越字
講	讲 jiǎng	nói	\○ 說
中文	中文 zhōng wén	tiếng Trung	\ 文 tiếng，中 là Chữ Hán Việt 漢越字
相當	相当 xiāng dāng	khá	\他說得相當不錯。 Anh ấy nói khá tốt.
有一點	有一点 yǒu yì diǎn	một chút	\ 但有一點快。 Nhưng nhanh hơn một chút.
流利	流利 liú lì	trôi chảy	\△ 生硬 cứng nhắc
誇獎	夸奖 kuā jiǎng	khen ngợi	\△ 責怪 đổ lỗi ○ 稱讚、頌揚
正	正 zhèng	đang	\đang là Chữ Hán Việt 為漢越字：當
想	想 xiǎng	muốn	\ 我不想去。 Tôi không muốn đi.

呢 ˙ㄋㄜ	呢 ne	đây	\還ㄏㄞˊ 沒ㄇㄟˊ 有ㄧㄡˇ 來ㄌㄞˊ 呢˙ㄋㄜ。 Chưa đến đây.
教ㄐㄧㄠ	教 jiāo	dạy	\老ㄌㄠˇ 師ㄕ 教ㄐㄧㄠ 我ㄨㄛˇ 學ㄒㄩㄝˊ 越ㄩㄝˋ 語ㄩˇ。 Thầy dạy tôi học tiếng Việt.
今ㄐㄧㄣ 後ㄏㄡˋ	今后 jīn hòu	sau này	\sau 在ㄗㄞˋ 以ㄧˇ 後ㄏㄡˋ này 這ㄓㄜˋ 個ㄍㄜˋ
交ㄐㄧㄠ 流ㄌㄧㄡˊ	交流 jiāo liú	nói chuyện	\○ 溝ㄍㄡ 通ㄊㄨㄥ
書ㄕㄨ 寫ㄒㄧㄝˇ 方ㄈㄤ 面ㄇㄧㄢˋ	书写方面 shū xiě fāng miàn	phần viết	\phần 部ㄅㄨˋ 分ㄈㄣ viết 寫ㄒㄧㄝˇ
說ㄕㄨㄛ 話ㄏㄨㄚˋ 方ㄈㄤ 面ㄇㄧㄢˋ	说话方面 shuō huà fāng miàn	phần nói	\phần 部ㄅㄨˋ 分ㄈㄣ nói 說ㄕㄨㄛ
發ㄈㄚ 音ㄧㄣ	发音 fā yīn	phát âm	\Từ Hán Việt 漢ㄏㄢˋ 越ㄩㄝˋ 詞ㄘˊ
正ㄓㄥˋ 確ㄑㄩㄝˋ	正确 zhèng què	chính xác	\Từ Hán Việt 漢ㄏㄢˋ 越ㄩㄝˋ 詞ㄘˊ
竅ㄑㄧㄠˋ 門ㄇㄣˊ	窍门 qiào mén	mẹo	\Ý nghĩa thực tế 實ㄕˊ 際ㄐㄧˋ 含ㄏㄢˊ 義ㄧˋ： 妙ㄇㄧㄠˋ 處ㄔㄨˋ
經ㄐㄧㄥ 常ㄔㄤˊ	经常 jīng cháng	thường xuyên	\Như Từ Hán Việt 相ㄒㄧㄤ 當ㄉㄤ 於ㄩˊ 漢ㄏㄢˋ 越ㄩㄝˋ 詞ㄘˊ： 常ㄔㄤˊ 穿ㄔㄨㄢ
總ㄗㄨㄥˇ 是ㄕˋ	总是 zǒng shì	hay	\她ㄊㄚ 說ㄕㄨㄛ 話ㄏㄨㄚˋ 總ㄗㄨㄥˇ 是ㄕˋ 很ㄏㄣˇ 大ㄉㄚˋ 聲ㄕㄥ。 Cô ấy hay nói to.
怕ㄆㄚˋ	怕 pà	sợ	\別ㄅㄧㄝˊ 怕ㄆㄚˋ！ 我ㄨㄛˇ 在ㄗㄞˋ 這ㄓㄜˋ。 Đừng sợ! Tôi ở đây.
不ㄅㄨˋ 太ㄊㄞˋ 敢ㄍㄢˇ 說ㄕㄨㄛ	不太敢说 bù tài gǎn shuō	không dám nói cho lắm	\không 不ㄅㄨˋ dám 敢ㄍㄢˇ nói 說ㄕㄨㄛ cho lắm 非ㄈㄟ 常ㄔㄤˊ

聽懂	听懂 tīng dǒng	nghe hiểu	\nghe 聽到 hiểu 知曉
一切	一切 yí qiè	những	\ 一切都正確。 Những thứ kia đều đúng.
好， 熟練	好，熟练 hǎo, shóu liàn	giỏi	\ 中文說得好。 Nói tiếng Trung giỏi.
練習	练习 liàn xí	luyện tập	\Từ Hán Việt 漢越詞
使用	使用 shǐ yòng	sử dụng	\Từ Hán Việt 漢越詞
源，源泉	源，源泉 yuán, yuán quán	nguồn	\ 越文很多詞源於中文。 Nhiều từ tiếng Việt nguồn từ tiếng Trung.
如，像	如，像 rú, xiàng	như, giống	\như là Chữ Hán Việt 為漢越字： 如
廣播電臺	广播电台 guǎng bō diàn tái	đài phát thanh	\Từ Hán Việt 漢越詞： 臺發聲
電視臺	电视台 diàn shì tái	đài truyền hình	\Từ Hán Việt 漢越詞： 臺傳形
結合	结合 jié hé	kết hợp	\Từ Hán Việt 漢越詞

🎧 06-02

（一）學講語言

‹（一）学讲语言›

(yī) xué jiǎng yǔ yán

(1) Học nói một ngôn ngữ

A: 你的中文說得不錯。

‹你的中文说得不错。›

nǐ de zhōng wén shuō de bú cuò.

Tiếng Trung của bạn khá tốt.

B: 我會講一點點。

‹我会讲一点点。›

wǒ huì jiǎng yì diǎn diǎn.

Tôi biết nói một chút.

A: 你說得很流利。

‹你说得很流利。›

nǐ shuō de hěn liú lì.

Bạn nói rất trôi chảy.

B: 謝謝誇獎。 你會說越語嗎？

‹谢谢夸奖。 你会说越语吗？›

xiè xie kuā jiǎng. nǐ huì shuō yuè yǔ ma?

Cảm ơn sự khen ngợi của bạn. Bạn biết nói tiếng Việt không?

A: 不會， 正想學習呢。

‹不会，正想学习呢。›

bú huì, zhèng xiǎng xué xí ne.

Không, tôi đang muốn học đây.

B: 我可以教你， 今後我們就用越南語交流吧！

〈我可以教你，今后我们就用越南语交流吧！〉

wǒ kě yǐ jiāo nǐ, jīn hòu wǒ men jiù yòng yuè nán yǔ jiāo liú ba!

Tôi có thể dạy bạn, sau này chúng ta nói chuyện bằng tiếng Việt đi!

（二）語言難易

〈（二）语言难易〉

(èr) yǔ yán nán yì

(2) Điểm khó và dễ của ngôn ngữ

A: 中文難學嗎？

〈中文难学吗？〉

zhōng wén nán xué ma?

Học tiếng Trung có khó không?

B: 從書寫方面來說比較難。

〈从书写方面来说比较难。〉

cóng shū xiě fāng miàn lái shuō bǐ jiào nán.

Phần viết hơi khó.

A: 從說話方面來說呢？

〈从说话方面来说呢？〉

cóng shuō huà fāng miàn lái shuō ne?

Vậy còn phần nói thì sao?

B: 比較容易。

〈比较容易。〉

bǐ jiào róng yì.

Khá dễ.

A: 為什麼呢？

〈为什么呢？〉

wèi shén me ne?

Tại sao vậy?

B: 因為越南語和中文很多詞彙相通。

〈因为越南语和中文很多词汇相通。〉

yīn wèi yuè nán yǔ hé zhōng wén hěn duō cí huì xiāng tōng.

Bởi vì nhiều từ trong tiếng Việt khá giống với tiếng Trung.

A: 為什麼這樣說？

〈为什么这样说？〉

wèi shén me zhè yàng shuō?

Tại sao nói như vậy?

B: 越南語的漢越詞用正確的中文發音讀出來就行了。

〈越南语的汉越词用正确的中文发音读出来就行了。〉

yuè nán yǔ de hàn yuè cí yòng zhèng què de zhōng wén fā yīn dú chū lái jiù xíng le.

Các từ Hán Việt trong tiếng Việt đọc theo cách phát âm chính xác của tiếng Trung thì được rồi.

（三）開口說話
〈（三）开口说话〉
(sān) kāi kǒu shuō huà
(3) Mở miệng tập nói

A: 學習語言有什麼竅門？
〈学习语言有什么窍门？〉
xué xí yǔ yán yǒu shén me qiào mén?
Học ngôn ngữ có mẹo gì không?

B: 要經常開口說。
〈要经常开口说。〉
yào jīng cháng kāi kǒu shuō.
Phải thường xuyên nói chuyện.

A: 我總是怕說錯， 不太敢說。
〈我总是怕说错，不太敢说。〉
wǒ zǒng shì pà shuō cuò, bú tài gǎn shuō.
Tôi hay sợ nói sai, không dám nói cho lắm.

B: 如果我說的話你能聽懂， 那你就是學好了。
〈如果我说的话你能听懂，那你就是学好了。〉
rú guǒ wǒ shuō de huà nǐ néng tīng dǒng, nà nǐ jiù shì xué hǎo le.
Nếu bạn có thể nghe hiểu những gì tôi nói, thì bạn giỏi rồi.

A: 我知道了， 要多看、 多聽、 多說、 多練習。
〈我知道了，要多看、多听、多说、多练习。〉
wǒ zhī dào le, yào duō kàn, duō tīng, duō shuō, duō liàn xí.
Tôi biết rồi, tôi phải xem nhiều, nghe nhiều, nói nhiều và luyện tập nhiều.

B: 對了。 學語言速成的途徑是：
學會字母， 熟練拼讀， 單詞引路，
聽說為主， 語法為輔， 就能夠翻譯
自如。

〈对了。 学语言速成的途径是：学会字母，熟练拼读，单词引路，听说为主，语法为辅，就能够翻译自如。〉

duì le. xué yǔ yán sù chéng de tú jìng shì :
xué huì zì mǔ, shú liàn pīn dú, dān cí yǐn lù,
tīng shuō wéi zhǔ, yǔ fǎ wéi fǔ, jiù néng gòu fān yì zì rú.
Đúng rồi.Cách học ngôn ngữ là: phải học thuộc chữ cái, nắm vững phát âm, nhớ từ dẫn giải, luyện nghe nói là chính, ngữ pháp chỉ là hỗ trợ, thì có thể dịch nói không sai.

A: 開口說話要怎麼做呢？

〈开口说话要怎么做呢？〉

kāi kǒu shuō huà yào zěn me zuò ne?
Làm thế nào để có thể mở miệng tập nói?

B: 要多利用廣播、 電視和網路的資源
搭配學習。

〈要多利用广播、电视和网路的资源搭配学习。〉

yào duō lì yòng guǎng bō, diàn shì hé wǎng lù de zī yuán dā pèi xué xí.
Phải sử dụng những nguồn như radio (đài phát thanh), tivi (đài truyền hình) và mạng internet kết hợp với việc học tập.

Chú thích về song ngữ 雙語注釋 shuāng yǔ zhù shì

🏮 Chuyển đổi phát âm (5)　　發音轉換

9) Quy luật chuyển đổi thanh mẫu tiếng Phổ Thông zh (知), ch (吃), sh (詩), r (日)

9) 普通話聲母 zh (知)、 ch (吃)、 sh (詩)、 r (日) 的轉換規律

Thanh mẫu zh tiếng Phổ Thông có thể chuyển sang những thanh mẫu tiếng Việt như sau:

普通話聲母 zh 漢越音可以轉換成下列聲母：

1. Chuyển sang 轉換成 tr, ví dụ 例如： 中 trung、 trú 住、 trí 智 ; 中古 trung cổ、 cư trú 居住、 trí tuệ 智慧。

2. Chuyển sang 轉換成 ch, ví dụ 例如： chương 章、 chủ 主、 châu 珠 ; văn chương 文章、 chủ yếu 主要、 trân châu 珍珠。

3. Chuyển sang 轉換成 gi, ví dụ 例如： giả 者、 già 遮、 giá 這 ; thính giả 聽者、 già hộ 遮護、 giá ban 這般。

Thanh mẫu ch tiếng Phổ Thông có thể chuyển sang những thanh mẫu tiếng Việt như sau:

普通話聲母 ch 漢越音可以轉換成下列聲母：

1. Chuyển sang 轉換成 x 以及 s, ví dụ 例如： xích 赤、 xuất 出、 sung 充 ; xích đạo 赤道、 xuất bản 出版、 bổ sung 補充、 sản xuất 產出。

2. Chuyển sang 轉換成 th, ví dụ 例如： thành 成、

thành 城、 thù 仇; thành tựu 成就、 thành phố 城舖、 báo thù 報仇。

3. Chuyển sang 轉換成 tr, ví dụ 例如： triệt 徹、 trì 遲、 trừ 除; quán triệt 貫徹、 Uất Trì 尉遲、 trừ tịch 除夕。

4. Chuyển sang 轉換成 c, ví dụ 例如： cừu 仇; cừu thị 仇視。

Thanh mẫu sh tiếng Phổ Thông có thể chuyển sang những thanh mẫu tiếng Việt như sau:

普通話聲母 sh 漢越音可以轉換成下列聲母：

1. Chuyển sang 轉換成 s, ví dụ 例如： song 雙、 sơn 山、 sinh 生; song song 雙雙、 cô sơn 孤山、 sinh hoạt 生活。

2. Chuyển sang 轉換成 th, ví dụ 例如： thuỷ 水、 thuyết 說、 thủ 手; thuỷ sản 水產、 tiểu thuyết 小說、 thủ tục 手續。

3. Chuyển sang 轉換成 t, ví dụ 例如： tỉnh 省; tỉnh kiệm 省儉。

Thanh mẫu r tiếng Phổ Thông có thể chuyển sang những thanh mẫu tiếng Việt như sau:

普通話聲母 r 漢越音可以轉換成下列聲母：

1. Chuyển sang 轉換成 nh， ví dụ 例如：nhật 日、 nhập 入、 nhiệt 熱; nhật ký 日記、 nhập khẩu 入口、 nhiệt độ 熱度。

2. Chuyển sang 轉換成 ng, ví dụ 例如： Nguyễn 阮; Nguyễn Du 阮攸。

10) Quy luật chuyển đổi thanh mẫu tiếng Phổ Thông z (資ㄗ), c (雌ㄘ), s (思ㄙ)

10) 普ㄆㄨˇ通ㄊㄨㄥ話ㄏㄨㄚˋ聲ㄕㄥ母ㄇㄨˇ z (資ㄗ)、 c (雌ㄘ)、 s (思ㄙ) 的ㄉㄜ˙轉ㄓㄨㄢˇ換ㄏㄨㄢˋ規ㄍㄨㄟ律ㄌㄩˋ

Thanh mẫu z tiếng Phổ Thông có thể chuyển sang những thanh mẫu tiếng Việt như sau:

普ㄆㄨˇ通ㄊㄨㄥ話ㄏㄨㄚˋ聲ㄕㄥ母ㄇㄨˇ z 漢ㄏㄢˋ越ㄩㄝˋ音ㄧㄣ可ㄎㄜˇ以ㄧˇ轉ㄓㄨㄢˇ換ㄏㄨㄢˋ成ㄔㄥˊ下ㄒㄧㄚˋ列ㄌㄧㄝˋ聲ㄕㄥ母ㄇㄨˇ：

1. Chuyển sang 轉ㄓㄨㄢˇ換ㄏㄨㄢˋ成ㄔㄥˊ t, ví dụ 例ㄌㄧˋ如ㄖㄨˊ： tự 字ㄗˋ、 tổ 祖ㄗㄨˇ、 tạng 藏ㄘㄤˊ; tự điển 字ㄗˋ典ㄉㄧㄢˇ、 tổ tiên 祖ㄗㄨˇ先ㄒㄧㄢ、 Tây Tạng 西ㄒㄧ藏ㄘㄤˊ。

Thanh mẫu c tiếng Phổ Thông có thể chuyển sang những thanh mẫu tiếng Việt như sau:

普ㄆㄨˇ通ㄊㄨㄥ話ㄏㄨㄚˋ聲ㄕㄥ母ㄇㄨˇ c 漢ㄏㄢˋ越ㄩㄝˋ音ㄧㄣ可ㄎㄜˇ以ㄧˇ轉ㄓㄨㄢˇ換ㄏㄨㄢˋ成ㄔㄥˊ下ㄒㄧㄚˋ列ㄌㄧㄝˋ聲ㄕㄥ母ㄇㄨˇ：

1. Chuyển sang 轉ㄓㄨㄢˇ換ㄏㄨㄢˋ成ㄔㄥˊ t, ví dụ 例ㄌㄧˋ如ㄖㄨˊ： từ 詞ㄘˊ、 tàng 藏ㄘㄤˊ、 tầng 層ㄘㄥˊ、 tòng 從ㄘㄨㄥˊ; từ điển 詞ㄘˊ典ㄉㄧㄢˇ、 trân tàng 珍ㄓㄣ藏ㄘㄤˊ、 tầng thứ 層ㄘㄥˊ次ㄘˋ、 tòng quân 從ㄘㄨㄥˊ軍ㄐㄩㄣ。

2. Chuyển sang 轉ㄓㄨㄢˇ換ㄏㄨㄢˋ成ㄔㄥˊ th, ví dụ 例ㄌㄧˋ如ㄖㄨˊ： thô 粗ㄘㄨ、 thông 聰ㄘㄨㄥ、 thác 錯ㄘㄨㄛˋ; thô sơ 粗ㄘㄨ疏ㄕㄨ、 thông minh 聰ㄘㄨㄥ明ㄇㄧㄥˊ、 giao thác 交ㄐㄧㄠ錯ㄘㄨㄛˋ。

3. Chuyển sang 轉ㄓㄨㄢˇ換ㄏㄨㄢˋ成ㄔㄥˊ s, ví dụ 例ㄌㄧˋ如ㄖㄨˊ： sách 冊ㄘㄜˋ、 sa 蹉ㄘㄨㄛ; hiệu sách 號ㄏㄠˋ冊ㄘㄜˋ、 sa đà 蹉ㄘㄨㄛ跎ㄊㄨㄛˊ。

Thanh mẫu s tiếng Phổ Thông có thể chuyển sang những thanh mẫu tiếng Việt như sau:

普ㄆㄨˇ通ㄊㄨㄥ話ㄏㄨㄚˋ聲ㄕㄥ母ㄇㄨˇ s 漢ㄏㄢˋ越ㄩㄝˋ音ㄧㄣ可ㄎㄜˇ以ㄧˇ轉ㄓㄨㄢˇ換ㄏㄨㄢˋ成ㄔㄥˊ下ㄒㄧㄚˋ列ㄌㄧㄝˋ聲ㄕㄥ母ㄇㄨˇ：

1. Chuyển sang 轉ㄓㄨㄢˇ換ㄏㄨㄢˋ成ㄔㄥˊ t, ví dụ 例ㄌㄧˋ如ㄖㄨˊ： tưởng 想ㄒㄧㄤˇ、 tốc 速ㄙㄨˋ、 Tôn 孫ㄙㄨㄣ、 tam 三ㄙㄢ; lý tưởng 理ㄌㄧˇ想ㄒㄧㄤˇ、 tốc độ

速度、 tái tam 再三、 Tôn Tử 孫子。

2. Chuyển sang 轉換成 s, ví dụ 例如： sách 索;
sách dẫn 索引。

11) Quy luật chuyển đổi thanh mẫu tiếng Phổ Thông w (屋) sang âm Hán Việt

11) 普通話聲母 w (屋) 的漢越音轉換規律

Thanh mẫu w tiếng Phổ Thông có thể chuyển sang những thanh mẫu tiếng Việt như sau:

普通話聲母 w 漢越音可以轉換成下列聲母：

1. Chuyển sang 轉換成 ng, ví dụ 例如： ngọa 臥;
ngọa bệnh 臥病。

2. Chuyển sang 轉換成 v, ví dụ 例如： vị 位、 vạn 萬、 vũ 武; quý vị 貴位、 vạn sự như ý 萬事如意、 vũ lực 武力。

3. Chuyển sang 轉換成 h, ví dụ 例如： hoàn 完;
hoàn thành 完成。

4. 無聲母, ví dụ 例如： ô 烏、 oa 蛙; ô nhục 烏辱、 oa thanh 蛙聲。

5. Phát âm đặc biệt 特殊發音： loan 灣, 例詞： Đài Loan 臺灣。

99

會話七：購票
〈 会话七：购票 〉
huì huà qī：gòu piào
Hội thoại bảy：Mua vé

Học từ mới 學生詞 xué shēng cí

🎧 07-01

飛機票	飞机票 fēi jī piào	vé máy bay	＼票 vé 機 máy 飛 bay
單程票	单程票 dān chéng piào	vé một chiều	＼票 vé，單程 đơn đoạn, cũng là 也叫做：單段票，chiều: phương hướng 方向。
來回票	来回票 lái huí piào	vé khứ hồi	＼票 vé，*khứ hồi* Từ Hán Việt 漢越詞：去回
臺幣	台币 tái bì	Đài tệ	＼Từ Hán Việt 漢越詞
大約	大约 dà yuē	khoảng	＼大約五分鐘就到。Khoảng năm phút sẽ đến.
百萬	百万 bǎi wàn	triệu	＼*triệu* là Chữ Hán Việt 為漢越字：兆
越南盾	越南盾 yuè nán dùn	đồng Việt Nam	＼Từ Hán Việt 漢越詞：銅越南
謝謝，請	谢谢，请 xiè xie, qǐng	cảm ơn, mời = vui lòng	＼vui 高興 lòng 心裏

護照	护照 hù zhào	hộ chiếu	\Từ Hán Việt 漢越詞
信用卡	信用卡 xìn yòng kǎ	thẻ tín dụng	\ 卡 thẻ, *tín dụng* Từ Hán Việt 漢越詞
捷運	捷运 jié yùn	tàu điện ngầm	\tàu điện 電車 ngầm 隱蔽
自動售票機	自动售票机 zì dòng shòu piào jī	máy bán vé tự động	\máy 機器 bán 販賣 vé 票 tự động 自動
等候，等	等候，等 děng hòu, děng	đợi	\ 請等一會兒。 Xin đợi một lát.
悠遊卡	悠游卡 yōu yóu kǎ	thẻ Du Du	\ 卡 thẻ, *du du* Từ Hán Việt 漢越詞
窗口	窗口 chuāng kǒu	cửa	\Là viết tắt của cửa sổ 是 cửa sổ 的簡寫
那邊	那边 nà biān	bên đó	\△ 這邊 bên này
找零	找零 zhǎo líng	tiền thối	\tiền 錢 thối 退
付費	付费 fù fèi	trả tiền	\〇 結算，付款
公車	公车 gōng chē	xe buýt	\〇 公共汽車

方便	方便 fāng biàn	tiện lợi, thuận tiện	\Từ Hán Việt 漢越詞： 便利， 順便
自動	自动 zì dòng	tự động	\Từ Hán Việt 漢越詞
自備	自备 zì bèi	tự chuẩn bị	\Từ Hán Việt 漢越詞： 自準備
零錢	零钱 líng qián	tiền lẻ	\tiền 錢 lẻ 零
對了	对了 duì le	đúng rồi	\○ 是的 △ 不對 không đúng
價	价 jià	giá	\ 價錢多少？ Giá bao nhiêu?
學生票	学生票 xué shēng piào	vé sinh viên	\ 票 vé， *sinh viên* Từ Hán Việt 漢越詞： 生員
詢問處	询问处 xún wèn chù	cửa tư vấn	*cửa* 窗口， *tư vấn* Từ Hán Việt 漢越詞： 諮問
超商	超商 chāo shāng	siêu thị	*siêu thị* Từ Hán Việt 漢越詞： 超市 Đại lục cũng nói từ này. 大陸也說此詞。
各	各 gè	các	\ 各 là Chữ Hán Việt 漢越字
車站	车站 chē zhàn	trạm xe	*trạm* Chữ Hán Việt 漢越字： 站

（一）買飛機票
〈（一）买飞机票〉
(yī) mǎi fēi jī piào
(1) Mua vé máy bay

A: 我想買從臺北到胡志明市新山一機場的機票。

〈我想买从台北到胡志明市新山一机场的机票。〉

wǒ xiǎng mǎi cóng tái běi dào hú zhì míng shì xīn shān yī jī chǎng de jī piào.

Tôi muốn mua vé từ Đài Bắc đến sân bay Tân Sơn Nhất, thành phố Hồ Chí Minh.

B: 買單程票還是來回票？

〈买单程票还是来回票？〉

mǎi dān chéng piào hái shì lái huí piào?

Mua vé một chiều hay vé khứ hồi?

A: 單程票多少錢？

〈单程票多少钱？〉

dān chéng piào duō shǎo qián?

Giá vé một chiều bao nhiêu tiền?

B: 三千五百元新臺幣（大約二百七十萬越南盾）。

〈三千五百元新台币（大约二百七十万越南盾）。〉

sān qiān wǔ bǎi yuán xīn tái bì (dà yuē èr bǎi qī shí wàn yuè nán dùn).

Ba ngàn năm trăm Đài tệ (khoảng hai triệu bảy trăm ngàn đồng Việt Nam).

A: 來回票價是多少？

〈来回票价是多少？〉

lái huí piào jià shì duō shǎo?

Giá vé khứ hồi bao nhiêu?

B: 來回票六千八百元新臺幣（大約五百二十萬越南盾）。

〈来回票六千八百元新台币（大约五百二十万越南盾）。〉

lái huí piào liù qiān bā bǎi yuán xīn tái bì (dà yuē wǔ bǎi èr shí wàn yuè nán dùn).

Vé khứ hồi là sáu ngàn tám trăm Đài tệ (khoảng năm triệu hai trăm ngàn đồng Việt Nam).

A: 請給兩張來回票。

〈请给两张来回票。〉

qǐng gěi liǎng zhāng lái huí piào.

Vui lòng cho tôi hai vé khứ hồi.

B: 請把護照給我。

〈请把护照给我。〉

qǐng bǎ hù zhào gěi wǒ.

Vui lòng cho tôi xem hộ chiếu của bạn.

A: 這是我的信用卡。

〈这是我的信用卡。〉

zhè shì wǒ de xìn yòng kǎ.

Đây là thẻ tín dụng của tôi.

B: 這是您的票。

〈这是您的票。〉

zhè shì nín de piào.

Đây là vé của bạn.

（二ㄦ）購ㄍㄡˋ捷ㄐㄧㄝˊ運ㄩㄣˋ票ㄆㄧㄠˋ
〈（二）购捷运票〉
(èr) gòu jié yùn piào
(2) Mua vé tàu điện ngầm

A: 請ㄑㄧㄥˇ問ㄨㄣˋ， 捷ㄐㄧㄝˊ運ㄩㄣˋ票ㄆㄧㄠˋ在ㄗㄞˋ哪ㄋㄚˇ兒ㄦ買ㄇㄞˇ？
〈请问，捷运票在哪儿买？〉
qǐng wèn, jié yùn piào zài nǎ ér mǎi?
Xin hỏi, mua vé tàu điện ngầm ở đâu?

B: 您ㄋㄧㄣˊ可ㄎㄜˇ以ㄧˇ在ㄗㄞˋ自ㄗˋ動ㄉㄨㄥˋ售ㄕㄡˋ票ㄆㄧㄠˋ機ㄐㄧ購ㄍㄡˋ買ㄇㄞˇ。
〈您可以在自动售票机购买。〉
nín kě yǐ zài zì dòng shòu piào jī gòu mǎi.
Chị có thể mua tại máy bán vé tự động.

A: 哎ㄞ呀ㄧㄚˊ！ 等ㄉㄥˇ候ㄏㄡˋ的ㄉㄜ人ㄖㄣˊ太ㄊㄞˋ多ㄉㄨㄛ了ㄌㄜ。
〈哎呀！ 等候的人太多了。〉
āi ya! děng hòu de rén tài duō le.
Ây da! Nhiều người đợi quá!

B: 您ㄋㄧㄣˊ還ㄏㄞˊ可ㄎㄜˇ以ㄧˇ用ㄩㄥˋ悠ㄧㄡ遊ㄧㄡˊ卡ㄎㄚˇ。
〈您还可以用悠游卡。〉
nín hái kě yǐ yòng yōu yóu kǎ.
Chị cũng có thể sử dụng thẻ Du Du.

A: 我ㄨㄛˇ還ㄏㄞˊ沒ㄇㄟˊ有ㄧㄡˇ辦ㄅㄢˋ理ㄌㄧˇ呢ㄋㄜ。
〈我还没有办理呢。〉
wǒ hái méi yǒu bàn lǐ ne.
Tôi vẫn chưa làm thẻ nữa.

B: 那ㄋㄚˋ麼ㄇㄜ要ㄧㄠˋ去ㄑㄩˋ那ㄋㄚˋ裡ㄌㄧˇ的ㄉㄜ售ㄕㄡˋ票ㄆㄧㄠˋ窗ㄔㄨㄤ口ㄎㄡˇ購ㄍㄡˋ買ㄇㄞˇ。
〈那么要去那里的售票视窗购买。〉
nà me yào qù nà lǐ de shòu piào chuāng kǒu gòu mǎi.
Thế thì phải qua bên cửa bán vé bên đó mua.

A: 好的。

〈好的。〉

hǎo de.

Vâng ạ.

C: 您好。

〈您好。〉

nín hǎo.

Xin chào chị.

A: 您好。 買兩張從昆陽到萬芳醫院的票。

〈您好。 买两张从昆阳到万芳医院的票。〉

nín hǎo. mǎi liǎng zhāng cóng kūn yáng dào wàn fāng yī yuàn de piào.

Xin chào. Mua hai vé từ Côn Dương (Kunyang) đến Bệnh viện Vạn Phương (Wanfang).

C: 這是乘車票和找回的零錢。

〈这是乘车票和找回的零钱。〉

zhè shì chéng chē piào hé zhǎo huí de líng qián.

Đây là vé xe và tiền thối.

("Tàu điện ngầm Đài Bắc" xem hình trong trang 74)

("臺北捷運" 參見74頁圖片)

（三）公車付費

〈（三）公车付费〉

(sān) gōng chē fù fèi

(3) Trả tiền xe buýt

A: 臺北的公車很方便。

〈台北的公车很方便。〉

tái běi de gōng chē hěn fāng biàn.

Xe buýt ở Đài Bắc rất tiện lợi.

B: 怎麼樣付費呢？

〈怎么样付费呢？〉

zěn me yàng fù fèi ne?

Làm sao để trả tiền xe vậy?

A: 是無人售票方式。

〈是无人售票方式。〉

shì wú rén shòu piào fāng shì.

Bán vé tự động.

B: 那我就要自備零錢了。

〈那我就要自备零钱了。〉

nà wǒ jiù yào zì bèi líng qián le.

Thế thì tôi phải tự chuẩn bị tiền lẻ rồi.

A: 是的，單段票價為十五元，學生票十二元。

〈是的，单段票价为十五元，学生票十二元。〉

shì de, dān duàn piào jià wéi shí wǔ yuán, xué shēng piào shí èr yuán.

Đúng rồi, giá vé một chiều là mười lăm đồng Đài tệ và vé sinh viên là mười hai đồng.

B: 知道了，謝謝！

〈知道了，谢谢！〉

zhī dào le, xiè xie!

Tôi biết rồi, cảm ơn!

A: 您還可以辦理悠遊卡乘車。 這樣就很方便了。

〈您还可以办理悠游卡乘车。 这样就很方便了。〉

nín hái kě yǐ bàn lǐ yōu yóu kǎ chéng chē. zhè yàng jiù hěn fāng biàn le.

Bạn có thể làm thẻ Du Du. Như vậy rất thuận tiện.

B: 在哪兒辦悠遊卡呢？

〈在哪儿办悠游卡呢？〉

zài nǎ ér bàn yōu yóu kǎ ne?

Làm thẻ Du Du ở đâu?

A: 在捷運*各車站詢問處或超商。

〈在捷运各车站询问处或超商。〉

zài jié yùn gè chē zhàn xún wèn chù huò chāo shāng.

Làm tại cửa tư vấn ở các trạm tàu điện ngầm hoặc các siêu thị.

* 捷運 có nghĩa là "vận chuyển nhanh", và được nói là 地鐵 ở đại lục Trung Quốc, nghĩa giống như tiếng Việt.

"捷運" ， 意思是快捷運輸， 在中國大陸說成 "地鐵" ， 和越南語的意思近似。

🏮 Chuyển đổi phát âm (6)　　發ㄈㄚ 音ㄧㄣ 轉ㄓㄨㄢˇ 換ㄏㄨㄢˋ

12) Âm cuối chứa phụ âm -c, -ch, -p, -t của tiếng Việt
12) 越ㄩㄝˋ 南ㄋㄢˊ 語ㄩˇ 的ㄉㄜ 子ㄗˇ 音ㄧㄣ 韻ㄩㄣˋ 尾ㄨㄟˇ -c、 -ch、 -p、 -t

Các âm cuối chứa phụ âm trong tiếng Việt không được bảo tồn trong tiếng Phổ Thông. Người Việt Nam nói tiếng Trung phải loại bỏ những âm cuối chứa phụ âm. Những người nói tiếng Phổ thông nên chú ý gia thêm những âm cuối này. Ở đây, lấy những phương ngữ Mẫn Nam, Quảng Đông, Khách Gia (ba phương ngữ) làm ví dụ, giải thích quy luật tương ứng với những âm cuối chứa phụ âm của tiếng Việt được như sau:

越ㄩㄝˋ 南ㄋㄢˊ 語ㄩˇ 的ㄉㄜ 子ㄗˇ 音ㄧㄣ 韻ㄩㄣˋ 尾ㄨㄟˇ 普ㄆㄨˇ 通ㄊㄨㄥ 話ㄏㄨㄚˋ 裡ㄌㄧˇ 面ㄇㄧㄢˋ 沒ㄇㄟˊ 有ㄧㄡˇ 保ㄅㄠˇ 留ㄌㄧㄡˊ。 越ㄩㄝˋ 南ㄋㄢˊ 人ㄖㄣˊ 說ㄕㄨㄛ 中ㄓㄨㄥ 文ㄨㄣˊ 要ㄧㄠˋ 去ㄑㄩˋ 掉ㄉㄧㄠˋ 韻ㄩㄣˋ 尾ㄨㄟˇ， 說ㄕㄨㄛ 普ㄆㄨˇ 通ㄊㄨㄥ 話ㄏㄨㄚˋ 的ㄉㄜ 人ㄖㄣˊ， 要ㄧㄠˋ 注ㄓㄨˋ 意ㄧˋ 加ㄐㄧㄚ 上ㄕㄤˋ 韻ㄩㄣˋ 尾ㄨㄟˇ。 這ㄓㄜˋ 裡ㄌㄧˇ 以ㄧˇ 閩ㄇㄧㄣˊ 南ㄋㄢˊ 話ㄏㄨㄚˋ、 廣ㄍㄨㄤˇ 州ㄓㄡ 話ㄏㄨㄚˋ、 客ㄎㄜˋ 家ㄐㄧㄚ 話ㄏㄨㄚˋ（三ㄙㄢ 方ㄈㄤ 言ㄧㄢˊ） 為ㄨㄟˊ 例ㄌㄧˋ， 和ㄏㄜˊ 越ㄩㄝˋ 南ㄋㄢˊ 語ㄩˇ 的ㄉㄜ 子ㄗˇ 音ㄧㄣ 尾ㄨㄟˇ 韻ㄩㄣˋ 對ㄉㄨㄟˋ 應ㄧㄥˋ 的ㄉㄜ 規ㄍㄨㄟ 律ㄌㄩˋ 說ㄕㄨㄛ 明ㄇㄧㄥˊ 如ㄖㄨˊ 下ㄒㄧㄚˋ：

1. Trong ba phương ngữ, những chữ kết thúc với -k, âm Hán Việt lấy -c và -ch làm âm cuối. Nếu những chữ nhập thanh kết thúc với -i trong tiếng Phổ Thông hoặc những chữ nhập thanh kết thúc với -ai và -e trong tiếng Phổ Thông, thanh mẫu âm Hán Việt có a, thì âm Hán Việt hay kết thúc với -ch.

1. 在ㄗㄞˋ 三ㄙㄢ 方ㄈㄤ 言ㄧㄢˊ 中ㄓㄨㄥ 以ㄧˇ -k 結ㄐㄧㄝˊ 尾ㄨㄟˇ 的ㄉㄜ 漢ㄏㄢˋ 字ㄗˋ， 漢ㄏㄢˋ 越ㄩㄝˋ 音ㄧㄣ 就ㄐㄧㄡˋ 以ㄧˇ -c、 -ch 為ㄨㄟˊ 子ㄗˇ 音ㄧㄣ 韻ㄩㄣˋ 尾ㄨㄟˇ。 如ㄖㄨˊ 果ㄍㄨㄛˇ 在ㄗㄞˋ 普ㄆㄨˇ 通ㄊㄨㄥ 話ㄏㄨㄚˋ 以ㄧˇ -i 結ㄐㄧㄝˊ 尾ㄨㄟˇ 的ㄉㄜ 入ㄖㄨˋ 聲ㄕㄥ 字ㄗˋ 或ㄏㄨㄛˋ 者ㄓㄜˇ 在ㄗㄞˋ 普ㄆㄨˇ 通ㄊㄨㄥ 話ㄏㄨㄚˋ 以ㄧˇ -ai、 -e 結ㄐㄧㄝˊ 尾ㄨㄟˇ 的ㄉㄜ 入ㄖㄨˋ 聲ㄕㄥ 字ㄗˋ、 漢ㄏㄢˋ 越ㄩㄝˋ 音ㄧㄣ 的ㄉㄜ 母ㄇㄨˇ 音ㄧㄣ 為ㄨㄟˊ a 的ㄉㄜ， 漢ㄏㄢˋ 越ㄩㄝˋ 音ㄧㄣ 多ㄉㄨㄛ 以ㄧˇ -ch 結ㄐㄧㄝˊ 尾ㄨㄟˇ。

Ví dụ 例ㄌㄧˋ 如ㄖㄨˊ： tích 積ㄐㄧ、 tịch 席ㄒㄧˊ、 chước 著ㄓㄨˋ、 khách 客ㄎㄜˋ、 trạch 宅ㄓㄞˊ; tích cực 積ㄐㄧ 極ㄐㄧˊ、 chủ tịch 主ㄓㄨˇ 席ㄒㄧˊ、 chước tác 著ㄓㄨˋ 作ㄗㄨㄛˋ、 khách sạn 客ㄎㄜˋ 棧ㄓㄢˋ、 thổ trạch 土ㄊㄨˇ 宅ㄓㄞˊ。

2. Trong ba phương ngữ, những chữ kết thúc với -p, âm Hán Việt lấy -p làm âm cuối.

2. 在三方言中以 -p 結尾的漢字， 漢越音也以 -p 為子音韻尾。

　　ví dụ 例如： thập 十、 pháp 法、 diệp 葉；thập toàn thập mỹ 十全十美、 pháp lý 法理、 tứ diệp thái 四葉菜。

3. Trong ba phương ngữ, những chữ kết thúc với -t, âm Hán Việt lấy -t làm âm cuối.

3. 在三方言中以 -t 結尾的漢字， 漢越音也以 -t 為子音韻尾。

　　ví dụ 例如： nhất 一、 diệt 滅、 thuyết 說；nhất trí 一致、 tiêu diệt 消滅、 thuyết minh 說明。

會話八：搭機
〈 会话八：搭机 〉
huì huà bā : dā jī
Hội thoại tám : Ngồi máy bay

Học từ mới 學生詞 xué shēng cí

🎧 08-01

搭機	搭机 dā jī	ngồi máy bay	\ngồi 坐 máy bay 飛機
手續	手续 shǒu xù	thủ tục	\Từ Hán Việt 漢越詞
直飛	直飞 zhí fēi	bay thẳng	\bay 飛 thẳng 直
而	而 ér	mà	\ 小而美。 Nhỏ mà đẹp.
從	从 cóng	từ	\từ= Chữ Hán Việt 漢越 字： 自 tự
飛到	飞到 fēi dào	bay đến	\○ 飛來
轉機， 過境	转机，过境 zhuǎn jī, guò jing	quá cảnh	\quá cảnh Từ Hán Việt 漢越詞： 過境
麻煩點	麻烦点 má fán diǎn	hơi rắc rối	\hơi 一點 rắc rối 打攪
耽誤， 遲， 慢	耽误，迟，慢 dān wù, chí, màn	chậm	\ 晚點一小時。 Chậm đến một tiếng rồi.

111

多長	多长 duō cháng	bao lâu	\0 多久
兩小時	两小时 liǎng xiǎo shí	hai tiếng đồng hồ	\tiếng 小時 đồng hồ 時鐘
先	先 xiān	trước	\ 你先去吧。 Em đi trước.
已經	已经 yǐ jīng	đã	\媽媽已經到了。 Mẹ đã đến rồi.
托運行李	托运行李 tuō yùn xíng lǐ	hành lý ký gửi	*ký gửi* 兩個字意思都是 " 寄 ", *hành lý* Từ Hán Việt 漢越詞
行李標籤	行李标签 xíng lǐ biāo qiān	biểu ký hiệu hành lý	*thẻ* 標籤 , 符號
什麼時候	什么时候 shén me shí hòu	khi nào	\khi 時期 nào 哪個
登機門	登机门 dēng jī mén	cổng lên máy bay	\cổng 大門 lên 上 máy bay 飛機
旅途	旅途 lǚ tú	chuyến đi	\chuyến 一轉 đi 去
請求幫助	请求帮助 qǐng qiú bāng zhù	nhờ giúp đỡ	\nhờ 依靠 giúp đỡ 幫助
上， 在上面	上，在上面 shàng, zài shàng trên miàn	shàng, zài shàng trên	\貓躺在椅子上。 Con mèo nằm trên ghế.
椅子	椅子 yǐ zi	ghế	\椅子是圓形的。 Chiếc ghế hình tròn.
座位	座位 zuò wèi	chỗ ngồi	\chỗ 地方 ngồi 坐

放	放 fàng	đặt	\放到桌上。 Đặt lên bàn.
當然	当然 dāng rán	đương nhiên	\Từ Hán Việt 漢越詞
空服員	空服员 kōng fú yuán	tiếp viên hàng không/phục vụ	\Từ Hán Việt 漢越詞：接員服務
餐飲	餐饮 cān yǐn	bữa ăn	\餐 bữa 飲 uống
喝果汁	喝果汁 hē guǒ zhī	uống nước trái cây	\nước 水 trái cây 果實
米飯	米饭 mǐ fàn	cơm	\0 飯， 米 gạo
麵條	面条 miàn tiáo	mì	\0 麵， 條 dải
難受，不舒服	难受， 不舒服 nán shòu, bù shū fú	khó chịu	\khó 難 chịu 忍受
暈機藥	晕机药 yūn jī yào	thuốc chống say máy bay	\thuốc 藥 chống 反抗 say 醉 máy bay 飛機
取回，拿	取回，拿 qǔ huí, ná	lấy	\ 拿給我看看。 Lấy cho tôi xem.
看	看 kàn	xem	\0 見， 看見
行李轉盤	行李转盘 xíng lǐ zhuàn pán	băng chuyền hành lý	\băng 帶子， *chuyền* 傳送， *hành lý* Từ Hán Việt 漢越詞

（一）登機手續
〈（一）登机手续〉
(yī) dēng jī shǒu xù
(1) Thủ tục lên máy bay

A: 你搭乘的不是直飛航班，是從釜山飛來的。

〈你搭乘的不是直飞航班，是从釜山飞来的。〉

nǐ dā chéng de bú shì zhí fēi háng bān, shì cóng fǔ shān fēi lái de.

Chuyến bay của ông không bay thẳng, mà từ Busan bay đến.

B: 轉機會麻煩一點。

〈转机会麻烦一点。〉

zhuǎn jī huì má fán yī diǎn.

Quá cảnh sẽ hơi rắc rối một chút.

A: 班機會延遲到達。

〈班机会延迟到达。〉

bān jī huì yán chí dào dá.

Chuyến bay này sẽ đến muộn.

B: 耽誤多長時間？

〈耽误多长时间？〉

dān wù duō cháng shí jiān?

Chậm khoảng bao lâu ạ?

A: 大約兩小時。

〈大约两小时。〉

dà yuē liǎng xiǎo shí.

Khoảng hai tiếng đồng hồ.

B: 我先辦登機手續吧。

〈 我先办登机手续吧。〉

wǒ xiān bàn dēng jī shǒu xù ba.

Tôi làm thủ tục lên máy bay trước đã.

A: 您只可以托運二十公斤行李。

〈 您只可以托运二十公斤行李。〉

nín zhǐ kě yǐ tuō yùn èr shí gōng jīn xíng lǐ.

Ông chỉ có hai mươi ki lô gam hành lý ký gửi.

B: 好的， 請給我行李標籤好嗎？

〈 好的，请给我行李标签好吗？〉

hǎo de, qǐng gěi wǒ xíng lǐ biāo qiān hǎo ma?

Dạ, cho tôi xin biểu ký hiệu hành lý được không?

A: 給您機票、 登機卡和行李標籤。

〈 给您机票、登机卡和行李标签。〉

gěi nín jī piào, dēng jī kǎ hé xíng lǐ biāo qiān.

Dạ, vé máy bay, vé lên máy bay và biểu ký hiệu hành lý của ông đây.

B: 什麼時候登機？

〈 什么时候登机？〉

shén me shí hòu dēng jī?

Khi nào lên máy bay?

A: 登機時間是上午十點三十分。

〈 登机时间是上午十点三十分。〉

dēng jī shí jiān shì shàng wǔ shí diǎn sān shí fēn.

Thời gian lên máy bay là mười giờ ba mươi phút sáng.

B: 從幾號登機門？

〈 从几号登机门？〉

cóng jǐ hào dēng jī mén?

Cổng lên máy bay số mấy?

A: 請由六號登機門登機。

〈请由六号登机门登机。〉

qǐng yóu liù hào dēng jī mén dēng jī.

Vui lòng lên máy bay tại cổng số sáu.

B: 明白了， 謝謝！ 再見。

〈明白了，谢谢！ 再见。〉

míng bái le, xiè xie! zài jiàn.

Tôi hiểu rồi, cảm ơn cô! Tạm biệt.

A: 祝你旅途愉快。

〈祝你旅途愉快。〉

zhù nǐ lǚ tú yú kuài.

Chúc ông có một chuyến đi vui vẻ.

（二ㄦ）機ㄐㄧ上ㄕㄤ請ㄑㄧㄥ求ㄑㄧㄡ
〈（二）机上请求〉
(èr) jī shàng qǐng qiú
(2) Nhờ giúp đỡ trên máy bay

A: 請ㄑㄧㄥ問ㄨㄣ座ㄗㄨㄛ位ㄨㄟ 6A 在ㄗㄞ哪ㄋㄚ裡ㄌㄧ？
〈请问座位 6A 在哪里？〉
qǐng wèn zuò wèi liù A zài nǎ lǐ?
Xin hỏi ghế sáu A ở đâu?

B: 你ㄋㄧ的ㄉㄜ座ㄗㄨㄛ位ㄨㄟ是ㄕ靠ㄎㄠ窗ㄔㄨㄤ位ㄨㄟ置ㄓ， 請ㄑㄧㄥ來ㄌㄞ這ㄓㄜ邊ㄅㄧㄢ。
〈你的座位是靠窗位置，请来这边。〉
nǐ de zuò wèi shì kào chuāng wèi zhì, qǐng lái zhè biān.
Chỗ ngồi của ông gần cửa sổ, mời ông qua đây.

A: 幫ㄅㄤ我ㄨㄛ放ㄈㄤ一ㄧ下ㄒㄧㄚ行ㄒㄧㄥ李ㄌㄧ好ㄏㄠ嗎ㄇㄚ？
〈帮我放一下行李好吗？〉
bāng wǒ fàng yí xià xíng lǐ hǎo ma?
Anh đặt hành lý lên giúp tôi được không?

B: 當ㄉㄤ然ㄖㄢ可ㄎㄜ以ㄧ。
〈当然可以。〉
dāng rán kě yǐ.
Đương nhiên là được rồi.

C: 送ㄙㄨㄥ餐ㄘㄢ的ㄉㄜ空ㄎㄨㄥ服ㄈㄨ員ㄩㄢ來ㄌㄞ了ㄌㄜ。
〈送餐的空服员来了。〉
sòng cān de kōng fú yuán lái le.
Tiếp viên phục vụ bữa ăn đến rồi.

D: 我ㄨㄛ想ㄒㄧㄤ喝ㄏㄜ點ㄉㄧㄢ果ㄍㄨㄛ汁ㄓ。
〈我想喝点果汁。〉
wǒ xiǎng hē diǎn guǒ zhī.
Tôi muốn uống một bát nước trái cây.

C: 我們還有麵條和米飯。

〈我们还有面条和米饭。〉

wǒ men hái yǒu miàn tiáo hé mǐ fàn.

Chúng tôi còn có mì và cơm.

D: 我想吃麵條。

〈我想吃面条。〉

wǒ xiǎng chī miàn tiáo.

Tôi muốn ăn mì.

E: 我覺得不舒服。

〈我觉得不舒服。〉

wǒ jiào de bù shū fú.

Tôi cảm thấy khó chịu.

F: 您這是暈機。

〈您这是晕机。〉

nín zhè shì yūn jī.

Ông bị say máy bay rồi.

E: 請給我送點暈機藥。

〈请给我送点晕机药。〉

qǐng gěi wǒ sòng diǎn yūn jī yào.

Vui lòng cho tôi một ước thuốc chống say máy bay.

（三）取回行李

〈（三）取回行李〉

(sān) qǔ huí xíng lǐ

(3) Lấy hành lý

A: 我正在找我的行李。

〈我正在找我的行李。〉

wǒ zhèng zài zhǎo wǒ de xíng lǐ.

Tôi đang tìm hành lý của mình.

B: 給我看看你的行李票。

〈 给我看看你的行李票。 〉

gěi wǒ kàn kàn nǐ de xíng lǐ piào.

Cho tôi xem thẻ hành lý của ông.

A: 我到哪裡取回我的行李呢？

〈 我到哪里取回我的行李呢？ 〉

wǒ dào nǎ lǐ qǔ huí wǒ de xíng lǐ ne?

Tôi phải lấy lại hành lý ở đâu?

B: 您看， 您的行李應該在第三號行李轉盤。

〈 您看，您的行李应该在第三号行李转盘。 〉

nín kàn, nín de xíng lǐ yīng gāi zài dì sān hào xíng lǐ zhuàn pán.

Ông xem, hành lý của ông chắc là ở băng chuyền hành lý số ba.

A: 喔， 這是第一號， 謝謝您！

〈 喔，这是第一号，谢谢您！ 〉

ō, zhè shì dì yī hào, xiè xie nín!

Ồ, đây là số một, cảm ơn anh!

B: 不用客气。

〈 不用客气。 〉

bú yòng kè qì.

Không nên khách khí.

Quốc gia và thủ đô　國家與首都　08-03

Bảng so sánh tên quốc gia và tên thủ đô, về tên địa danh của hai bên xem phụ lục 2 và 3, còn thủ đô của các nước Mỹ , Pháp , Ý và Nga xem trang 121.

國家和首都對照表， 兩邊的地名參見附錄二和三， 美國、 法國、 義大利、 俄羅斯首都見 121 頁。

亞洲	Châu Á	-	-
日本	Nhật Bản	東京	Tokyo
韓國	Hàn Quốc	首爾	Seoul
印度	Ấn Độ	新德里	New Delhi
泰國	Thái Lan	曼谷	Bangkok
寮國 / 老撾	Lào	萬象	Viêng Chăn
東埔寨	Cam-pu-chia	金邊	Phnôm Pênh
緬甸	Miến Điện (Myanmar)	內比都	Naypyida
歐洲	Châu âu	-	-
英國	Vương quốc Anh	倫敦	Luân Đôn
德國	Đức	柏林	Berlin
希臘	Hy Lạp	雅典	Athens
西班牙	Tây Ban Nha	馬德里	Madrid
葡萄牙	Bồ Đào Nha	里斯本	Lisbon
瑞典	Thụy Điển	斯德哥爾摩	Stockholm
丹麥	Đan Mạch	哥本哈根	Copenhagen

非洲	Châu Phi	-	-
埃及	Ai Cập	開羅	Cairo
南非	Nam Phi	普利托里亞	Pretoria
美洲	Châu Mỹ	-	-
古巴	Cuba	哈瓦那	Havana
加拿大	Canada	渥太華	Ottawa
大洋洲	Châu Đại Dương	-	-
澳大利亞	Úc / Úc Đại Lợi	坎培拉	Canberra
斐濟	Fi-ji	蘇瓦	Suva

Vào thời kỳ đầu, các danh từ riêng của thế giới thường được dịch hình theo chữ Hán và bây giờ đều bị phiên âm trừ danh từ riêng Trung văn.

早期的越語對世界專有名詞譯名往往是按照漢字的漢越音來翻譯的，而現在除中文專名外都採用音譯了。

中文	漢越音	譯音	原文
愛爾蘭	Ái Nhĩ Lan	Ailen	Ireland
巴黎	Ba Lê	Pa-ri	Paris
巴西	Ba Tây	Braxin	Brazil
華盛頓	Hoa Thịnh Đốn	Uơ-sing-tôn	Washington
羅馬	La Mã	Rôma	Roma
莫斯科	Mạc Tư Khoa	Môskva	Москва
梵蒂岡	Phạn Đế Cương	Vatican	Vatican
菲律賓	Phi Luật Tân	Philíppin	The Philippines
新西蘭	Tân Tây Lan	Niu Di-lân	New Zealand
捷克	Tiệp Khác	Séc	Czech

🏮 Chuyển đổi phát âm (7)　　發音轉換

13) Âm cuối chứa âm mũi -m, -n, -ng, -nh của tiếng Việt

13) 越南語的鼻韻尾 -m、 -n、 -ng、 -nh

Chỉ có âm cuối chứa âm mũi trong tiếng Phổ Thông: -n, -ng. Có bốn âm cuối chứa âm mũi trong tiếng Việt: -m, -n, -ng, -nh. Những âm cuối chứa âm mũi này đều có thể tìm thấy quy luật tương ứng trong ba phương ngữ.

普通話的鼻音韻尾只有兩個： -n、 -ng。 在越南語鼻音韻尾有四個： -m、 -n、 -ng、 -nh。 這些鼻音韻尾在三方言中可以找到對應的規律。

1. Trong ba phương ngữ, những chữ kết thúc với -m, âm Hán Việt cũng lấy -m làm âm cuối. Trong tiếng Phổ Thông, tất cả trở thành -m.

1. 在三方言中以 -m 結尾的漢字， 漢越音也以 -m 為子音韻尾。 在普通話裡全部變成 -n。

　　ví dụ 例如： cảm 感、 ám 暗、 thám 探、 xâm 侵 ; thông cảm 通感、 ám sát 暗殺、 trinh thám 偵探、 xâm chiếm 侵佔。

2. Trong ba phương ngữ, những chữ kết thúc với -n, tiếng Phổ Thông, âm Hán Việt cũng lấy -n làm âm cuối.

2. 在三方言中以 -n 結尾的漢字， 普通話、 漢越音也以 -n 為子音韻尾。

　　ví dụ 例如： toàn 全、 quan 觀 ; an toàn 安全、 quan sát 觀察。

3. Trong tiếng Phổ Thông, những chữ kết thúc với -ng, âm Hán Việt có hai âm cuối -ng, -nh.

3. 在普通話中以 -ng 結尾的漢字， 漢越音有 ng、 nh 兩個韻尾。

Khi tiếng Phổ Thông có 普通話有 a、 o、 ua、 時, âm cuối mũi là 鼻韻尾是 ng, ví dụ 例如： không 空、 quang 光、 nông 農、 đảng 黨、 bàng 彷、 quảng 廣; đảng phái 黨派、 bàng hoàng 彷徨、 Quảng Nam 廣南。

Khi tiếng Phổ Thông có 普通話有 i、 e 時, âm cuối mũi là 鼻韻尾是 nh, ví dụ 例如： kinh 京、 sinh 生、 thành 成、 ảnh 影、 lệnh 令、 đỉnh 頂; ảnh hưởng 影響、 chỉ lệnh 指令、 đỉnh cao 頂高。

123

會話九：搭車
〈 会话九：搭车 〉
huì huà jiǔ : dā chē
Hội thoại chín : Bắt xe

Học từ mới　學生詞　xué shēng cí

🎧 09-01

趕車	赶车 gǎn chē	bắt xe	\bắt 抓住 xe 車
火車	火车 huǒ chē	xe lửa, tàu hỏa	\miền Bắc 北方 tàu hỏa, miền Nam 南方 xe lửa
直達	直达 zhí dá	đi thẳng	\đi 走 thẳng 一直
晚點	晚点 wǎn diǎn	đến trễ	\đến 到達 trễ 滯留
準點	准点 zhǔn diǎn	đúng giờ	\0 按時
車廂	车厢 chē xiāng	toa	\ 我在第八車廂。 Tôi ở trong toa thứ tám.
順著這個方向	顺着这个方向 shùn zhe zhè ge fāng xiàng	theo hướng này	\theo 順著 hướng 方向 này 這個
記有	记有 jì yǒu	có ghi	\có 有 ghi 記
試著找	试着找 shì zhe zhǎo	tìm thử xem	\tìm 找 thử 試 xem 看
計程車	计程车 jì chéng chē	taxi	\0 的士， 德士 taxi Phát âm là 發音是：tắc xi

很急	很急 hěn jí	có gấp/rất gấp	\có 有 gấp 急切 rất 非常
盡可能 開快點	尽可能开快点 jìn kě néng kāi kuài diǎn	lái nhanh giúp tôi	\Ý nghĩa là 意思是： 開 快 幫 我
會努力	会努力 huì nǔ lì	sẽ cố gắng	\sẽ 將 cố gắng 努力
一趟	一趟 yí tàng	một chuyến	\một 一 chuyến 轉
還有	还有 hái yǒu	vẫn còn	\vẫn 仍舊 còn 存在
充裕時間	充裕时间 chōng yù shí jiān	dư thời gian	\dư 餘 thời gian 時間 Đều là Từ Hán Việt. 都是 漢越詞。
再過	再过 zài guò	nữa	\Ý nghĩa là 意思是： 還 有， 再有
就到	就到 jiù dào	là đến	\là 是 đến 到

Bài khoá 課文 kè wén

（一）乘坐火車

〈（一）乘坐火车〉

(yī) chéng zuò huǒ chē

(1) Ngồi xe lửa (tàu hỏa)

A: 這是直達列車嗎？

〈这是直达列车吗？〉

zhè shì zhí dá liè chē ma?

Đây có phải là chuyến xe lửa đi thẳng không?

B: 不是。

〈不是。〉

bú shì.

Không phải.

A: 火車晚點還是準點？

〈火车晚点还是准点？〉

huǒ chē wǎn diǎn hái shì zhǔn diǎn?

Xe lửa đến trễ hay đúng giờ?

B: 準點。

〈准点。〉

zhǔn diǎn.

Đúng giờ.

A: 請問，到二車二十號座位怎麼走？

〈请问，到二车二十号座位怎么走？〉

qǐng wèn, dào èr chē èr shí hào zuò wèi zěn me zǒu?

Xin hỏi, toa hai ghế số hai mươi đi như thế nào?

B: 順著這個方向走，車廂上有號碼。

〈顺着这个方向走，车厢上有号码。〉

shùn zhe zhè ge fāng xiàng zǒu, chē xiāng shàng yǒu hào mǎ.

Đi theo hướng này, trên toa xe có ghi số ghế.

A: 那我試著找找看， 謝謝。
〈那我试着找找看，谢谢。〉
nà wǒ shì zhe zhǎo zhǎo kàn, xiè xie.
Vậy để tôi tìm thử xem, cảm ơn.

（二）坐計程車
〈（二）坐计程车〉
(èr) zuò jì chéng chē
(2) Ngồi tắc xi

A: 計程車！
〈计程车！〉
jì chéng chē!
Tắc xi!

B: 您要去哪兒？
〈您要去哪儿？〉
nín yào qù nǎ er?
Ông muốn đi đâu ạ?

A: 去桃園國際機場。
〈去桃园国际机场。〉
qù táo yuán guó jì jī chǎng.
Tới sân bay quốc tế Đào Viên.

B: 你很急嗎？
〈你很急吗？〉
nǐ hěn jí ma?
Ông có gấp không?

A: 是， 請你盡可能開快點。
〈是，请你尽可能开快点。〉
shì, qǐng nǐ jìn kě néng kāi kuài diǎn.
Có, anh vui lòng lái nhanh giúp tôi.

B: 好的， 我盡量快。

〈好的，我尽量快。〉

hǎo de, wǒ jìn liàng kuài.

Được, tôi sẽ cố gắng.

（三）公車

〈（三）公车〉

(sān) gōng chē

(3) Xe buýt

A: 每十分鐘將有一班公車。

〈每十分钟将有一趟公车。〉

měi shí fēn zhōng jiāng yǒu yī bān gōng chē.

Mười phút sẽ có một chuyến xe buýt.

B: 公車什麼時候到達？

〈公车什么时候到达？〉

gōng chē shén me shí hòu dào dá?

Khi nào xe buýt đến?

A: 現在還有充裕時間。

〈现在还有充裕时间。〉

xiàn zài hái yǒu chōng yù shí jiān.

Bây giờ vẫn còn dư thời gian.

B: 知道了， 謝謝你。

〈知道了，谢谢你。〉

zhī dào le, xiè xie nǐ.

Tôi biết rồi, cảm ơn chị.

A: 請不要坐過站了。

〈请不要坐过站了。〉

qǐng bú yào zuò guò zhàn le.

Xin đừng ngồi quá trạm.

B: 還有多少站？

〈还有多少站？〉

hái yǒu duō shǎo zhàn?

Còn bao nhiêu trạm nữa?

A: 再過兩站就到達了。

〈再过两站就到达了。〉

zài guò liǎng zhàn jiù dào dá le.

Còn có hai trạm nữa là đến.

B: 我會注意的， 你太好了！

〈我会注意的，你太好了！〉

wǒ huì zhù yì de, nǐ tài hǎo le!

Tôi sẽ chú ý. Chị tốt quá!

🏮 Chuyển đổi phát âm (8)   發音轉換

14) Quy luật chuyển đổi vận mẫu tiếng Phổ Thông a (啊) sang âm Hán Việt

14) 普通話韻母 a (啊) 的漢越音轉換規律

1. Chuyển sang 轉換成 a, ví dụ 例如： tha 他、 bá 霸、 nhã 雅 ; tha nhân 他人、 bá chủ 霸主、 văn nhã 文雅。

2. Chuyển sang 轉換成 ai, ví dụ 例如： giai 佳 ; giai cảnh 佳境。

3. Những chữ nhập thanh có thể chuyển sang 入聲字可以轉換成 át, ạt, ví dụ 例如： phát 發、 đạt 達 ; phát minh 發明、 hiển đạt 顯達。

15) Quy luật chuyển đổi vận mẫu tiếng Phổ Thông ai (愛) sang âm Hán Việt

15) 普通話韻母 ai (愛) 的漢越音轉換規律

1. Chuyển sang 轉換成 ai, ví dụ 例如： thái 態、 khái 概、 nại 耐 ; sinh thái 生態、 tiết khái 節概、 nại khổ 耐苦。

2. Những chữ nhập thanh có thể chuyển sang 入聲字可以轉換成 ạch, ví dụ 例如： bạch 白 ; phiếu bạch 漂白。

16) Quy luật chuyển đổi vận mẫu tiếng Phổ Thông an (安) sang âm Hán Việt

16) 普通話韻母 an (安) 的漢越音轉換規律

1. Chuyển sang 轉換成 an, ví dụ 例如: tàn殘、 bán 半、 tán 贊; tàn tật 殘疾、 bán kính 半徑、 tham tán 參贊。

2. Chuyển sang 轉換成 am, ví dụ 例如: cảm 敢、 đảm 擔、 tham 參; dũng cảm 勇敢、 đảm bảo 擔保、 tham khảo 參考。

3. Chuyển sang 轉換成 yên, ví dụ 例如: yên 安、 truyền 傳、 duyên 緣; yên tâm 安心、 tuyên truyền 宣傳、 duyên phận 緣分。

17) Quy luật chuyển đổi vận mẫu tiếng Phổ Thông ang (昂) sang âm Hán Việt

17) 普通話韻母 ang (昂) 的漢越音轉換規律

1. Chuyển sang 轉換成 ang, ví dụ 例如: lãng 朗、 hàng 航、 cảng 港; khai lãng 開朗、 hàng không 航空、 Hương Cảng 香港 (Hồng Kông, là từ tiếng Quảng Đông 是廣東方言)。

2. Chuyển sang 轉換成 ương, ví dụ 例如: đương 當、 trường 長、 đường 糖; đương niên 當年、 Trường Giang 長江、 chế đường 製糖。

3. Chuyển sang 轉換成 ong, ví dụ 例如: phòng 房、 phóng 放; liên phòng 蓮房、 giải phóng 解放。

會話十：家務
〈 会话十：家务 〉
huì huà shí : jiā wù
Hội thoại mười : Làm việc nhà

Học từ mới 學生詞 xué shēng cí　　🎧 10-01

家務	家务 jiā wù	làm việc nhà	\làm 做 việc nhà 家務
打掃	打扫 dǎ sǎo	quét dọn	\lượt 打 quét 掃 ， dọn 清理
盥洗	盥洗 guàn xǐ	giặt giũ	\giặt 洗 giũ 搖動
後	后 hòu	sau khi	\△ 前 trước khi
主人	主人 zhǔ rén	chủ nhà	\chủ 主 nhà 家 ，房子
上班	上班 shàng bān	đi làm	\đi 去 làm 做
請你	请你 qǐng nǐ	nhờ chị	\ 還可說： Cũng có thể nói: nhờ anh, nhờ ông, nhờ bà, v. v.
房間	房间 fáng jiān	phòng	\phòng là Chữ Hán Việt 漢越 字： 房
注意	注意 zhù yì	chú ý	\Từ Hán Việt 漢越詞
分類	分类 fēn lèi	phân loại	\Từ Hán Việt 漢越詞

放到	放到 fàng dào	bỏ vào	\bỏ 放，拋棄 vào 進入
垃圾桶	垃圾桶 lè sè tǒng	thùng rác	\thùng 箱，桶 rác 垃圾
不同的	不同的 bù tóng de	khác nhau	\khác 不相同 nhau 相互
洗衣服	洗衣服 xǐ yī fú	giặt quần áo	\giặt 清洗 quần áo 衣服
每天	每天 měi tiān	hàng ngày	\hàng 一系列 ngày 日子
乾淨	干净 gān jìng	sạch	\把灰塵打掃乾淨。 Làm sạch bụi.
摺疊	折迭 zhé dié	xếp lại	\xếp 摺，疊 lại 再次
整潔	整洁 zhěng jié	gọn gàng	\gọn 清潔 gàng 有規則
煮吃的	煮吃的 zhǔ chī de	nấu ăn	\nấu 烹調，煮 ăn 吃的
合胃口	合胃口 hé wèi kǒu	hợp khẩu vị	\Từ Hán Việt 漢越詞
稀， 鬆弛	稀，松弛 xī, sōng chí	nhão	\麵團揉得太稀了。 Bột nhào quá nhão.
菜	菜 cài	thức ăn	\thức 東西 ăn 吃的
好吃	好吃 hǎo chī	ngon	\0 味道好，可口
鹹	咸 xián	mặn	\泰國人喜歡吃鹹的。 Người Thái thích ăn mặn.

有點	有点 yǒu diǎn	một chút	\một 一 chút 些
澆水	浇水 jiāo shuǐ	tưới nước	\tưới 澆 nước 水
花草	花草 huā cǎo	hoa cỏ	\hoa Chữ Hán Việt 漢越字: 花,cỏ 草
陽臺	阳台 yáng tái	ban công	\Chuyển ngữ từ Pháp balcon 法語 詞 balcon 的音譯
庭院	庭院 tíng yuàn	sân vườn	\sân 場地 vườn 花園
不下雨	不下雨 bú xià yǔ	trời không mưa	\trời 天 không 不 mưa 雨
每禮拜	每礼拜 měi lǐ bài	mỗi tuần	\mỗi 每 tuần 旬
除雜草	除杂草 chú zá cǎo	dọn cỏ dại	\dọn 清除 cỏ 草 dại 野
嗯	嗯 ēn	ừm	\từ tượng thanh 象聲詞
快遞件	快递件 kuài dì jiàn	đồ chuyển phát nhanh	\đồ 東西, nhanh 快速, chuyển phát Từ Hán Việt 漢越 詞: 轉發
收件	收件 shōu jiàn	nhận hàng	\nhận 認收 hàng 東西, 貨 物
包括	包括 bāo kuò	gồm	\ 還可說: Cũng có thể nói: bao gồm
大米	大米 dà mǐ	gạo	\Phở làm bằng bột gạo. 粿條(河 粉)是米粉做的。

牛肉	牛肉 niú ròu	thịt bò	\thịt 肉 bò 牛
金槍魚	金枪鱼 jīn qiāng yú	cá ngừ	\cá 魚 ngừ 笨重的
冷凍庫	冷冻库 lěng dòng kù	tủ lạnh	\tủ 櫃 lạnh 冷
少放點	少放点 shǎo fàng diǎn	bỏ ít lại	bỏ 扔掉，丢掉 ít 少 lại 再次
鹽	盐 yán	muối	越南海鹽產量很高。 Sản lượng muối biển của Việt Nam rất cao.

（一）打掃盥洗
‹（一）打扫盥洗›
(yī) dǎ sǎo guàn xǐ
(1) Quét dọn giặt giũ

A: 主人上班後，請你打掃一下房間。
‹主人上班后，请你打扫一下房间。›
zhǔ rén shàng bān hòu, qǐng nǐ dǎ sǎo yí xià fáng jiān.
Sau khi chủ nhà đi làm, nhờ chị dọn phòng nhé.

B: 好的，我會的。
‹好的，我会的。›
hǎo de, wǒ huì de.
Dạ, tôi sẽ làm.

A: 注意分類好垃圾。
‹注意分类好垃圾。›
zhù yì fèn lèi hǎo lè sè.
Chú ý phân loại rác.

B: 我會分類好，放到不同的垃圾桶去的。
‹我会分类好，放到不同的垃圾桶去的。›
wǒ huì fēn lèi hǎo, fàng dào bù tóng de lè sè tǒng qù de.
Tôi sẽ phân loại và bỏ vào thùng rác khác nhau.

A: 每天換洗的衣服都要洗一洗。
‹每天换洗的衣服都要洗一洗。›
měi tiān huàn xǐ de yī fú dōu yào xǐ yī xǐ.
Nên giặt quần áo hàng ngày.

B: 我會洗乾淨，然後摺疊好。

〈我会洗干净，然后折迭好。〉

wǒ huì xǐ gān jìng, rán hòu zhé dié hǎo.

Tôi sẽ giặt sạch, rồi xếp lại gọn gang.

（二）煮飯做菜

〈（二）煮饭做菜〉

(èr) zhǔ fàn zuò cài

(2) Nấu ăn

A: 昨天煮的飯菜合胃口嗎？

〈昨天煮的饭菜合胃口吗？〉

zuó tiān zhǔ de fàn cài hé wèi kǒu ma?

Đồ ăn hôm qua có hợp khẩu vị không?

B: 飯煮得太稀了。

〈饭煮得太稀了。〉

fàn zhǔ dé tài xī le.

Cơm nhão quá.

A: 那我少放點水。

〈那我少放点水。〉

nà wǒ shǎo fàng diǎn shuǐ.

Vậy tôi sẽ bỏ ít nước lại.

B: 菜的味道怎麼樣？

〈菜的味道怎么样？〉

cài de wèi dào zěn me yàng.

Thức ăn thì như thế nào?

A: 很好吃，只是有點鹹了。

〈很好吃，只是有点咸了。〉

hěn hǎo chī, zhǐ shì yǒu diǎn xián le.

Rất ngon, chỉ mặn một chút.

B: 那我再少放點鹽。

〈那我再少放点盐。〉

nà wǒ zài shǎo fàng diǎn yán.

Sau này tôi sẽ bỏ ít muối.

（三）花草澆水

〈（三）花草浇水〉

(sān) huā cǎo jiāo shuǐ

(3) Tưới nước cho hoa cỏ

A: 陽臺上的花最好每兩天澆水一次。

〈阳台上的花最好每两天浇水一次。〉

yáng tái shàng de huā zuì hǎo měi liǎng tiān jiāo shuǐ yí cì.

Hoa trên ban công tốt nhất là hai ngày tưới một lần.

B: 好的。 庭院怎麼處理呢？

〈好的。 庭院怎么处理呢？〉

hǎo de. tíng yuàn zěn me chǔ lǐ ne?

Dạ. Còn sân vườn thì sao?

A: 如果不下雨， 每個禮拜澆水一次。

〈如果不下雨，每个礼拜浇水一次。〉

rú guǒ bú xià yǔ, měi ge lǐ bài jiāo shuǐ yí cì.

Nếu trời không mưa, mỗi tuần tưới một lần.

B: 好的， 我還會經常除雜草的。

〈好的，我还会经常除杂草的。〉

hǎo de, wǒ hái huì jīng cháng chú zá cǎo de.

Dạ, tôi sẽ dọn cỏ dại luôn luôn.

A: 嗯。

〈嗯。〉

ēn.

Ừm.

（四）快遞

〈（四）快递〉

(sì) kuài dì

(4) Đồ chuyển phát nhanh

A: 今天下午三點左右有一件快遞會到。

〈今天下午三点左右有一件快递会到。〉

jīn tiān xià wǔ sān diǎn zuǒ yòu yǒu yí jiàn kuài dì huì dào.

Chiều nay khoảng 3 giờ ,một gói hàng chuyển phát nhanh sẽ đến.

B: 好的， 我會注意收件。

〈好的，我会注意收件。〉

hǎo de, wǒ huì zhù yì shōu jiàn.

OK, tôi sẽ chú ý nhận hàng.

A: 是我網上買的廚房食品。

〈是我网上买的厨房食品。〉

shì wǒ wǎng shàng mǎi de chú fáng shí pǐn.

Là thức ăn nhà bếp mà tôi mua qua mạng.

B: 有些什麼呢？

〈有些什么呢？〉

yǒu xiē shén me ne?

Gồm những thứ gì vậy?

A: 有大米一包， 還有牛肉和金槍魚。

〈有大米一包，还有牛肉和金枪鱼。〉

yǒu dà mǐ yī bāo, hái yǒu niú ròu hé jīn qiāng yú.

Có một túi gạo, còn có thịt bò và cá ngừ.

B: 好的。

〈好的。〉

hǎo de.

Dạ.

A: 收到以後注意將肉和魚放冷凍庫。

〈收到以后注意将肉和鱼放冷冻库。〉

shōu dào yǐ hòu zhù yì jiāng ròu hé yú fàng lěng dòng kù.

Sau khi nhận được, nhớ đặt thịt và cá vào trong tủ lạnh.

B: 我會放到冷凍庫的。

〈我会放到冷冻库的。〉

wǒ huì fàng dào lěng dòng kù de.

Dạ, tôi sẽ để vào tủ lạnh.

A: 這是一本書， 這是姓名、 地址、 電話。 到時候交給快遞員寄走。

〈这是一本书，这是姓名、位址、电话。 到时候交给快递员寄走。〉

zhè shì yī běn shū, zhè shì xìng míng, dì zhǐ, diàn huà. dào shí hòu jiāo gěi kuài dì yuán jì zǒu.

Đây là một cuốn sách, còn đây là họ tên, địa chỉ, số điện thoại, đến lúc đó, em đưa cho người chuyển phát nhanh để gửi đi nhé.

B: 我會辦理的。

〈我会办理的。〉

wǒ huì bàn lǐ de.

Em sẽ làm tốt việc này ạ.

Chú thích về song ngữ　雙語注釋　shuāng yǔ zhù shì

● Lượng từ　量詞

Cả tiếng Trung và tiếng Việt đều có lượng tự, được sử dụng để chỉ số lượng đơn vị của một người, vật hoặc hành động và chỉ ra các loại từ khác nhau. Có nhiều lúc, cần phải dựa vào tập quán mà chọn từ thích hợp nói chuyện. Bây giờ liệt kê và giải thích các lượng từ và ví dụ trong cả hai ngôn ngữ như sau.

中文和越文都有量詞，用來表示人、事物或動作的數量單位的詞，指出詞類的不同類型。許多時候，要根據說話的習慣搭配。現在把兩種語言的量詞和詞例列舉解釋如下。

🎵 10-03

Lượng tự 量詞	Giải thích 解釋	Ví dụ 詞例
把 cái, nắm	Những thứ có tay cầm dài, một nắm tay, có số lượng lớn/ 長柄的東西，一撮，數量大	鏟子 xẻng，扇子 quạt，米 gạo，年紀 tuổi
杯 cốc	Những thứ trong cốc/ 杯裡的東西	水 nước，牛奶 sữa bò
本 cuốn	Liên quan đến sách/ 指書類	書 sách，練習本 sách bài tập
遍 lần	Giống như 次 / 和 "次" 一樣	讀一遍 đọc một lần，寫一遍 viết một lần
部 chiếc	Dùng cho xe cộ/ 車輛	自行車 xe đạp，轎車 xe mui kín
場 bộ, bản	Hoạt động hoàn thành trong một khoảng thời gian/ 在一段時間完成的活動	電影 phim，報告 báo cáo
尺 thước	Đơn vị chiều dài tiếng Trung, một mét bằng ba thước/ 中文長度單位，一米等於三尺	布 dây，繩子 thừng

141

串 chùm	Những thứ được kết nối/ 連在一起的東西	葡萄 nho, 銅錢 đồng tiền
次 lần	Số lần làm một việc gì đó/ 做某種動作的次數	讀一次 đọc một lần, 寫一次 viết một lần
寸 tấc	Đơn vị chiều dài tiếng Trung, một thước bằng mười tấc/ 中文長度單位, 一尺等於十寸	三寸長 dài ba tấc, 五寸見方 khoảng năm tấc vuông
打 tá	Một tá/ 十二個	帽子 mũ, 鉛筆 bút chì
碟 đĩa	Dụng cụ ăn uống phẳng/ 扁平的食物器皿	菜 món ăn, 花生 đậu phộng
頂 chiếc	Liên quan đến cái gì đó đeo trên đầu/ 指戴在頭上的東西	帽子 mũ, 草帽 mũ rơm
棟 ngôi	Liên quan đến tòa nhà/ 指房子集合	公寓 chung cư, 大廈 tòa nhà
斗 đấu	Đơn vị đo lường tiếng Trung/ 中文量度單位	穀子 hạt kê, 麥子 lúa mì
度 độ	Đơn vị đo lường/ 量度單位	電 điện, 溫度 nhiệt độ
段 bài, chi nhánh	Đoạn văn, độ dài của sự vật, thời gian/ 段落， 事物、 時辰的長度	文章 bài viết, 柳條 cành liễu, 時間 thời gian
堆 đống	Những thứ chồng chất lên nhau/ 摞在一起的東西	瓜子 hạt dưa, 牛糞 phân bò
對 đôi	Giống như 雙/ 和"雙"一樣	鞋子 giày, 手套 găng tay
頓 bữa	Các bữa ăn/ 每次吃飯	越餐 món ăn Việt, 通心麵 mì ống
朵 bông	Liên quan đến bông hoa/ 指花	玫瑰 hoa hồng, 牡丹 hoa mẫu đơn
份 phần	Những thứ thành nhóm/ 搭配成組的東西	報紙 báo chí, 禮物 quà, 快餐 đồ ăn nhanh

封 bức	Chủ yếu liên quan đến thư/ 主要指信件	信 thư, 快遞 chuyển phát nhanh
幅 bức	Liên quan đến hình ảnh/ 指圖片	畫 tranh, 照片 ảnh
缸 thùng	Bể lớn/ 大罐	水 nước, 酒 rượu
個 cái	Thông dụng/ 常用	人 người, 動物 động vật, 物品 vật thể
根 chiếc, cái	Những thứ mỏng và dài/ 細而長的東西	竹竿 bè tre, 鞭子 roi, 樹枝 cành cây
公斤 ki lô	Đơn vị trọng lượng quốc tế/ 國際重量單位	山竹 măng cụt, 蘋果 táo
公里 cây số	Đơn vị hành trình quốc tế/ 國際旅程單位	路程 số dặm, 航程 chuyến bay
戶 hộ	Liên quan đến cửa/ 與門有關	人家 nhà họ
回 lần	Giống như 次 / 和 "次" 一樣	去一回 đi một lần, 跑一回 chạy một lần
間 căn	Liên quan đến nhà cửa/ 與房子有 關	木屋 nhà gỗ, 辦公室 văn phòng, 教室 lớp học
件 điều	Nói đến tình hình/ 描述情況	事情 việc làm
斤 cân	Đơn vị trọng lượng tiếng Trung, nửa kilô/ 中文重量單位, 半公斤	白菜 bắp cải, 胡蘿蔔 cà rốt
棵 cái, trái	Cho những cây cỏ/ 樹木	樹 cây, 草莓 dâu tây
顆 quả	Những thứ tròn/ 圓形的東西	心 tim, 雞蛋 trứng gà

克 gram	Đơn vị trọng lượng quốc tế/ 國際重量單位	鹽 muối, 白糖 đường
口 miệng,	Các đối tượng có lỗ/ 有開口的對象	井 giếng, 人 người
塊 miếng	Những thứ kích thước nhỏ/ 小的東西	積木 xếp gỗ (đồ chơi trẻ con), 肉 thịt
粒 hạt	Vật phẩm nhỏ, dạng hạt/ 小物品, 顆粒狀	鈕扣 nút, 珍珠 ngọc trai
輛 chiếc	Liên quan đến xe cộ/ 指車	汽車 xe hơi, 計程車 xe tắc xi
輪 cái	Những thứ hình tròn/ 圓盤形東西	明月 trăng sáng, 轉經盤 bàn xoay
面 tấm	Những thứ như khuôn mặt/ 像臉一樣的東西	鏡子 gương
畝 mẫu	Đơn vị diện tích tiếng Trung/ 中文地積單位	麥地 đồng lúa mì, 水田 đồng lúa
匹 con	Chủ yếu liên quan đến loài ngựa/ 主要指各類馬	馬 ngựa, 斑馬 ngựa vằn
片 khu, miệng	Khối, vật mỏng/ 塊狀物, 薄的東西	花園 vườn, 麵包 bánh mì
升 lít	Đơn vị khối lượng / 容積單位	白酒 rượu, 汽油 xăng
雙 đôi	Bao gồm hai cái/ 由兩個組成	鞋子 giày, 拖鞋 dép
台 cái	Liên quan đến máy móc, thiết bị điện/ 指機器, 電器設備	電視 ti vi, 電腦 máy tính
堂 lần	Số của lớp học/ 指上課數量	中文課 lớp học tiếng Trung, 講座 toạ đàm
趟 lần	Số lần đi bộ/ 走動的次數	去一趟 đi một lần, 來一趟 đến một lần
套 bộ	Ghép với những điều tốt đẹp/ 搭配好的東西	餐具 bộ đồ ăn, 西裝 bộ đồ

天 ngày	Số ngày/ 日子數	七天行程 chuyến đi bảy ngày
條 chiếc	Những thứ có hình dạng dài/ 長的東西	魚 cá, 長凳 ghế dài
條 con, dải	Các đối tượng như dải băng dài/ 描述長的物品	路 đường, 絲帶 ruy băng
頭 con	Liên quan đến động vật lớn/ 指大型動物	牛 bò, 大象 voi, 獅子 sư tử
尾 chiếc	Số hải sản/ 海鮮個數	魚 cá, 蝦 tôm
下 lần	Số hành động/ 動作次數	打一下 đánh một lần, 讀一下 đọc một lần
箱 hộp	Hộp lớn/ 大的盒子	水果 trái cây, 肥皂 xà phòng
盞 ngọn	Liên quan đến đèn/ 指燈	油燈 đèn dầu, 日光燈 đèn huỳnh quang
張 lá	Những thứ mỏng manh/ 薄片的東西	紙 giấy, 名片 danh thiếp
丈 trượng	Kích thước của tiếng Trung, bằng 3,33 mét/ 中文尺寸, 等於 3.33 公尺	布匹 vải, 簾布 vải rèm
支 cây	Những thứ dài và nhỏ/ 細長的東西	香煙 thuốc lá, 原子筆 bút bi
枝 cây	Liên quan đến thân cây/ 指植物的莖桿	毛竹 tre, 牡丹花 hoa mẫu đơn
隻 con, cái	Liên quan đến động vật, cả lớn và nhỏ/ 指動物, 無論大小	雞 gà, 蝴蝶 bướm, 牙刷 bàn chải đánh răng

會話十一：照顧
〈 会话十一：照顾 〉
huì huà shí yī : zhào gù
Hội thoại mười một : Chăm sóc

Học từ mới 學生詞 xué shēng cí 🎧 11-01

嬰兒	婴儿 yīng ér	đứa bé	\○trẻ nhỏ
檢查	检查 jiǎn chá	kiểm tra	\Từ Hán Việt 漢越詞
尿布	尿布 niào bù	tã	\○bỉm, tã lót 褯褓，碎布 chữ Nôm 喃字：禠
隔四小時	隔四小时 gé sì xiǎo shí	cách 4 tiếng	\cách là Chữ Hán Việt 漢越字：隔
喝奶	喝奶 hē nǎi	uống sữa	\uống 喝 sữa 奶
次	次 cì	lần	\ 我去過越南六次。 Tôi đã đến Việt Nam sáu lần.
哭	哭 kū	khóc	\Chữ Hán Việt 漢越字
厲害	厉害 lì hài	dữ dội	\dữ 可怕 dội 強烈
怎麼辦	怎么办 zěn me bàn	phải làm gì	\phải 應當 làm 做 gì 什麼
濕	湿 shī	ướt	\△ khô 乾

如_{ㄖㄨ}果_{ㄍㄨㄛ}	如果 rú guǒ	nếu	\如_{ㄖㄨ}果_{ㄍㄨㄛ}溫_{ㄨㄣ}度_{ㄉㄨ}高_{ㄍㄠ}，就_{ㄐㄧㄡ}開_{ㄎㄞ}空_{ㄎㄨㄥ}調_{ㄊㄧㄠ}。 Nếu nhiệt độ cao, hãy bật điều hòa.
換_{ㄏㄨㄢ}掉_{ㄉㄧㄠ}	換掉 huàn diào	thay	\換_{ㄏㄨㄢ}掉_{ㄉㄧㄠ}壞_{ㄏㄨㄞ}燈_{ㄉㄥ}泡_{ㄆㄠ}。 Thay bóng đèn hỏng.
接_{ㄐㄧㄝ}送_{ㄙㄨㄥ}	接送 jiē sòng	đưa đón	\đưa 送_{ㄙㄨㄥ} đón 接_{ㄐㄧㄝ}
學_{ㄒㄩㄝ}童_{ㄊㄨㄥ}	学童 xué tóng	bé đi học	\bé 孩_{ㄏㄞ}童_{ㄊㄨㄥ}，小_{ㄒㄧㄠ}孩_{ㄏㄞ} đi 去_{ㄑㄩ} học 學_{ㄒㄩㄝ}
規_{ㄍㄨㄟ}定_{ㄉㄧㄥ}	规定 guī dìng	quy định	\Từ Hán Việt 漢_{ㄏㄢ}越_{ㄩㄝ}詞_ㄘ
放_{ㄈㄤ}學_{ㄒㄩㄝ}	放学 fàng xué	tan học	\Từ Hán Việt 漢_{ㄏㄢ}越_{ㄩㄝ}詞_ㄘ： 散_{ㄙㄢ}學_{ㄒㄩㄝ}
督_{ㄉㄨ}促_{ㄘㄨ}	督促 dū cù	đôn đốc	\Từ Hán Việt 漢_{ㄏㄢ}越_{ㄩㄝ}詞_ㄘ： 敦_{ㄉㄨㄣ}督_{ㄉㄨ}
開_{ㄎㄞ}始_ㄕ	开始 kāi shǐ	bắt đầu	\bắt 捕_{ㄅㄨ}獲_{ㄏㄨㄛ} đầu 頭_{ㄊㄡ}
叫_{ㄐㄧㄠ}	叫 jiào	kêu	\孩_{ㄏㄞ}子_ㄗ叫_{ㄐㄧㄠ}我_{ㄨㄛ}去_{ㄑㄩ}。 Đứa trẻ đang kêu tôi đi.
家_{ㄐㄧㄚ}庭_{ㄊㄧㄥ}作_{ㄗㄨㄛ}業_{ㄧㄝ}	家庭作业 jiā tíng zuò yè	bài tập về nhà	\bài tập 練_{ㄌㄧㄢ}習_{ㄒㄧ} về 回_{ㄏㄨㄟ} nhà 家_{ㄐㄧㄚ}

（一）照顧嬰兒

〈（一）照顾婴儿〉

(yī) zhào gù yīng ér

(1) Chăm sóc trẻ nhỏ

A: 兩個小時給嬰兒檢查一次尿布。

〈两个小时给婴儿检查一次尿布。〉

liǎng ge xiǎo shí gěi yīng ér jiǎn chá yí cì niào bù.

Hai giờ kiểm tra tã cho bé một lần.

B: 好的，我會每隔四小時沖奶給嬰兒喝。

〈好的，我会每隔四小时冲奶给婴儿喝。〉

hǎo de, wǒ huì měi gé sì xiǎo shí chōng nǎi gěi yīng ér hē.

Dạ, cách 4 tiếng tôi sẽ cho bé uống sữa một lần.

A: 如果嬰兒哭得厲害，你將怎麼辦？

〈如果婴儿哭得厉害，你将怎么办？〉

rú guǒ yīng ér kū de lì hài, nǐ jiāng zěn me bàn?

Nếu bé khóc dữ dội, chị phải làm gì?

B: 我會檢查一下是不是尿布太濕了。

〈我会检查一下是不是尿布太湿了。〉

wǒ huì jiǎn chá yí xià shì bú shì niào bù tài shī le.

Tôi sẽ kiểm tra xem bỉm (tã lót) có phải ướt rồi không.

A: 是的，如果太濕了，就要換掉。

〈是的，如果太湿了，就要换掉。〉

shì de, rú guǒ tài shī le, jiù yào huàn diào.

Đúng rồi, nếu tã ướt, thì phải thay ngay.

（二ㄦ）接ㄐㄧㄝ送ㄙㄨㄥ學ㄒㄩㄝ童ㄊㄨㄥ

〈（二）接送学童〉

(èr) jiē sòng xué tóng

(2) Đưa đón bé đi học

A: 每ㄇㄟ天ㄊㄧㄢ按ㄢ時ㄕ送ㄙㄨㄥ孩ㄏㄞ子ㄗ去ㄑㄩ學ㄒㄩㄝ校ㄒㄧㄠ。

〈每天按时送孩子去学校。〉

měi tiān àn shí sòng hái zi qù xué xiào.

Mỗi ngày đưa bé đến trường đúng giờ.

B: 好ㄏㄠ的ㄉㄜ， 我ㄨㄛ會ㄏㄨㄟ按ㄢ規ㄍㄨㄟ定ㄉㄧㄥ的ㄉㄜ時ㄕ間ㄐㄧㄢ送ㄙㄨㄥ過ㄍㄨㄛ去ㄑㄩ。

〈好的，我会按规定的时间送过去。〉

hǎo de, wǒ huì àn guī dìng de shí jiān sòng guò qù.

Dạ, tôi sẽ đưa bé đến trường theo đúng thời gian quy định.

A: 孩ㄏㄞ子ㄗ每ㄇㄟ天ㄊㄧㄢ四ㄙ點ㄉㄧㄢ放ㄈㄤ學ㄒㄩㄝ。

〈孩子每天四点放学。〉

hái zi měi tiān sì diǎn fàng xué.

Mỗi ngày bé tan học lúc bốn giờ.

B: 我ㄨㄛ會ㄏㄨㄟ在ㄗㄞ四ㄙ點ㄉㄧㄢ之ㄓ前ㄑㄧㄢ在ㄗㄞ學ㄒㄩㄝ校ㄒㄧㄠ門ㄇㄣ口ㄎㄡ等ㄉㄥ著ㄓㄜ。

〈我会在四点之前在学校门口等着。〉

wǒ huì zài sì diǎn zhī qián zài xué xiào mén kǒu děng zhe.

Tôi sẽ đợi ở cổng trường trước bốn giờ.

（三）督促溫習

〈（三）督促温习〉

(sān) dū cù wēn xí

(3) Đôn đốc học bài

A: 晚上七點半開始叫孩子做家庭作業。

〈晚上七点半开始叫孩子做家庭作业。〉

wǎn shàng qī diǎn bàn kāi shǐ jiào hái zi zuò jiā tíng zuò yè.

Bảy giờ rưỡi tối bắt đầu kêu bé làm bài tập về nhà.

B: 我會的。

〈我会的。〉

wǒ huì de.

Tôi sẽ làm điều đó.

A: 孩子做功課有問題時，你將怎麼辦？

〈孩子做功课有问题时，你将怎么办？〉

hái zi zuò gōng kè yǒu wèn tí shí, nǐ jiāng zěn me bàn?

Bé gặp vấn đề khi làm bài tập, chị sẽ làm gì?

B: 我會教他。

〈我会教他。〉

wǒ huì jiāo tā.

Tôi sẽ dạy bé.

A: 如果你不會，就叫孩子來找我吧。

〈如果你不会，就叫孩子来找我吧。〉

rú guǒ nǐ bú huì, jiù jiào hái zi lái zhǎo wǒ ba.

Nếu chị không biết làm thì kêu bé đến tìm tôi nhé.

B: 好的。

〈好的。〉

hǎo de.

Dạ.

🏮 Chuyển đổi phát âm (9)　　發音轉換

18) Quy luật chuyển đổi vận mẫu tiếng Phổ Thông ao (熬) sang âm Hán Việt

18) 普通話韻母 ao (熬) 的漢越音轉換規律

1. Chuyển sang 轉換成 ao, ví dụ 例如： bào 胞、 cao 高、 thảo 討 ; đồng bào 同胞、 cao đẳng 高等、 thảo luận 討論。

2. Chuyển sang 轉換成 iêu, ví dụ 例如： siêu 超、 chiêu 招 ; siêu đẳng 超等、 chiêu đãi 招待。

3. 個別字轉換成 ưu, ví dụ 例如： bửu 寶 (cũng là 亦作 bảo); bửu giới 寶戒、 bảo bối 寶貝。

19) Quy luật chuyển đổi vận mẫu tiếng Phổ Thông e (鵝) sang âm Hán Việt

19) 普通話韻母 e (鵝) 的漢越音轉換規律

1. Chuyển sang 轉換成 a, ví dụ 例如： nga 娥、 xa 車、 xa 奢 ; Hằng Nga 姮娥 (嫦娥)、 phưởng xa 紡車、 xa xỉ 奢侈。

2. Chuyển sang 轉換成 oa, ví dụ 例如： khoa 科 ; khoa học 科學。

3. Những chữ nhập thanh có thể chuyển sang 入聲字可以轉換成 ức 德, ví dụ 例如： đức 德 ; Đạo Đức Kinh 道德經。

4. Những chữ nhập thanh có thể chuyển sang 入聲字可以轉換成 ắc, ví dụ 例如： đắc 得 ; đắc tội 得罪、 đắc ý 得意、 tự đắc 自得。

5. Những chữ nhập thanh có thể chuyển sang 入ㄖㄨ˙聲ㄕㄥ 字ㄗ˙可ㄎㄜˇ以ㄧˇ
轉ㄓㄨㄢˇ換ㄏㄨㄢˋ成ㄔㄥˊ ặc, ví dụ 例ㄌㄧˋ如ㄖㄨˊ： đặc 特ㄊㄜˋ; đặc tính 特ㄊㄜˋ性ㄒㄧㄥˋ。

6. Những chữ nhập thanh có thể chuyển sang 入ㄖㄨ˙聲ㄕㄥ 字ㄗ˙可ㄎㄜˇ以ㄧˇ
轉ㄓㄨㄢˇ換ㄏㄨㄢˋ成ㄔㄥˊ ạch, ví dụ 例ㄌㄧˋ如ㄖㄨˊ： ngạch 額ㄜˊ、 trạch 澤ㄗㄜˊ; dẫn
ngạch 引ㄧㄣˇ額ㄜˊ、 ân trạch 恩ㄣ澤ㄗㄜˊ。

7. Những chữ nhập thanh có thể chuyển sang 入ㄖㄨ˙聲ㄕㄥˊ 字ㄗ˙可ㄎㄜˇ以ㄧˇ
轉ㄓㄨㄢˇ換ㄏㄨㄢˋ成ㄔㄥˊ ác, ví dụ 例ㄌㄧˋ如ㄖㄨˋ：ác 惡ㄜˋ、 các 各ㄍㄜˋ; ác bá 惡ㄜˋ霸ㄅㄚˋ、
các khoản 各ㄍㄜˋ款ㄎㄨㄢˇ。

Đường Mòn Núi Thanh Long

會話十二：日期
〈 会话十二：日期 〉
huì huà shí èr：rì qí
Hội thoại mười hai : Ngày tháng

Học từ mới　學生詞　xué shēng cí

日期	日期 rì qí	ngày tháng	\ngày 日子 tháng 月份
星期名	星期名 xīng qí míng	các thứ trong tuần	Ý nghĩa là 意思是： 一旬 的各次
星期	星期 xīng qí	tuần	\tuần là Chữ Hán Việt 漢越字： 旬
即是	即是 jí shì	tức là	\tức là Chữ Hán Việt 漢越字： 即
星期一	星期一 xīng qí yī	thứ hai	\Ý nghĩa là 意思是： 次（第） 二
星期二	星期二 xīng qí èr	thứ ba	\Ý nghĩa là 意思是： 次（第） 三
星期三	星期三 xīng qí sān	thứ tư	\Ý nghĩa là 意思是： 次（第） 四
星期四	星期四 xīng qí sì	thứ năm	\Ý nghĩa là 意思是： 次（第） 五
星期五	星期五 xīng qí wǔ	thứ sáu	\Ý nghĩa là 意思是： 次（第） 六
星期六	星期六 xīng qí liù	thứ bảy	\Ý nghĩa là 意思是： 次（第） 七

153

星ㄒㄧㄥ 期ㄑㄧ 天ㄊㄧㄢ	星期天 xīng qí tiān	chủ nhật	\○ 星ㄒㄧㄥ 期ㄑㄧ 日ㄖˋ， Ý nghĩa là 意ㄧˋ 思ㄙ 是ㄕˋ： 主ㄓㄨˇ 日ㄖˋ
星ㄒㄧㄥ 期ㄑㄧ 幾ㄐㄧ	星期几 xīng qí jǐ	thứ mấy	\Ý nghĩa là 意ㄧˋ 思ㄙ 是ㄕˋ： 次ㄘˋ thứ 幾ㄐㄧ mấy
明ㄇㄧㄥ 天ㄊㄧㄢ	明天 míng tiān	ngày mai	\ 明ㄇㄧㄥ 天ㄊㄧㄢ 是ㄕˋ 中ㄓㄨㄥ 秋ㄑㄧㄡ。 Ngày mai là tết trung thu.
昨ㄗㄨㄛˊ 天ㄊㄧㄢ	昨天 zuó tiān	hôm qua	\hôm 天ㄊㄧㄢ qua 過ㄍㄨㄛˋ 去ㄑㄩˋ
月ㄩㄝˋ 份ㄈㄣˋ 名ㄇㄧㄥˊ	月份名 yuè fèn míng	các tháng trong năm	\Ý nghĩa là 意ㄧˋ 思ㄙ 是ㄕˋ： 年ㄋㄧㄢˊ 中ㄓㄨㄥ 各ㄍㄜˋ 月ㄩㄝˋ
一ㄧ 月ㄩㄝˋ	一月 yī yuè	tháng 1	\Tiếng Việt đọc như 越ㄩㄝˋ 語ㄩˇ 讀ㄅㄨˊ 成ㄔㄥˊ： tháng một/tháng giêng
二ㄦˋ 月ㄩㄝˋ	二月 èr yuè	tháng 2	\Tiếng Việt đọc như 越ㄩㄝˋ 語ㄩˇ 讀ㄅㄨˊ 成ㄔㄥˊ： tháng hai
三ㄙㄢ 月ㄩㄝˋ	三月 sān yuè	tháng 3	\Tiếng Việt đọc như 越ㄩㄝˋ 語ㄩˇ 讀ㄅㄨˊ 成ㄔㄥˊ： tháng ba
四ㄙˋ 月ㄩㄝˋ	四月 sì yuè	tháng 4	\Tiếng Việt đọc như 越ㄩㄝˋ 語ㄩˇ 讀ㄅㄨˊ 成ㄔㄥˊ： tháng tư
五ㄨˇ 月ㄩㄝˋ	五月 wǔ yuè	tháng 5	\Tiếng Việt đọc như 越ㄩㄝˋ 語ㄩˇ 讀ㄅㄨˊ 成ㄔㄥˊ： tháng năm
六ㄌㄧㄡˋ 月ㄩㄝˋ	六月 liù yuè	tháng 6	\Tiếng Việt đọc như 越ㄩㄝˋ 語ㄩˇ 讀ㄅㄨˊ 成ㄔㄥˊ： tháng sáu
七ㄑㄧ 月ㄩㄝˋ	七月 qī yuè	tháng 7	\Tiếng Việt đọc như 越ㄩㄝˋ 語ㄩˇ 讀ㄅㄨˊ 成ㄔㄥˊ： tháng bảy
八ㄅㄚ 月ㄩㄝˋ	八月 bā yuè	tháng 8	\Tiếng Việt đọc như 越ㄩㄝˋ 語ㄩˇ 讀ㄅㄨˊ 成ㄔㄥˊ： tháng tám

九月	九月 jiǔ yuè	tháng 9	\Tiếng Việt đọc như 越語讀成: tháng chín
十月	十月 shí yuè	tháng 10	\Tiếng Việt đọc như 越語讀成: tháng mười
十一月	十一月 shí yī yuè	tháng 11	\Tiếng Việt đọc là 越語讀成: tháng mười một
十二月	十二月 shí èr yuè	tháng 12	\Tiếng Việt đọc như 越語讀成: tháng mười hai/tháng chạp
數字順序	数字顺序 shù zì shùn xù	số thứ tự	\Từ Hán Việt 漢越詞: 數次序
陰曆	阴历 yīn lì	âm lịch	\Từ Hán Việt 漢越詞
臘月	腊月 là yuè	tháng chạp	\tháng 月 chạp 臘
正月	正月 zhēng yuè	tháng giêng	\tháng 月 giêng 正

（一）星期名稱

〈（一）星期名称〉

(yī) xīng qí míng chēng

(1) Các thứ trong tuần

A: 一個星期有七天。

〈一个星期有七天。〉

yí ge xīng qí yǒu qī tiān.

Một tuần có bảy ngày

B: 有： 星期一、 星期二、 星期三、 星期四、 星期五、 星期六、 星期天（星期日）。

〈有：星期一、星期二、星期三、星期四、星期五、星期六、星期天（星期日）。〉

yǒu : xīng qí yī, xīng qí èr, xīng qí sān, xīng qí sì, xīng qí wǔ, xīng qí liù, xīng qí tiān (xīng qí rì).

Gồm có: thứ hai, thứ ba, thứ tư, thứ năm, thứ sáu, thứ bảy, chủ nhật.

A: 今天星期幾？

〈今天星期几？〉

jīn tiān xīng qí jǐ?

Hôm nay thứ mấy?

B: 今天星期六。

〈今天星期六。〉

jīn tiān xīng qí liù.

Hôm nay thứ bảy.

A: 明天星期幾？
〈 明天星期几？ 〉
míng tiān xīng qí jǐ?
Ngày mai thứ mấy?

B: 明天星期天。
〈 明天星期天。 〉
míng tiān xīng qí tiān.
Ngày mai chủ nhật.

A: 昨天呢？
〈 昨天呢？ 〉
zuó tiān ne?
Còn hôm qua?

B: 星期五。
〈 星期五。 〉
xīng qí wǔ.
Thứ sáu.

（二）月份名稱
〈（二）月份名称〉
(èr) yuè fèn míng chēng
(2) Các tháng trong năm

A: 一年有幾個月？
〈 一年有几个月？ 〉
yī nián yǒu jǐ ge yuè?
Một năm có mấy tháng?

B: 一年有十二個月。
〈 一年有十二个月。 〉
yī nián yǒu shí èr ge yuè.
Một năm có mười hai tháng.

A: 有： 一月、 二月、 三月、 四月、 五月、 六月、 七月、 八月、 九月、 十月、 十一月、 十二月。

〈有：一月、二月、三月、四月、五月、六月、七月、八月、九月、十月、十一月、十二月。〉

yǒu : yī yuè, èr yuè, sān yuè, sì yuè, wǔ yuè, liù yuè, qī yuè, bā yuè, jiǔ yuè, shí yuè, shí yī yuè, shí èr yuè.

Gồm có: tháng 1, tháng 2, tháng 3, tháng 4, tháng 5, tháng 6, tháng 7, tháng 8, tháng 9, tháng 10, tháng11, tháng 12.

B: 中文和越南文的月份都是按數字順序來計算的。

〈中文和越南文的月份都是按数位顺序来计算的。〉

zhōng wén hé yuè nán wén de yuè fèn dōu shì àn shù zì shùn xù lái jì suàn de.

Các tháng trong tiếng Trung và tiếng Việt đều được tính theo số thứ tự.

A: 是的， 兩邊都使用相同的陰曆。

〈是的，两边都使用相同的阴历。〉

shì de, liǎng biān dōu shǐ yòng xiāng tóng de yīn lì.

Đúng rồi, cả hai bên đều sử dụng âm lịch.

B: 越南文中， 陽曆的十二月、 一月可按照陰曆的說成臘月和正月。

〈越南文中，阳历的十二月、一月可按照阴历的说成腊月和正月。〉

yuè nán wén zhōng, yáng lì de shí èr yuè, yī yuè kě àn zhào yīn lì de shuō chéng là yuè hé zhēng yuè.

Trong tiếng Việt, tháng mười hai và tháng một dương lịch có thể nói là tháng chạp và tháng giêng trong âm lịch.

A: 正月有多少天？

〈正月有多少天？〉

zhēng yuè yǒu duō shǎo tiān?

Tháng giêng có bao nhiêu ngày?

B: 有三十一天。

〈有三十一天。〉

yǒu sān shí yī tiān.

Có ba mươi mốt ngày.

（三）年月日說法

〈（三）年月日说法〉

(sān) nián yuè rì shuō fǎ

(3) Cách nói ngày tháng năm

A: 今年是哪一年？

〈今年是哪一年？〉

jīn nián shì nǎ yī nián?

Năm nay là năm bao nhiêu?

B: 今年是二零一九年。

〈今年是二零一九年。〉

jīn nián shì èr líng yī jiǔ nián.

Năm nay là năm hai ngàn không trăm mười chín.

A: 今天是幾號？

〈今天是几号？〉

jīn tiān shì jǐ hào?

Hôm nay là ngày mấy?

B: 今天是二零一九年十月十九日星期六。

〈今天是二零一九年十月十九日星期六。〉

jīn tiān shì èr líng yī jiǔ nián shí yuè shí jiǔ rì xīng qí liù.

Hôm nay là thứ bảy, ngày mười chín, tháng mười, năm hai ngàn không trăm mười chín.

A: 去年、 今年、 明年的年號是什麼？

〈去年、今年、明年的年号是什么？〉

qù nián, jīn nián, míng nián de nián hào shì shén me?

Niên hiệu của năm ngoái, năm nay và năm sau là gì?

B: 分別是戊辛、 己亥、 庚子。（參見六十頁）

〈分别是戊戌、己亥、庚子。（参见六十页）〉

fēn bié shì wù xīn, jǐ hài, gēng zǐ. (cān jiàn liù shí yè)

Tương ứng là Mậu Tuất, Kỷ Hợi và Canh Tý. (Xem trang sáu mươi)

Chú thích về song ngữ 雙語注釋 shuāng yǔ zhù shì

🏮 Số đếm　數詞

1. Từ số đếm 基數詞　🎧 12-03

Bây giờ so sánh các từ số đếm của tiếng Trung và tiếng Việt như sau. ☺

現在把中文、 越南文基數詞對比如下。　☺

Có vài số đếm xin chú ý sự thay đổi phát âm hay cách nói khác nhau của một vài từ số đếm tiếng Việt. ☺

基數詞要注意越南文的音變現象或者不同說法。　☺

一	một/mốt	十一	mười một	二十一	hai mươi mốt
二	hai	十二	mười hai	三十二	ba mươi hai
三	ba	十三	mười ba	四十三	bốn mươi ba
四	bốn/tư	十四	mười bốn	五十四	năm mươi bốn
五	năm/lăm/nhăm	十五	mười lăm	六十五	sáu mươi lăm
六	sáu	十六	mười sáu	七十六	bảy mươi sáu
七	bảy/bẩy	十七	mười bảy	八十七	tám mươi bảy
八	tám	十八	mười tám	九十八	chín mươi tám
九	chín	十九	mười chín	九十九	chín mươi chín
十	mười/mươi	百	trăm	千	ngàn/nghìn
萬	mười ngàn	十萬	trăm ngàn	百萬	triệu

Tiếng Việt hiện đại không sử dụng đơn vị muôn (vạn) và thay bằng "mười ngàn/mười nghìn". 百萬 người ta sử dụng chữ Hán 兆 với âm Hán Việt "triệu".

現代越南語不太使用 muôn "萬" 這個單位，用 "十千" 代替了。"百萬" 用的是漢越字 "兆"。

Ví dụ từ một trăm đến chín trăm chín mươi chín. ⊘   🔔 12-04

一百到九百九十九數詞舉例。 ⊘

一百零一	một trăm lẻ một	九百	chín trăm
一百零二	một trăm lẻ hai	九百零一	chín trăm lẻ một
一百零五	một trăm lẻ năm	九百零二	chín trăm lẻ hai
一百一十	một trăm mười	九百零五	chín trăm lẻ năm
一百一十一	một trăm mười một	九百一十	chín trăm mười
一百一十二	một trăm mười hai	九百一十一	chín trăm mười một
一百一十五	một trăm mười lăm	九百一十二	chín trăm mười hai
一百二十	một trăm hai mươi	九百一十五	chín trăm mười lăm
一百二十一	một trăm hai mươi mốt	九百二十	chín trăm hai mươi
一百二十二	một trăm hai mươi hai	九百二十一	chín trăm hai mươi mốt
一百二十五	một trăm hai nhăm	九百二十二	chín trăm hai mươi hai
一百五十五	một trăm năm nhăm	九百二十五	chín trăm hai mươi lăm
二百五十五	hai trăm năm nhăm	九百五十五	chín trăm năm mươi lăm

Chúng tôi hãy xem cách đọc một số từ phức tạp. ⊘ 🔔 12-05

我們來看一些複雜數字的讀法。 ⊘

一千零一	một ngàn không trăm lẻ một
一千零五十五	một ngàn không trăm năm mươi lăm
一千一百零一	một ngàn một trăm lẻ một
一千一百二十一	một ngàn một trăm hai mươi mốt
一萬零一	mười ngàn không trăm lẻ một
一萬零五十五	mười ngàn không trăm năm mươi lăm
兩／二萬一千	hai mươi mốt ngàn
兩／二萬一千一百零一	hai mươi mốt ngàn một trăm lẻ một
兩／二萬一千一百二十一	hai mươi mốt ngàn một trăm hai mươi mốt
十五萬五千	một trăm năm mươi lăm ngàn
十五萬五千零一	một trăm năm mươi lăm ngàn không trăm lẻ một
十五萬五千零二十一	một trăm năm mươi lăm ngàn không trăm hai mươi mốt
十五萬五千零五十五	một trăm năm mươi lăm ngàn không trăm năm mươi lăm
十五萬五千一百	một trăm năm mươi lăm ngàn một trăm
十五萬五千一百零一	một trăm năm mươi lăm ngàn một trăm lẻ một
十五萬五千一百二十一	một trăm năm mươi lăm ngàn một trăm hai mươi mốt

2. Số thứ tự 序數詞

Các số thứ tự trong tiếng Trung và tiếng Việt đều được hình thành bằng cách thêm chữ " 第 thứ" ở đầu số đếm, ví dụ: thứ chín, thứ một trăm lẻ một, thứ một nghìn ba trăm năm mươi tám, v.v. thêm vào trước các từ cơ bản để tạo thành số thứ tự: đầu tiên là ba trăm ba trăm năm

中文和越南文都是在基數詞前面加字 " 第 thứ" 形成序數詞：第九， 第一百零一， 第一千三百五十八， 等等。

會話十三：時間
〈 会话十三：时间 〉
huì huà shí sān : shí jiān
Hội thoại mười ba : Thời gian

Học từ mới 學生詞 xué shēng cí

表達	表达 biǎo dá	biểu đạt	\Từ Hán Việt 漢越詞
時間	时间 shí jiān	thời gian	\Từ Hán Việt 漢越詞
差	差 chà	kém	\ 差一個就是十個了。 Kém một cái là mười.
分	分 fēn	phút	\ 只要兩分鐘就可讀完。 Chỉ mất hai phút thì đọc xong.
下班	下班 xià bān	tan ca	\tan 散 ca 班
下午	下午 xià wǔ	chiều	\○buổi chiều
點	点 diǎn	giờ	\ 下午三點鐘能到。 Ba giờ chiều sẽ đến.
走	走 zǒu	đi, chạy	\ 走過這座橋就是超市。 Chạy qua cầu này có siêu thị.
校準	校准 jiào zhǔn	chỉnh cho đúng giờ	\chỉnh 整 cho 給 đúng 正確 giờ 時間
電影	电影 diàn yǐng	phim	\Chuyển ngữ từ tiếng Anh "film" 英語詞 film 的音譯

快_{ㄎㄨㄞ}一一點_{ㄉㄧㄢ}	快一点 kuài yī diǎn	sắp một giờ	\Ở đây nghĩa là 這_{ㄓㄜ}裏_{ㄌㄧ}意_ㄧ思_ㄙ是_ㄕ: 快_{ㄎㄨㄞ}一一點_{ㄉㄧㄢ}鐘_{ㄓㄨㄥ} tiếng đồng hồ。 快_{ㄎㄨㄞ}一一點_{ㄉㄧㄢ} cũng nghĩa là 意_ㄧ思_ㄙ也_{ㄧㄝ}是_ㄕ: Hãy nhanh đi!

Bài khoá 課_{ㄎㄜ}文_{ㄨㄣ} kè wén　　　　🎧 13-02

（一）時_ㄕ間_{ㄐㄧㄢ}表_{ㄅㄧㄠ}達_{ㄉㄚ}

〈（一）时间表达〉

(yī) shí jiān biǎo dá

(1) Biểu đạt thời gian

A: 現_{ㄒㄧㄢ}在_{ㄗㄞ}是_ㄕ上_{ㄕㄤ}午_ㄨ五_ㄨ點_{ㄉㄧㄢ}五_ㄨ十_ㄕ五_ㄨ分_{ㄈㄣ}。

〈现在是上午五点五十五分。〉

xiàn zài shì shàng wǔ wǔ diǎn wǔ shí wǔ fēn.

Bây giờ là năm giờ năm mươi lăm phút sáng.

B: 也_{ㄧㄝ}就_{ㄐㄧㄡ}是_ㄕ六_{ㄌㄧㄡ}點_{ㄉㄧㄢ}差_{ㄔㄚ}五_ㄨ分_{ㄈㄣ}。

〈也就是六点差五分。〉

yě jiù shì liù diǎn chà wǔ fēn.

Tức là sáu giờ kém năm phút.

A: 我_{ㄨㄛ}每_{ㄇㄟ}天_{ㄊㄧㄢ}六_{ㄌㄧㄡ}點_{ㄉㄧㄢ}鐘_{ㄓㄨㄥ}就_{ㄐㄧㄡ}要_{ㄧㄠ}出_{ㄔㄨ}門_{ㄇㄣ}去_{ㄑㄩ}上_{ㄕㄤ}班_{ㄅㄢ}。

〈我每天六点钟就要出门去上班。〉

wǒ měi tiān liù diǎn zhōng jiù yào chū mén qù shàng bān.

Mỗi ngày sáu giờ tôi phải đi làm.

B: 什_ㄕ麼_{ㄇㄜ}時_ㄕ候_{ㄏㄡ}開_{ㄎㄞ}始_ㄕ工_{ㄍㄨㄥ}作_{ㄗㄨㄛ}？

〈什么时候开始工作？〉

shén me shí hòu kāi shǐ gōng zuò?

Khi nào bắt đầu làm việc?

A: 八點整。
〈八点整。〉
bā diǎn zhěng.
Đúng tám giờ.

B: 什麼時候下班呢？
〈什么时候下班呢？〉
shén me shí hòu xià bān ne?
Khi nào tan ca?

A: 下午五點整。
〈下午五点整。〉
xià wǔ wǔ diǎn zhěng.
Đúng năm giờ chiều.

B: 那麼按照二十四小時計演算法就是十七點下班。
〈那么按照二十四小时计算法就是十七点下班。〉
nà me àn zhào èr shí sì xiǎo shí jì yǎn suàn fǎ jiù shì shí qī diǎn xià bān.
Vậy nếu tính theo hai mươi bốn tiếng thì là mười bảy giờ tan ca.

（二）時間快慢
〈（二）时间快慢〉
(èr) shí jiān kuài màn
(2) Thời gian nhanh chậm

A: 現在幾點了？
〈现在几点了？〉
xiàn zài jǐ diǎn le?
Bây giờ là mấy giờ?

B: 兩點了。

〈 两点了。〉

liǎng diǎn le.

Hai giờ rồi.

A: 你的錶幾點了？

〈 你的表几点了？〉

nǐ de biǎo jǐ diǎn le?

Đồng hồ của em mấy giờ rồi?

B: 我的錶是一點五十八，慢了兩分鐘。

〈 我的表是一点五十八，慢了两分钟。〉

wǒ de biǎo shì yī diǎn wǔ shí bā, màn le liǎng fēn zhōng.

Đồng hồ của em là một giờ năm mươi tám phút, chạy chậm hai phút.

A: 而我的錶兩點過兩分，快了兩分鐘。

〈 而我的表两点过两分，快了两分钟。〉

ér wǒ de biǎo liǎng diǎn guò liǎng fēn, kuài le liǎng fēn zhōng.

Còn đồng hồ của tôi đã hai giờ hai phút, chạy nhanh hai phút.

B: 我們都應該校準它。

〈 我们都应该校准它。〉

wǒ men dōu yīng gāi jiào zhǔn tā.

Chúng ta đều phải chỉnh lại để nó chạy đúng giờ.

（三ㄙㄢ）按ㄢ時ㄕ到ㄉㄠ場ㄔㄤ
〈（三）按时到场〉
(sān) àn shí dào chǎng
(3) Đến đúng giờ

A: 今ㄐㄧㄣ天ㄊㄧㄢ我ㄨㄛ有ㄧㄡ兩ㄌㄧㄤ張ㄓㄤ電ㄉㄧㄢ影ㄧㄥ票ㄆㄧㄠ， 我ㄨㄛ們ㄇㄣ一ㄧ起ㄑㄧ去ㄑㄩ看ㄎㄢ吧ㄅㄚ。
〈今天我有两张电影票，我们一起去看吧。〉
jīn tiān wǒ yǒu liǎng zhāng diàn yǐng piào, wǒ men yī qǐ qù kàn ba.
Hôm nay tôi có hai vé xem phim, chúng ta cùng đi xem đi.

B: 好ㄏㄠ， 幾ㄐㄧ點ㄉㄧㄢ開ㄎㄞ始ㄕ？
〈好，几点开始？〉
hǎo, jǐ diǎn kāi shǐ?
Được, mấy giờ bắt đầu?

A: 下ㄒㄧㄚ午ㄨ三ㄙㄢ點ㄉㄧㄢ。
〈下午三点。〉
xià wǔ sān diǎn.
Ba giờ chiều.

B: 現ㄒㄧㄢ在ㄗㄞ幾ㄐㄧ點ㄉㄧㄢ了ㄌㄜ？
〈现在几点了？〉
xiàn zài jǐ diǎn le?
Bây giờ là mấy giờ rồi?

A: 快ㄎㄨㄞ一ㄧ點ㄉㄧㄢ了ㄌㄜ。
〈快一点了。〉
kuài yī diǎn le.
Sắp một giờ rồi.

B: 我們必須準時到那兒。

〈 我们必须准时到那儿。〉

wǒ men bì xū zhǔn shí dào nà er.

Chúng ta phải đến đó đúng giờ.

A: 對， 最好在兩點半以前到那兒。

〈 对，最好在两点半以前到那儿。〉

duì, zuì hǎo zài liǎng diǎn bàn yǐ qián dào nà er.

Đúng rồi, tốt nhất là đến đó trước hai giờ rưỡi.

B: 我們過十分鐘就走吧。

〈 我们过十分钟就走吧。〉

wǒ men guò shí fēn zhōng jiù zǒu ba.

Mười phút nữa thì chúng ta đi thôi.

một 一	hai 二	ba 三	bốn 四	năm 五 (1)
lăm 五 (音變字) (2)	nhăm 五 (音變字) (3)	sáu 六	bảy 七	tám 八
chín 九	mười 十 (1)	mươi 十 (音變字) (2)	chục 泡 (十個) (1)	chụt 泡 (十個) (2)
Số Tự Chữ Nôm	trăm 百	ngàn 千	triệu 兆	喃字 數字

170

Chú thích về song ngữ 雙ㄕㄨㄤ語ㄩˇ注ㄓㄨˋ釋ㄕˋ shuāng yǔ zhù shì

🏮 Số đếm âm Hán Việt 漢ㄏㄢˋ越ㄩㄝˋ音ㄧㄣ數ㄕㄨˋ詞ㄘˊ

Số đếm cũng có âm Hán Việt: 數ㄕㄨˋ詞ㄘˊ也ㄧㄝˇ有ㄧㄡˇ漢ㄏㄢˋ越ㄩㄝˋ音ㄧㄣ： nhất [一ㄧ]、 nhị [二ㄦˋ]、 tam [三ㄙㄢ]、 tứ [四ㄙˋ]、 ngũ [五ㄨˇ]、 lục [六ㄌㄡˋ]、 thất [七ㄑㄧ]、 bát [八ㄅㄚ]、 cửu [九ㄐㄧㄡˇ]、 thập [十ㄕˊ]、 bách [百ㄅㄞˇ]、 thiên [千ㄑㄧㄢ]、 vạn [萬ㄨㄢˋ]。

Nhưng trong tính toán thì không được sử dụng, chỉ dùng trong các cụm từ và thành ngữ.

但ㄉㄢˋ從ㄘㄨㄥˊ來ㄌㄞˊ不ㄅㄨˋ用ㄩㄥˋ在ㄗㄞˋ數ㄕㄨˋ數ㄕㄨˋ上ㄕㄤˋ面ㄇㄧㄢˋ， 只ㄓˇ用ㄩㄥˋ在ㄗㄞˋ詞ㄘˊ組ㄗㄨˇ和ㄏㄜˊ成ㄔㄥˊ語ㄩˇ之ㄓ中ㄓㄨㄥ。

nhất trí [一ㄧ致ㄓˋ]

nhất thống hà sơn [一ㄧ統ㄊㄨㄥˇ山ㄕㄢ河ㄏㄜˊ]

nhất định [一ㄧ定ㄉㄧㄥˋ]

nhị đoạn luân [二ㄦˋ段ㄉㄨㄢˋ論ㄌㄨㄣˋ]

nhị hạng thức [二ㄦˋ項ㄒㄧㄤˋ式ㄕˋ]

tam quốc diễn nhiĩa [三ㄙㄢ國ㄍㄨㄛˊ演ㄧㄢˇ義ㄧˋ]

tam cương ngũ thường [三ㄙㄢ綱ㄍㄤ五ㄨˇ常ㄔㄤˊ]

tam giác [三ㄙㄢ角ㄐㄧㄠˇ]

tứ giác [四ㄙˋ角ㄐㄧㄠˇ]

tứ thư ngũ kinh [四ㄙˋ書ㄕㄨ五ㄨˇ經ㄐㄧㄥ]

ngũ vị tử [五ㄨˇ味ㄨㄟˋ子ㄗˇ]

ngũ quan [五ㄨˇ官ㄍㄨㄢ]

lục tỉnh [六ㄌㄡˋ省ㄕㄥˇ]

lục vị hoàn [六ㄌㄡˋ味ㄨㄟˋ丸ㄨㄢˊ]

thất luật [七 律]

thất điên bát đảo [七 顛 八 倒]

bát cổ [八 股]

bát quái [八 卦]

cửu lý hương [九 里 香]

Cửu Long [九 龍]

thập toàn thập mỹ [十 全 十 美]

🏮 Chuyển đổi phát âm (10)　　發音轉換

20) Quy luật chuyển đổi vận mẫu tiếng Phổ Thông ei (誒) sang âm Hán Việt

20) 普通話韻母 ei (誒) 的漢越音轉換規律

1. Chuyển sang 轉換成 ôi, ví dụ 例如： lôi 雷、 nội 內; thủy lôi 水雷、 nội dung 內容、 Hà Nội 河內。

2. Chuyển sang 轉換成 i/y, ví dụ 例如： phí 費、 mỹ 美、 bị 被; miễn phí 免費、 mỹ danh 美名、 bị cáo 被告。

3. Chuyển sang 轉換成 uy, ví dụ 例如： lũy 累; nguy như lũy noãn 危如累卵。

4. Những chữ nhập thanh có thể chuyển sang 入聲字可以轉換成 ắc, ví dụ 例如： Bắc 北、 hắc 黑; Bắc Đẩu 北斗、 Hắc Long Giang 黑龍江。

5. Những chữ nhập thanh có thể chuyển sang 入聲字可以轉換成 ấp, ví dụ 例如： cấp 給; cung cấp 供給。

6. Những chữ nhập thanh có thể chuyển sang 入聲字可以轉換成 ặc, ví dụ 例如： tặc 賊; quốc tặc 國賊。

172

Học từ mới 學生詞 xué shēng cí

 14-01

地方	地方 dì fāng	nơi	\ 各地方都有不同的風俗。 Mỗi nơi đều có phong tục khác nhau.
溫和	溫和 wēn hé	ấm áp	\○ 暖和
春天	春天 chūn tiān	mùa xuân	\Cũng có thể nói là 也可以說成：春季
夏天	夏天 xià tiān	mùa hè	\Cũng có thể nói là 也可以說成：夏季
秋天	秋天 qiū tiān	mùa thu	\Cũng có thể nói là 也可以說成：秋季
冬天	冬天 dōng tiān	mùa đông	\Cũng có thể nói là 也可以說成：冬季
熱	熱 rè	nóng	\△ 冷 lạnh
冷氣	冷气 lěng qì	máy lạnh	\máy 機器 lạnh 冷
開	开 kāi	mở	\○ 打開 △ 關 đóng

受不了	受不了 shòu bù liǎo	chịu không nổi	\chịu 忍受 không nổi 起來
電風扇	电风扇 diàn fēng shàn	quạt máy	\quạt 扇子 máy 機器
預報	预报 yù bào	dự báo	\Từ Hán Việt 漢越詞
雨停	雨停 yǔ tíng	mưa tạnh	\mưa 雨 tạnh 停止
到明天	到明天 dào míng tiān	vào ngày mai	\vào 進入 ngày mai 明天
晴朗	晴朗 qíng lǎng	nắng	\ 天晴就去公園。 Trời nắng thì đi công viên.
寒流	寒流 hán liú	đợt không khí lạnh	\○dòng không khí lạnh
下降	下降 xià jiàng	giảm xuống	\giảm 減 xuống 下
轉成	转成 zhuǎn chéng	chuyển sang	\chuyển 轉 sang 上
陰天	阴天 yīn tiān	trời âm u	\trời 天 âm u 陰暗
颱風	台风 tái fēng	bão	\ 颱風明天將吹過我們城市。 Bão sẽ thổi qua thành phố của chúng ta vào ngày mai.

悶熱	闷热 mēn rè	ngột ngạt	\ㄛ 悶
雷陣雨	雷阵雨 léi zhèn yǔ	giông bão	\giông 雷 暴 bão 颱風
到下午	到下午 dào xià wǔ	vào buổi chiều	\vào 進入 buổi 一段時間 chiều 下午
常有	常有 cháng yǒu	thường có	\thường 常 có 有
雨很大	雨很大 yǔ hěn dà	mưa như trút nước	\ㄛ 傾盆大雨 mưa 雨 như 如 trút 傾瀉
舒服	舒服 shū fú	thoải mái	\ㄛ 舒適 △ 難受 khó chịu
下雪	下雪 xià xuě	tuyết rơi	\rơi 下， 落下 tuyết 雪
高山	高山 gāo shān	vùng núi cao	\vùng 區 núi 山 cao 高

（一）兩地天氣

〈（一）兩地天气〉

(yī) liǎng dì tiān qì

(1) Thời tiết ở cả hai nơi

B: 臺灣和越南一樣溫和。

〈台湾和越南一样温和。〉

tái wān hé yuè nán yí yàng wēn hé.

Đài Loan ấm áp như Việt Nam.

A: 臺灣夏天熱嗎？

〈台湾夏天热吗？〉

tái wān xià tiān rè ma?

Vào mùa hè, Đài Loan có nóng không?

B: 很熱，有時候熱到三十八度左右。

〈很热，有时候热到三十八度左右。〉

hěn rè, yǒu shí hòu rè dào sān shí bā dù zuǒ yòu.

Trời rất nóng, có khi nóng đến khoảng ba mươi tám độ.

A: 家裡有冷氣嗎？

〈家里有冷气吗？〉

jiā lǐ yǒu lěng qì ma?

Ở nhà có máy lạnh không?

B: 有冷氣，不開冷氣受不了。

〈有冷气，不开冷气受不了。〉

yǒu lěng qì, bù kāi lěng qì shòu bù liǎo.

Có máy lạnh, không mở máy lạnh sẽ chịu không nổi.

A: 我更喜歡電風扇。

〈我更喜欢电风扇。〉

wǒ gèng xǐ huān diàn fēng shàn.

Tôi thích quạt máy hơn.

（二儿）天氣狀況

〈（二）天气状况〉

(èr) tiān qì zhuàng kuàng

(2) Tình hình thời tiết

A: 你看天氣預報了嗎？

〈你看天气预报了吗？〉

nǐ kàn tiān qì yù bào le ma?

Cô xem dự báo thời tiết chưa?

B: 看了。 雨明天停止。 以後幾天天氣晴朗。

〈看了。 雨明天停止。 以后几天天气晴朗。〉

kàn le. yǔ míng tiān tíng zhǐ. yǐ hòu jǐ tiān tiān qì qíng lǎng.

Xem rồi. Mưa sẽ tạnh vào ngày mai. Trời sẽ nắng trong vài ngày tới.

A: 由於寒流到， 溫度會下降到十二度。

〈由于寒流到，温度会下降到十二度。〉

yóu yú hán liú dào, wēn dù huì xià jiàng dào shí èr dù.

Do có đợt không khí lạnh, nhiệt độ sẽ giảm xuống còn mười hai độ.

B: 那時候， 天氣會轉成陰天。

〈那时候，天气会转成阴天。〉

nà shí hòu, tiān qì huì zhuǎn chéng yīn tiān.

Lúc đó, sẽ chuyển sang trời âm u.

A: 有時候會下雨。

〈有时候会下雨。〉

yǒu shí hòu huì xià yǔ.

Có khi sẽ có mưa.

（三）氣候季節

〈（三）气候季节〉

(sān) qì hòu jì jié

(3) Thời tiết và các mùa

A: 臺灣有颱風嗎？

〈台湾有台风吗？〉

tái wān yǒu tái fēng ma?

Đài Loan có bão không?

B: 有的， 六月到十一月是颱風季節。

〈有的，六月到十一月是台风季节。〉

yǒu de, liù yuè dào shí yī yuè shì tái fēng jì jié.

Có ạ, tháng 6 đến tháng 11 là mùa bão.

A: 有時候天氣很悶。

〈有时候天气很闷。〉

yǒu shí hòu tiān qì hěn mēn.

Đôi khi thời tiết rất ngột ngạt.

B: 下午常常下雷陣雨。 有的時候雨很大。

〈下午常常下雷阵雨。 有的时候雨很大。〉

xià wǔ cháng cháng xià léi zhèn yǔ. yǒu de shí hòu yǔ hěn dà.

Thường có giông bão vào buổi chiều. Đôi khi mưa như trút.

A: 秋天很舒服， 不冷也不熱。

〈秋天很舒服，不冷也不热。〉

qiū tiān hěn shū fú, bù lěng yě bú rè.

Mùa thu rất thoải mái, không lạnh cũng không nóng.

B: 臺灣的冬天從來不下雪。

〈台湾的冬天从来不下雪。〉

tái wān de dōng tiān cóng lái bú xià xuě.

Mùa đông ở Đài Loan không bao giờ tuyết rơi.

A: 只有寒流來的時候， 高山會下雪。

〈只有寒流来的时候，高山会下雪。〉

zhǐ yǒu hán liú lái de shí hòu, gāo shān huì xià xuě.

Chỉ khi có dòng không khí lạnh thì ở vùng núi cao mới tuyết rơi.

Chú thích về song ngữ　雙語注釋　shuāng yǔ zhù shì

Chuyển đổi phát âm (11)　發音轉換

21) Quy luật chuyển đổi vận mẫu tiếng Phổ Thông en (恩) sang âm Hán Việt

21) 普通話韻母 en (恩) 的漢越音轉換規律

1. Chuyển sang 轉換成 ân, ví dụ 例如： ân 恩、 trần 陳、 phận 分 ; ân tình 恩情、 trần thiết 陳設、 nhị phận 二分。

2. Chuyển sang 轉換成 ăn, ví dụ 例如： căn 根、 văn 文 ; căn cứ 根據、 văn hoá 文化。

3. Chuyển sang 轉換成 ôn, ví dụ 例如： bổn (bản) 本、 bồn 盆 ; khắc bổn 刻本、 Nhật Bản 日本、 đồng bồn 銅盆。

4. Giữ lại âm cổ 保留古音。 trinh 貞偵， âm cổ là 古音是 zhēng, ví dụ 例如： kiên trinh 堅貞、 trinh thám 偵探

22) Quy luật chuyển đổi vận mẫu tiếng Phổ Thông eng (亨ㄥ) sang âm Hán Việt

22) 普ㄆㄨˇ通ㄊㄨㄥ話ㄏㄨㄚˋ韻ㄩㄣˋ母ㄇㄨˇ eng (亨ㄥ) 的ㄉㄜ˙漢ㄏㄢˋ越ㄩㄝˋ音ㄧㄣ轉ㄓㄨㄢˇ換ㄏㄨㄢˋ規ㄍㄨㄟ律ㄌㄩˋ

1. Chuyển sang 轉ㄓㄨㄢˇ換ㄏㄨㄢˋ成ㄔㄥˊ anh, ví dụ 例ㄌㄧˋ如ㄖㄨˊ： canh 耕ㄍㄥ、 tranh 爭ㄓㄥ mãnh 猛ㄇㄥˇ; canh nông 耕ㄍㄥ農ㄋㄨㄥˊ、 cạnh tranh 競ㄐㄧㄥˋ爭ㄓㄥ、 mãnh liệt 猛ㄇㄥˇ烈ㄌㄧㄝˋ。

2. Chuyển sang 轉ㄓㄨㄢˇ換ㄏㄨㄢˋ成ㄔㄥˊ ăng, ví dụ 例ㄌㄧˋ如ㄖㄨˊ： băng 崩ㄅㄥ、 đẳng 等ㄉㄥˇ、 thăng 陞ㄕㄥ; thổ băng ngõa giải 土ㄊㄨˇ崩ㄅㄥ瓦ㄨㄚˇ解ㄐㄧㄝˇ、 thượng đẳng 上ㄕㄤˋ等ㄉㄥˇ、 thăng tiến 陞ㄕㄥ進ㄐㄧㄣˋ。

3. Chuyển sang 轉ㄓㄨㄢˇ換ㄏㄨㄢˋ成ㄔㄥˊ inh, ví dụ 例ㄌㄧˋ如ㄖㄨˊ： sinh 生ㄕㄥ、 tỉnh 省ㄕㄥˇ、 chỉnh 整ㄓㄥˇ; học sinh 學ㄒㄩㄝˊ生ㄕㄥ、 phát nhân thâm tỉnh 發ㄈㄚ人ㄖㄣˊ深ㄕㄣ省ㄒㄧㄥˇ、 nghiêm chỉnh 嚴ㄧㄢˊ整ㄓㄥˇ。

4. 個ㄍㄜˋ別ㄅㄧㄝˊ字ㄗˋ轉ㄓㄨㄢˇ換ㄏㄨㄢˋ成ㄔㄥˊ oanh, ví dụ 例ㄌㄧˋ如ㄖㄨˊ： hoành 橫ㄏㄥˊ; hoành cách mô 橫ㄏㄥˊ隔ㄍㄜˊ膜ㄇㄛˊ。

180

會話十五：旅館
〈 会话十五：旅馆 〉
huì huà shí wǔ : lǚ guǎn
Hội thoại mười lăm : Khách sạn

Học từ mới 學生詞 xué shēng cí

旅館	旅馆 lǚ guǎn	khách sạn	\Từ Hán Việt 漢越詞： 客棧
預訂	预订 yù dìng	đặt phòng	\đặt 放好 phòng 房
入住	入住 rù zhù	nhận phòng	\Từ Hán Việt 漢越詞： 認房
證件	证件 zhèng jiàn	chứng minh thư	\Từ Hán Việt 漢越詞： 證明書
這就是	这就是 zhè jiù shì	đây ạ	\đây 這裏 ạ 啊
退房	退房 tuì fáng	trả phòng	\trả 付錢 phòng 房
後天	后天 hòu tiān	ngày kia	\ngày 日， 天 kia 那個
明白	明白 míng bái	rõ	\ 你這樣一說我就明白了。 Tôi hiểu rõ ngay khi bạn nói thế.
餐券	餐券 cān quàn	phiếu dùng bữa	\phiếu 票 dùng 用 bữa 餐

給我	给我 gěi wǒ	đưa cho tôi	\đưa 帶 cho 給 tôi 我
層，樓	层，楼 céng, lóu	tầng	\tầng là Chữ Hán Việt 為漢越 字：層
服務	服务 fú wù	dịch vụ	\Từ Hán Việt 漢越詞： 役務
毯子	毯子 tǎn zi	chăn	\蓋上毯子防止感冒。 Phủ chăn để chống cảm lạnh.
再送	再送 zài sòng	lấy thêm	\lấy 拿， 取 thêm 額外， 添加
需要	需要 xū yào	cần	\乘火車去從南方河內 要兩天兩夜。 Cần hai ngày hai đêm để ngồi xe lửa từ miền Nam ra Hà Nội.
罐	罐 guàn	lon	\Lượng từ 量詞： 一罐冰 水 một lon nước lạnh
冰的	冰的 bīng de	lạnh	\Chữ Hán Việt 漢越字： 冷
一些	一些 yī xiē	vài	\吃一些荔枝吧。 Hãy ăn vài trái vải thiều.
放置	放置 fàng zhì	đặt ở	\飲水機放置在廚房。 Bình đựng nước được đặt ở bếp.
瓶子	瓶子 píng zi	chai	\Lượng từ 量詞： 一瓶醬 油 một chai xì dầu
礦泉水	矿泉水 kuàng quán shuǐ	nước khoáng	\nước 水 khoáng là Chữ Hán Việt 為漢越字： 礦
刷卡	刷卡 shuā kǎ	quẹt thẻ	\quẹt 刷 thẻ 卡， 小牌子

簽名	簽名 qiān míng	ký tên	\ký=Chữ Hán Việt 漢越字： 記 tên 名字
單子	单子 dān zi	hóa đơn	\Từ Hán Việt 漢越詞： 化單
底部	底部 dǐ bù	phần dưới	\△ 頂部 phần trên

Chợ Bến Thành TPHCM
胡志明市濱城市場

（一）預訂入住

〈（一）预订入住〉

(yī) yù dìng rù zhù

Đặt phòng và nhận phòng

A: 您好，請問有預訂房間嗎？

〈您好，请问有预订房间吗？〉

nín hǎo, qǐng wèn yǒu yù dìng fáng jiān ma?

Xin chào, xin hỏi cô có đặt phòng trước không?

B: 有的，我用秦美華的名字預訂了房間。

〈有的，我用秦美华的名字预订了房间。〉

yǒu de, wǒ yòng qín měi huá de míng zì yù dìng le fáng jiān.

Vâng, tôi đã đặt phòng với tên là Tần Mỹ Hoa (Chin Mei-hua).

A: 請給我您的證件。

〈请给我您的证件。〉

qǐng gěi wǒ nín de zhèng jiàn.

Vui lòng cho tôi xem chứng minh thư của cô.

B: 這就是。

〈这就是。〉

zhè jiù shì.

Đây ạ

A: 您預訂的是四人房入住兩晚，後天中午十二點以前退房。

〈您预订的是四人房入住两晚，后天中午十二点以前退房。〉

nín yù dìng de shì sì rén fáng rù zhù liǎng wǎn, hòu tiān zhōng wǔ shí èr diǎn yǐ qián tuì fáng.

Cô đã đặt một phòng bốn người ở lại hai đêm và trả phòng trước 12 giờ trưa ngày kia.

B: 我明白。
〈我明白。〉
wǒ míng bái.
Tôi rõ rồi.

A: 這是您的房卡以及四張餐券， 是五零一號房。
〈这是您的房卡以及四张餐券，是五零一号房。〉
zhè shì nín de fáng kǎ yǐ jí sì zhāng cān quàn, shì wǔ líng yī hào fáng.
Đây là thẻ phòng của bạn và bốn phiếu dùng bữa. Là phòng số năm trăm mốt.

B: 很好， 給我吧。
〈很好，给我吧。〉
hěn hǎo, gěi wǒ ba.
Tốt quá, hãy đưa cho tôi.

A: 您的房間在五樓， 餐廳在二樓。
〈您的房间在五楼，餐厅在二楼。〉
nín de fáng jiān zài wǔ lóu, cān tīng zài èr lóu.
Phòng của cô ở tầng năm và nhà hàng ở tầng hai.

B: 好的， 謝謝。
〈好的，谢谢。〉
hǎo de, xiè xie.
OK, cảm ơn.

（二ㄦˋ）旅ㄌㄩˇ館ㄍㄨㄢˇ服ㄈㄨˊ務ㄨˋ
〈（二）旅馆服务〉
(èr) lǚ guǎn fú wù
(2) Dịch vụ khách sạn

A: 喂ㄨㄟˋ， 您ㄋㄧㄣˊ好ㄏㄠˇ， 您ㄋㄧㄣˊ能ㄋㄥˊ再ㄗㄞˋ送ㄙㄨㄥˋ兩ㄌㄧㄤˇ張ㄓㄤ毯ㄊㄢˇ子ㄗ到ㄉㄠˋ我ㄨㄛˇ的ㄉㄜ房ㄈㄤˊ間ㄐㄧㄢ嗎ㄇㄚ？
〈喂，您好，您能再送两张毯子到我的房间吗？〉
wéi, nín hǎo, nín néng zài sòng liǎng zhāng tǎn zi dào wǒ de fáng jiān ma?
A lô, xin chào, em có thể lấy thêm hai chiếc chăn đem vào phòng tôi không?

B: 好ㄏㄠˇ的ㄉㄜ， 還ㄏㄞˊ要ㄧㄠˋ別ㄅㄧㄝˊ的ㄉㄜ嗎ㄇㄚ？
〈好的，还要别的吗？〉
hǎo de, hái yào bié de ma?
Vâng, còn cần gì nữa không ạ?

A: 兩ㄌㄧㄤˇ罐ㄍㄨㄢˋ啤ㄆㄧˊ酒ㄐㄧㄡˇ。
〈两罐啤酒。〉
liǎng guàn pí jiǔ.
Hai lon bia.

B: 冰ㄅㄧㄥ的ㄉㄜ嗎ㄇㄚ？
〈冰的吗？〉
bīng de ma?
Bia lạnh không?

A: 是ㄕˋ的ㄉㄜ。
〈是的。〉
shì de.
Vâng.

B: 幾分鐘後送去。

〈几分钟后送去。〉

jǐ fēn zhōng hòu sòng qù.

Em sẽ mang vào trong vài phút nữa.

A: 謝謝。

〈谢谢。〉

xiè xie.

Cảm ơn em.

（三）旅館結帳

〈（三）旅馆结账〉

(sān) lǚ guǎn jié zhàng

(3) Trả tiền khách sạn

A: 我要退房了。

〈我要退房了。〉

wǒ yào tuì fáng le.

Tôi phải trả phòng rồi.

B: 好的， 您是幾號房？

〈好的，您是几号房？〉

hǎo de, nín shì jǐ hào fáng?

Dạ, số phòng là bao nhiêu ạ?

A: 五零一號房間。

〈五零一号房间。〉

wǔ líng yī hào fáng jiān.

Phòng năm trăm mốt.

B: 您有沒有吃喝房間裡的飲料或食物？

〈您有没有吃喝房间里的饮料或食物？〉

nín yǒu méi yǒu chī hē fáng jiān lǐ de yǐn liào huò shí wù?

Bạn có ăn thức ăn hoặc uống thức uống được đặt ở trong phòng không?

A: 有的， 我喝了兩瓶礦泉水。

〈有的，我喝了两瓶矿泉水。〉

yǒu de, wǒ hē le liǎng píng kuàng quán shuǐ.

Có, tôi đã uống hai chai nước khoáng.

B: 好的， 請等一下， 您要刷卡嗎？

〈好的，请等一下，您要刷卡吗？〉

hǎo de, qǐng děng yí xià, nín yào shuā kǎ ma?

Dạ, vui lòng đợi một chút, cô có muốn quẹt thẻ không?

A: 是的。

〈是的。〉

shì de.

Vâng.

B: 請在這裡簽名。

〈请在这里签名。〉

qǐng zài zhè lǐ qiān míng.

Hãy vui lòng ký tên vào đây.

A: 在哪兒？

〈在哪儿？〉

zài nǎ er?

Ở đâu ạ?

B: 在單子的底部。

〈在单子的底部。〉

zài dān zi de dǐ bù.

Phần dưới của hóa đơn.

🏮 Chuyển đổi phát âm (12)　　發ㄈㄚ音ㄧㄣ轉ㄓㄨㄢˇ換ㄏㄨㄢˋ

23) Quy luật chuyển đổi vận mẫu tiếng Phổ Thông o (喔ㄛ) sang âm Hán Việt

23) 普ㄆㄨˇ通ㄊㄨㄥ話ㄏㄨㄚˋ韻ㄩㄣˋ母ㄇㄨˇ o (喔ㄛ) 的ㄉㄜ˙漢ㄏㄢˋ越ㄩㄝˋ音ㄧㄣ轉ㄓㄨㄢˇ換ㄏㄨㄢˋ規ㄍㄨㄟ律ㄌㄩˋ

1. Chuyển sang 轉ㄓㄨㄢˇ換ㄏㄨㄢˋ成ㄔㄥˊ ô, ví dụ 例ㄌㄧˋ如ㄖㄨˊ： bộ 部ㄅㄨˋ、　mô 模ㄇㄛˊ; bộ phận 部ㄅㄨˋ分ㄈㄣˋ、　mô phạm 模ㄇㄛˊ範ㄈㄢˋ。

2. Chuyển sang 轉ㄓㄨㄢˇ換ㄏㄨㄢˋ成ㄔㄥˊ a, ví dụ 例ㄌㄧˋ如ㄖㄨˊ： ma 魔ㄇㄛˊ、　bá 伯ㄅㄛˊ、　phá 破ㄆㄛˋ; ma quỷ 魔ㄇㄛˊ鬼ㄍㄨㄟˇ、　bá phụ 伯ㄅㄛˊ父ㄈㄨˋ、　phá hoại 破ㄆㄛˋ壞ㄏㄨㄞˋ。

3. Những chữ nhập thanh có thể chuyển sang 入ㄖㄨˋ聲ㄕㄥ字ㄗˋ可ㄎㄜˇ以ㄧˇ 轉ㄓㄨㄢˇ換ㄏㄨㄢˋ成ㄔㄥˊ ật, ví dụ 例ㄌㄧˋ如ㄖㄨˊ： phật 佛ㄈㄛˊ; Phật giáo 佛ㄈㄛˊ教ㄐㄧㄠˋ。

4. Những chữ nhập thanh có thể chuyển sang 入ㄖㄨˋ聲ㄕㄥ字ㄗˋ可ㄎㄜˇ以ㄧˇ 轉ㄓㄨㄢˇ換ㄏㄨㄢˋ成ㄔㄥˊ át, ví dụ 例ㄌㄧˋ如ㄖㄨˊ： phất 髴ㄈㄨˊ; phảng phất 仿ㄈㄤˇ佛ㄈㄛˊ。

5. Những chữ nhập thanh có thể chuyển sang 入ㄖㄨˋ聲ㄕㄥ字ㄗˋ可ㄎㄜˇ以ㄧˇ 轉ㄓㄨㄢˇ換ㄏㄨㄢˋ成ㄔㄥˊ át, ví dụ 例ㄌㄧˋ如ㄖㄨˊ： bát 撥ㄅㄛ; thiểu bát 挑ㄊㄧㄠˇ撥ㄅㄛ。

6. Những chữ nhập thanh có thể chuyển sang 入ㄖㄨˋ聲ㄕㄥ字ㄗˋ可ㄎㄜˇ以ㄧˇ 轉ㄓㄨㄢˇ換ㄏㄨㄢˋ成ㄔㄥˊ ác, ví dụ 例ㄌㄧˋ如ㄖㄨˊ： bác 博ㄅㄛˊ; bác sĩ 博ㄅㄛˊ士ㄕˋ。

24) Quy luật chuyển đổi vận mẫu tiếng Phổ Thông ong (轟) sang âm Hán Việt

24) 普通話韻母 ong (轟) 的漢越音轉換規律

1. Chuyển sang 轉換成 ông, ví dụ 例如： thống痛、động動、 không空 ; thống ẩm 痛飲、 động lực 動力、 không khí 空氣。

2. Chuyển sang 轉換成 ung, ví dụ 例如： trung中、 xung衝 cung宮 ; trung ương 中央、 xung phong 衝鋒、 cung điện 宮殿、 cung đình 宮廷。

3. Phát âm đặc biệt 特殊發音： 轟 oanh; oanh tạc 轟炸。

25) Quy luật chuyển đổi vận mẫu tiếng Phổ Thông ou (歐) sang âm Hán Việt

25) 普通話韻母 ou (歐) 的漢越音轉換規律

1. Chuyển sang 轉換成 âu, ví dụ 例如： châu州、 cấu構、 hậu後 ; Quảng Châu 廣州、 cơ cấu 機構、 hậu bối 後輩。 Điều này cũng đúng với phương ngữ Quảng Đông. 粵方言也是這樣。

2. Chuyển sang 轉換成 u, ví dụ 例如： thu收、 thủ首 ; thu hoạch 收獲、 thủ đô 首都。 Điều này cũng đúng với phương ngữ Khách Gia. 客家方言也是這樣。

3. Chuyển sang 轉換成 ưu, ví dụ 例如： sửu丑、 trừu抽、 sưu搜、 cừu仇 ; tử sửu 子丑、 trừu súc 抽搐、 sưu kiểm 搜檢、 cừu thị 仇視。 Giống với phương ngữ Mẫn Nam. 與閩南方言類似。

會話十六：租房
〈 会话十六：租房 〉
huì huà shí liù : zū fáng
Hội thoại mười sáu : Thuê nhà

Học từ mới 學生詞 xué shēng cí

🎧 16-01

租房	租房 zū fáng	thuê nhà	\thuê 租 nhà 房屋
要求	要求 yāo qiú	nhu cầu	\Từ Hán Việt 漢越詞 : 需求
座	座 zuò	ngôi	\Lượng từ 量詞 : 一座房屋 một ngôi nhà
家具	家具 jiā jù	đồ nội thất	\đồ 東西 , 物品 nội thất = Từ Hán Việt 漢越詞 : 內室
全都有	全都有 quán dōu yǒu	có cả	\có 有 cả 全部
寢具	寢具 qǐn jù	chăn ga gối đệm	\chăn ga 毯子 gối 枕 đệm 墊
廚房用具	厨房用具 chú fáng yòng jù	dụng cụ nhà bếp	\dụng cụ = Từ Hán Việt 漢越詞 : 用具 nhà 房間 bếp 做飯
餐桌	餐桌 cān zhuō	bàn ăn	\bàn 桌子 ăn 吃
書桌	书桌 shū zhuō	bàn học	\bàn 桌子 học 學

191

電視	电视 diàn shì	truyền hình, tivi	\Từ Hán Việt 漢越詞：傳形
沙發	沙发 shā fā	ghế sofa	\ghế 椅子
東西	东西 dōng xi	thứ	\ 這些東西都是家裏需要的。 Những thứ này đều cần thiết ở nhà.
價格	价格 jià gé	giá bán	\giá 價 bán 出售， 銷售
協商	协商 xié shāng	mặc cả	\○ 討價還價
公寓	公寓 gōng yù	căn hộ, chung cư	\Từ Hán Việt 漢越詞：根戶， 終居
坪	坪 píng	bình	\ 臺灣面積丈量單位 đơn vị đo diện tích ở Đài Loan
每月	每月 měi yuè	mỗi tháng	\mỗi 每 tháng 月
貴	贵 guì	đắt	\○ 價錢高 △ 便宜 rẻ
算	算 suàn	tính toán	\ 請計算一下。 Hãy tính toán.
便宜	便宜 pián yí	rẻ	\請賣便宜一點，好嗎？ Xin bán rẻ hơn, được không?
出價格	出价格 chū jià gé	ra giá	\ra 跑出 giá 價
好吧	好吧 hǎo ba	đấy	\Ý nghĩa thực tế 實際含義：那裏 (ở đấy)。

區ㄑㄩ	区 qū	khu vực	\khu vực=Từ Hán Việt 漢ㄏㄢ越ㄩㄝ詞ㄘ： 區域ㄩ
方ㄈㄤ便ㄅㄧㄢ	方便 fāng biàn	thuận tiện	\Từ Hán Việt 漢ㄏㄢ越ㄩㄝ詞ㄘ： 順ㄕㄨㄣ便ㄅㄧㄢ
附ㄈㄨ近ㄐㄧㄣ	附近 fù jìn	gần đây	\○ 近ㄐㄧㄣ來ㄌㄞ gần 近 đây 此ㄘ處ㄨ
私ㄙ家ㄐㄧㄚ車ㄔㄜ	私家车 sī jiā chē	xe riêng	\xe 車ㄔㄜ riêng 個ㄍㄜ人ㄖㄣ的ㄉㄜ， 單ㄉㄢ獨ㄉㄨ的ㄉㄜ， 私ㄙ人ㄖㄣ的ㄉㄜ
決ㄐㄩㄝ定ㄉㄧㄥ	决定 jué dìng	quyết định	\Từ Hán Việt 漢ㄏㄢ越ㄩㄝ詞ㄘ： 決ㄐㄩㄝ定ㄉㄧㄥ
粉ㄈㄣ刷ㄕㄨㄚ	粉刷 fěn shuā	sơn lại	\sơn 粉ㄈㄣ刷ㄕㄨㄚ lại 再ㄗㄞ次ㄘ
很ㄏㄣ	很 hěn	khá	\ 她ㄊㄚ華ㄏㄨㄚ語ㄩ說ㄕㄨㄛ得ㄉㄜ很ㄏㄣ好ㄏㄠ。 Cô ấy nói tiếng Trung rất tốt.
盡ㄐㄧㄣ快ㄎㄨㄞ	尽快 jìn kuài	tranh thủ	\Từ Hán Việt 漢ㄏㄢ越ㄩㄝ詞ㄘ： 爭ㄓㄥ取ㄑㄩ
整ㄓㄥ修ㄒㄧㄡ	整修 zhěng xiū	sửa sang lại	\sửa sang 修ㄒㄧㄡ理ㄌㄧ好ㄏㄠ lại 再ㄗㄞ次ㄘ
圖ㄊㄨ書ㄕㄨ館ㄍㄨㄢ	图书馆 tú shū guǎn	thư viện	\Từ Hán Việt 漢ㄏㄢ越ㄩㄝ詞ㄘ： 書ㄕㄨ院ㄩㄢ
城ㄔㄥ市ㄕ	城市 chéng shì	thành phố	\Từ Hán Việt 漢ㄏㄢ越ㄩㄝ詞ㄘ： 城ㄔㄥ舖ㄆㄨ
多ㄉㄨㄛ遠ㄩㄢ	多远 duō yuǎn	bao xa	\bao 多ㄉㄨㄛ少ㄕㄠ xa 遠ㄩㄢ

（一）租賃要求

〈（一）租赁要求〉

(yī) zū lìn yāo qiú

(1) Nhu cầu thuê nhà

A: 我想要有家具的房子。

〈我想要有家具的房子。〉

wǒ xiǎng yào yǒu jiā jù de fáng zi.

Tôi muốn tìm một ngôi nhà có cả đồ nội thất.

B: 需要些什麼家具？

〈需要些什么家具？〉

xū yào xiē shén me jiā jù?

Bạn cần những đồ nội thất nào?

A: 寢具、廚房用具、餐桌椅、書桌椅。

〈寝具、厨房用具、餐桌椅、书桌椅。〉

qǐn jù, chú fáng yòng jù, cān zhuō yǐ, shū zhuō yǐ.

Chăn ga gối đệm, dụng cụ nhà bếp, bàn ăn và ghế, bàn học và ghế.

B: 你還需要別的什麼嗎？

〈你还需要别的什么吗？〉

nǐ hái xū yào bié de shén me ma?

Bạn còn cần gì nữa không?

A: WiFi、電視、沙發。

〈WiFi、电视、沙发。〉

WiFi, diàn shì, shā fā.

WiFi, tivi, ghế sofa.

B: 這些我們都有。

〈 这些我们都有。〉

zhè xiē wǒ men dōu yǒu.

Tất cả những thứ này chúng tôi đều có.

A: 有冷氣嗎？

〈 有冷气吗？〉

yǒu lěng qì ma?

Có máy lạnh không?

B: 每個房間都有冷氣。

〈 每个房间都有冷气。〉

měi ge fáng jiān dōu yǒu lěng qì.

Phòng nào cũng có máy lạnh.

（二）價格協商

〈（二）价格协商〉

(èr) jià gé xié shāng

(2) Mặc cả giá bán

A: 我想要租一間四十坪左右的公寓。

〈 我想要租一间四十坪左右的公寓。〉

wǒ xiǎng yào zū yī jiān sì shí píng zuǒ yòu de gōng yù.

Tôi muốn thuê một căn hộ (chung cư) khoảng bốn mươi bình.

B: 有一間每月三萬五千元的公寓。

〈 有一间每月三万五千元的公寓。〉

yǒu yī jiān měi yuè sān wàn wǔ qiān yuán de gōng yù.

Có một căn hộ thuê với giá ba mươi lăm nghìn Đài tệ mỗi tháng.

A: 太貴了，可以算便宜一點嗎？

〈 太贵了，可以算便宜一点吗？〉

tài guì le, kě yǐ suàn pián yí yī diǎn ma?

Đắt quá, có thể rẻ hơn không?

B: 您出多少價格？
〈您出多少价格？〉
nín chū duō shǎo jià gé?
Bạn ra giá bao nhiêu?

A: 每月三萬可以嗎？
〈每月三万可以吗？〉
měi yuè sān wàn kě yǐ ma?
Ba mươi nghìn mỗi tháng có được không?

B: 您租多久？
〈您租多久？〉
nín zū duō jiǔ?
Bạn thuê bao lâu?

A: 大約一年。
〈大约一年。〉
dà yuē yī nián.
Khoảng một năm.

B: 好吧， 租給您。
〈好吧，租给您。〉
hǎo ba, zū gěi nín.
Được rồi, cho bạn thuê đấy.

A: 謝謝！
〈谢谢！〉
xiè xie!
Cảm ơn bạn.

B: 這區的交通不方便，附近沒有公車。
〈这区的交通不方便，附近没有公车。〉
zhè qū de jiāo tōng bù fāng biàn, fù jìn méi yǒu gōng chē.
Giao thông trong khu vực này không thuận tiện và gần đây
không có xe buýt.

A: 別擔心，我們有車。

〈别担心，我们有车。〉

bié dān xīn, wǒ men yǒu chē.

Đừng lo lắng, chúng tôi có xe riêng.

（三）決定租房

〈（三）决定租房〉

(sān) jué dìng zū fáng

(3) Quyết định thuê nhà

A: 這房子很舊，得重新粉刷一下。

〈这房子很旧，得重新粉刷一下。〉

zhè fáng zi hěn jiù, děi chóng xīn fěn shuā yí xià.

Ngôi nhà khá cũ và phải sơn lại.

B: 我們將盡快整修它。

〈我们将尽快整修它。〉

wǒ men jiāng jìn kuài zhěng xiū tā.

Chúng tôi sẽ tranh thủ sửa sang lại.

A: 什麼時候可出租？

〈什么时候可出租？〉

shén me shí hòu kě chū zū?

Khi nào tôi có thể thuê?

B: 十天以後。

〈十天以后。〉

shí tiān yǐ hòu.

Mười ngày sau.

A: 到市立圖書館有多遠？

〈到市立图书馆有多远？〉

dào shì lì tú shū guǎn yǒu duō yuǎn?

Từ đây đến thư viện thành phố bao xa?

B: 搭ㄉㄚ公ㄍㄨㄥ車ㄔㄜ只ㄓ要ㄧㄠ兩ㄌㄧㄤ站ㄓㄢ就ㄐㄧㄡ到ㄉㄠ。

〈搭公车只要两站就到。〉

dā gōng chē zhǐ yào liǎng zhàn jiù dào.

Ngồi xe buýt chỉ cần hai trạm là tới nơi.

A: 好ㄏㄠ的ㄉㄜ， 我ㄨㄛ租ㄗㄨ六ㄌㄧㄡ個ㄍㄜ月ㄩㄝ。

〈好的，我租六个月。〉

hǎo de, wǒ zū liù ge yuè.

Vâng, tôi sẽ thuê sáu tháng.

🏮 Chuyển đổi phát âm (13)　　發音轉換

26) Quy luật chuyển đổi vận mẫu tiếng Phổ Thông i (衣) 、 i (之) 、 i (茲)

26) 普通話韻母 i (衣) 、 i (之) 、 i (茲) 的轉換規律

1. Chuyển sang 轉換成 i/y, ví dụ 例如：y 衣 、 ý 意 、 kỳ 奇 、 ty 司 、 chi 枝 、 chí 志 、 xỉ 齒 xí 企 ; y phục 衣服 、 ý nghĩa 意義 、 kỳ quan 奇觀 、 công ty 公司 、 chi tiết 枝節 、 chí hướng 志向 、 xỉ luân 齒輪 、 xí nghiệp 企業。 Giống với phương ngữ Mẫn Nam. 與閩南方言類似。

2. Chuyển sang 轉換成 ây, ví dụ 例如： tây 西 ; Giang Tây 江西。 Giống với phương ngữ Quảng Đông. 與粵方言類似。

3. Chuyển sang 轉換成 ê, ví dụ 例如：kê 雞 、 lệ 麗 、 tệ 幣 、 chế 制 ; hạt kê 鶏雞 、 diễm lệ 豔麗 、 ngoại tệ 外幣 、 chế tạo 製造。 Giống với phương ngữ Mẫn Nam. 與閩南方言類似。

4. Chuyển sang 轉換成 ơ, ví dụ 例如： cơ 機 、 cơ 基 ; cơ sở 基礎 、 cơ giới 機械。 Giống với phương ngữ Quảng Đông. 與粵方言類似。

5. Chuyển sang 轉換成 ư, ví dụ 例如： thứ 次 、 tư 思 、 tư 資 ; tầng thứ 層次 、 tư tưởng 思想 、 đầu tư 投資。 Giống với phương ngữ Mẫn Nam. 與閩南方言類似。

6. 少數位轉換成 ơi, ví dụ 例如： khởi 起 ; quật khởi 崛起。

7. Những chữ nhập thanh có thể chuyển sang 入聲字可以轉換成 ất, ví dụ 例如： nhất 一、 tất 必、 thất 七、 thất 漆 ; thứ nhất 次一、 tất nhiên 必然、 thất luật 七律、 giao thất 膠漆。 Giống với ba phương ngữ. 與三方言類似。

8. Những chữ nhập thanh có thể chuyển sang 入聲字可以轉換成 ật, ví dụ 例如： nhật 日 ; bách nhật hồng 百日紅。

9. Những chữ nhập thanh có thể chuyển sang 入聲字可以轉換成 ấp, ví dụ 例如： thấp 濕 ; thấp tà 濕邪。 Giống với ba phương ngữ. 與三方言類似。

10. Những chữ nhập thanh có thể chuyển sang 入聲字可以轉換成 ập, ví dụ 例如： thập 十、 thập 拾 ; thập toàn 十全、 thập di 拾遺。 Giống với ba phương ngữ. 與三方言類似。

11. Những chữ nhập thanh có thể chuyển sang 入聲字可以轉換成 ích, ví dụ 例如： ích 益、 thích 釋、 thích 適 ; lợi ích 利益、 giải thích 解釋、 thích hợp 適合。 Giống với ba phương ngữ. 與三方言類似。

12. Những chữ nhập thanh có thể chuyển sang 入聲字可以轉換成 ịch, ví dụ 如： dịch 譯、 tịch 席、 lịch 歷 ; phiên dịch 翻譯、 chủ tịch 主席、 lịch sử 歷史。

13. Những chữ nhập thanh có thể chuyển sang 入聲字可以轉換成 ức, ví dụ 例如： ức 臆 ; ức thuyết 臆說。 Giống với ba phương ngữ. 與三方言類似。

14. Những chữ nhập thanh có thể chuyển sang 入聲字可以轉換成 ực, ví dụ 例如： cực 極、 trực 直 ; bắc cực 北極、 trực tiếp 直接。 Giống với ba phương ngữ. 與三方言類似。

* 一坪 =3.30378 平方米 một bình (ping) bằng 3,30378 mét vuông

會話十七：協助
〈 会话十七：协助 〉
huì huà shí qī : xié zhù
Hội thoại mười bảy : Giúp đỡ

Học từ mới 學生詞 xué shēng cí

🎧 17-01

路人	路人 lù rén	người đi đường	\người 人 đi 走 đường 路
請	请 qǐng	hãy	\ 呼喚對方注意。 Gây sự chú ý của bên kia.
事情	事情 shì qíng	chuyện	\ 從沒見過這樣的事情。 Chưa bao giờ thấy chuyện như vậy.
發生	发生 fā shēng	xảy ra	\xảy 產生 ra 出
覺得，感覺	觉得，感觉 jué de, gǎn jué	cảm thấy	\cảm 感 thấy 看見
醫院	医院 yī yuàn	bệnh viện	\Từ Hán Việt 漢越詞： 病院
開車	开车 kāi chē	lái xe	\lái 駕 xe 車
幫我個忙	帮我个忙 bāng wǒ ge máng	giúp tôi một việc	\giúp 幫 tôi 我 một 一件 việc 事

搬下	搬下 bān xià	mang xuống	\mang 攜帶 xuống 下
樓	楼 lóu	lầu	\lầu là Chữ Hán Việt 漢越字
太重	太重 tài zhòng	quá nặng	\quá 太 nặng 重
順便	顺便 shùn biàn	tiện thể	\Từ Hán Việt 漢越詞：便體
幾本書	几本书 jǐ běn shū	vài cuốn sách	\vài 一些 cuốn 卷 sách 書
老朋友	老朋友 lǎo péng yǒu	người bạn cũ	\người bạn 朋友 cũ 舊
郵局	邮局 yóu jú	bưu điện	\Từ Hán Việt 漢越詞：郵電

（一）路人協助

〈（一）路人协助〉

(yī) lù rén xié zhù

(1) Sự giúp đỡ của người đi đường

A: 請你幫幫我吧。

〈请你帮帮我吧。〉

qǐng nǐ bāng bāng wǒ ba.

Xin hãy giúp đỡ tôi.

B: 哦！ 怎麼啦？

〈哦！ 怎么啦？〉

ó! zěn me la?

Ôi! Chuyện gì đã xảy ra?

A: 我身體不舒服， 請你帶我去醫院，
好嗎？

〈我身体不舒服，请你带我去医院，好吗？〉

wǒ shēn tǐ bù shū fú, qǐng nǐ dài wǒ qù yī yuàn, hǎo ma?

Tôi cảm thấy không khỏe, xin vui lòng đưa tôi đến bệnh viện,
được không?

B: 好的， 我開車送你去。

〈好的，我开车送你去。〉

hǎo de, wǒ kāi chē sòng nǐ qù.

Được rồi, để tôi lái xe đưa bạn đi.

A: 你人真好！ 太感謝你了！

〈你人真好！ 太感谢你了！〉

nǐ rén zhēn hǎo! tài gǎn xiè nǐ le!

Bạn thật tốt bụng! Cảm ơn bạn rất nhiều!

（二）順便協助

〈（二）顺便协助〉

(èr) shùn biàn xié zhù

(2) Tiện thể giúp đỡ

A: 你在做什麼？

〈你在做什么？〉

nǐ zài zuò shén me?

Anh đang làm gì vậy?

B: 準備寄幾本書給老朋友。

〈准备寄几本书给老朋友。〉

zhǔn bèi jì jǐ běn shū gěi lǎo péng yǒu.

Chuẩn bị gửi vài cuốn sách cho những người bạn cũ.

A: 我要去郵局上班。

〈我要去邮局上班。〉

wǒ yào qù yóu jú shàng bān.

Em đến bưu điện làm việc.

B: 太好了，能為我寄這幾本書嗎？

〈太好了，能为我寄这几本书吗？〉

tài hǎo le, néng wèi wǒ jì zhè jǐ běn shū ma?

Vậy thì tốt quá, em có thể gửi giúp tôi những cuốn sách này không?

A: 好的，沒問題。

〈好的，没问题。〉

hǎo de, méi wèn tí.

Dạ, không thành vấn đề.

B: 先給你錢。

〈先给你钱。〉

xiān gěi nǐ qián.

Gửi em tiền trước.

A: 回來再結算吧。
〈回来再结算吧。〉
huí lái zài jié suàn ba.
Em về rồi tính sau.

（三）請求幫助
〈（三）请求帮助〉
(sān) qǐng qiú bāng zhù
(3) Nhờ giúp đỡ

A: 請幫我個忙。
〈请帮我个忙。〉
qǐng bāng wǒ ge máng.
Xin anh giúp tôi một việc.

B: 需要我做點什麼？
〈需要我做点什么？〉
xū yào wǒ zuò diǎn shén me?
Chị cần tôi làm gì?

A: 請幫我把行李搬下樓。
〈请帮我把行李搬下楼。〉
qǐng bāng wǒ bǎ xíng lǐ bān xià lóu.
Hãy giúp tôi mang hành lý này xuống lầu.

B: 好的，這太重了，我幫你。
〈好的，这太重了，我帮你。〉
hǎo de, zhè tài zhòng le, wǒ bāng nǐ.
Dạ, cái này quá nặng, tôi sẽ giúp chị.

A: 多謝。
〈多谢。〉
duō xiè.
Cảm ơn anh.

B: 不ㄅㄨˋ客ㄎㄜˋ氣ㄑㄧˋ。

〈不客气。〉

bú kè qì.

Không có chi.

Chú thích về song ngữ 雙ㄕㄨㄤ語ㄩˇ注ㄓㄨˋ釋ㄕˋ shuāng yǔ zhù shì

Chuyển đổi phát âm (14)　　發ㄈㄚ音ㄧㄣ轉ㄓㄨㄢˇ換ㄏㄨㄢˋ

27) Quy luật chuyển đổi vận mẫu tiếng Phổ Thông ia (呀ㄧㄚ) sang âm Hán Việt

27) 普ㄆㄨˇ通ㄊㄨㄥ話ㄏㄨㄚˋ韻ㄩㄣˋ母ㄇㄨˇ ia (呀ㄧㄚ) 的ㄉㄜ˙漢ㄏㄢˋ越ㄩㄝˋ音ㄧㄣ轉ㄓㄨㄢˇ換ㄏㄨㄢˋ規ㄍㄨㄟ律ㄌㄩˋ

1. Chuyển sang 轉ㄓㄨㄢˇ換ㄏㄨㄢˋ成ㄔㄥˊ a, ví dụ 例ㄌㄧˋ如ㄖㄨˊ： á 亞ㄧㄚˋ、 下ㄒㄧㄚˋ hạ、 gia 家ㄐㄧㄚ；Châu Á 洲ㄓㄡ亞ㄧㄚˋ、 thiên hạ 天ㄊㄧㄢ下ㄒㄧㄚˋ、 gia đình 家ㄐㄧㄚ庭ㄊㄧㄥˊ。 Giống với ba phương ngữ. 與ㄩˇ三ㄙㄢ方ㄈㄤ言ㄧㄢ類ㄌㄟˋ似ㄙˋ。

2. Những chữ nhập thanh có thể chuyển sang 入ㄖㄨˋ聲ㄕㄥ字ㄗˋ可ㄎㄜˇ以ㄧˇ 轉ㄓㄨㄢˇ換ㄏㄨㄢˋ成ㄔㄥˊ iệp, ví dụ 例ㄌㄧˋ如ㄖㄨˊ： hiệp 洽ㄑㄧㄚˋ; hiệp thương 洽ㄑㄧㄚˋ商ㄕㄤ。 Giống với ba phương ngữ. 與ㄩˇ三ㄙㄢ方ㄈㄤ言ㄧㄢ類ㄌㄟˋ似ㄙˋ。

3. Những chữ nhập thanh có thể chuyển sang 入ㄖㄨˋ聲ㄕㄥ字ㄗˋ可ㄎㄜˇ以ㄧˇ 轉ㄓㄨㄢˇ換ㄏㄨㄢˋ成ㄔㄥˊ áp, ví dụ 例ㄌㄧˋ如ㄖㄨˊ： giáp 甲ㄐㄧㄚˇ、 giáp 夾ㄐㄧㄚˊ; bảo giáp 保ㄅㄠˇ甲ㄐㄧㄚˇ、 Giáp Cốc 夾ㄐㄧㄚˊ谷ㄍㄨˇ。 Giống với ba phương ngữ. 與ㄩˇ 三ㄙㄢ方ㄈㄤ言ㄧㄢ類ㄌㄟˋ似ㄙˋ。

4. Những chữ nhập thanh có thể chuyển sang 入ㄖㄨˋ聲ㄕㄥ字ㄗˋ可ㄎㄜˇ以ㄧˇ 轉ㄓㄨㄢˇ換ㄏㄨㄢˋ成ㄔㄥˊ ạp, ví dụ 例ㄌㄧˋ如ㄖㄨˊ： hạp 峽ㄒㄧㄚˊ; hải hạp 海ㄏㄞˇ峽ㄒㄧㄚˊ。 Giống với ba phương ngữ. 與ㄩˇ三ㄙㄢ方ㄈㄤ言ㄧㄢ類ㄌㄟˋ似ㄙˋ。

28) Quy luật chuyển đổi vận mẫu tiếng Phổ Thông ian (煙) sang âm Hán Việt

28) 普通話韻母 ian (煙) 的漢越音轉換規律

1. Chuyển sang 轉換成 iên, ví dụ 例如： tiên 先、 diện 面、 kiên 堅; tiên tiến 先進、 diện tích 面積、 kiên nhẫn 堅忍。

2. Chuyển sang 轉換成 iêm, ví dụ 例如： hiểm 險、 điểm 點、 tiêm 攕; nguy hiểm 危險、 điểm số 點數、 tiêm phòng 攕防。 Giống với ba phương ngữ. 與三方言類似。

3. Chuyển sang 轉換成 an, ví dụ 例如： hạn 限; hạn chế 限制。 Giống với ba phương ngữ. 與三方言類似。

4. Chuyển sang 轉換成 am, ví dụ 例如： hạm 艦、 hàm 咸; hạm đội 艦隊、 Hàm Tân 咸津。 Giống với ba phương ngữ. 與三方言類似。

Bưu Điện Trung Tâm TPHCM
(trước đây là Bưu Điện Sài Gòn)
胡志明市中央郵局
（前西貢郵局）

會話十八：問路
〈 会话十八：问路 〉
huì huà shí bā : wèn lù
Hội thoại mười tám : Hỏi đường

Học từ mới　學生詞　xué shēng cí

🎧 18-01

問路	问路 wèn lù	hỏi đường	\hỏi 問 đường 路
菜市場	菜市场 cài shì chǎng	chợ bán thức ăn	\rau 菜 chợ 市 場 bán 賣 thức ăn 食品
走路	走路 zǒu lù	đi bộ	\đi 走 bộ 步
怎麼	怎么 zěn me	như thế nào	\như 如 thế nào 何
指給我	指给我 zhǐ gěi wǒ	chỉ cho tôi	\ 在地圖上指給我看。 Chỉ cho tôi xem trong bản đồ.
沿著	沿着 yán zhe	dọc theo	\dọc 沿 theo 按照
路	路 lù	con đường	\con cũng được sử dụng trước danh từ phi sinh vật. con 也用於非生物名詞前。
下個	下个 xià ge	tiếp theo	\tiếp 接 theo 跟著
十字路口	十字路口 shí zì lù kǒu	ngã tư	\〇 十字路，交叉路

左轉	左转 zuǒ zhuǎn	rẽ trái	\△ 右轉 rẽ phải
看見	看见 kàn jiàn	thấy, nhìn	\○ nhìn thấy, được xem
指路	指路 zhǐ lù	chỉ đường	\chỉ 指 đường 路
最近的	最近的 zuì jìn de	gần nhất	\△ 最 遠的 xa nhất
公車站	公车站 gōng chē zhàn	trạm xe buýt	\ 公車站就在家門口。 Trước cửa ngôi nhà là trạm xe buýt.
三岔路	三岔路 sān chà lù	ngã ba	\○ 丁字路
右轉	右转 yòu zhuǎn	rẽ phải	\△ 左轉 rẽ trái
醒目	醒目 xǐng mù	dễ thấy, bắt mắt	\ 醒 thức dậy 目 mắt
轉角處	转角处 zhuǎn jiǎo chù	chỗ rẽ	\chỗ 地方 rẽ 轉彎
就在	就在 jiù zài	ngay	\ 銀行就在前面。 Ngân hàng ở ngay phía trước.
迷路	迷路 mí lù	lạc đường	\lạc 落 đường 道路
請問	请问 qǐng wèn	xin hỏi	\ 請 xin 問 hỏi
我的	我的 wǒ de	của mình	\của 的 mình 本人

名片	名片 míng piàn	danh thiếp	\Từ Hán Việt 漢越詞: 名帖
查	查 chá	tìm	\0 尋找
具體位置	具体位置 jù tǐ wèi zhì	vị trí cụ thể	\Từ Hán Việt 漢越詞: 位置具體
太好了	太好了 tài hǎo le	thật tuyệt quá	\Từ Hán Việt 漢越詞: 實絕過

Khổng Miếu (Đền Khổng Tử) Đài Bắc

210

（一）找菜市場

〈（一）找菜市场〉

(yī) zhǎo cài shì chǎng

(1) Tìm đường đến chợ bán thức ăn

A: 請問，菜市場有多遠？

〈请问，菜市场有多远？〉

qǐng wèn, cài shì chǎng yǒu duō yuǎn?

Xin hỏi, chợ bán thức ăn có xa không?

B: 不遠，走路十分鐘。

〈不远，走路十分钟。〉

bù yuǎn, zǒu lù shí fēn zhōng.

Không xa, đi bộ mười phút.

A: 請告訴我怎麼走。

〈请告诉我怎么走。〉

qǐng gào sù wǒ zěn me zǒu.

Vui lòng hãy chỉ cho tôi phải đi như thế nào.

B: 沿著這條路走，到下個十字路口左轉就能看見了。

〈沿着这条路走，到下个十字路口左转就能看见了。〉

yán zhe zhè tiáo lù zǒu, dào xià ge shí zì lù kǒu zuǒ zhuǎn jiù néng kàn jiàn le.

Đi dọc theo con đường này, đến ngã tư tiếp theo rẽ trái thì sẽ thấy chợ bán thức ăn.

A: 感謝你為我指路。

〈感谢你为我指路。〉

gǎn xiè nǐ wèi wǒ zhǐ lù.

Cảm ơn bạn đã chỉ đường cho tôi.

（二ㄦ）找ㄓㄠˇ公ㄍㄨㄥ車ㄔㄜ站ㄓㄢˋ

〈（二）找公车站〉

(èr) zhǎo gōng chē zhàn

(2) Tìm đường đến trạm xe buýt

A: 對ㄉㄨㄟˋ不ㄅㄨˋ起ㄑㄧˇ，最ㄗㄨㄟˋ近ㄐㄧㄣˋ的ㄉㄜ公ㄍㄨㄥ車ㄔㄜ站ㄓㄢˋ在ㄗㄞˋ哪ㄋㄚˇ兒ㄦ？

〈对不起，最近的公车站在哪儿？〉

duì bù qǐ, zuì jìn de gōng chē zhàn zài nǎ er?

Xin lỗi, cho hỏi trạm xe buýt gần nhất ở đâu?

B: 一ㄧ直ㄓˊ走ㄗㄡˇ，在ㄗㄞˋ三ㄙㄢ岔ㄔㄚˋ路ㄌㄨˋ口ㄎㄡˇ右ㄧㄡˋ轉ㄓㄨㄢˇ，走ㄗㄡˇ幾ㄐㄧˇ分ㄈㄣ鐘ㄓㄨㄥ就ㄐㄧㄡˋ到ㄉㄠˋ了ㄌㄜ。

〈一直走，在三岔路口右转，走几分钟就到了。〉

yī zhí zǒu, zài sān chà lù kǒu yòu zhuǎn, zǒu jǐ fēn zhōng jiù dào le.

Đi thẳng, đến ngã ba rẽ phải, đi thêm vài phút nữa sẽ đến.

A: 站ㄓㄢˋ牌ㄆㄞˊ很ㄏㄣˇ醒ㄒㄧㄥˇ目ㄇㄨˋ嗎ㄇㄚ？

〈站牌很醒目吗？〉

zhàn pái hěn xǐng mù ma?

Biển báo trạm xe buýt có dễ thấy không?

B: 是ㄕˋ的ㄉㄜ。在ㄗㄞˋ轉ㄓㄨㄢˇ角ㄐㄧㄠˇ處ㄔㄨˋ你ㄋㄧˇ就ㄐㄧㄡˋ會ㄏㄨㄟˋ看ㄎㄢˋ到ㄉㄠˋ車ㄔㄜ站ㄓㄢˋ了ㄌㄜ。

〈是的。在转角处你就会看到车站了。〉

shì de. zài zhuǎn jiǎo chù nǐ jiù huì kàn dào chē zhàn le.

Dạ. Chị sẽ thấy trạm xe ở ngay chỗ rẽ.

A: 謝ㄒㄧㄝˋ謝ㄒㄧㄝˋ你ㄋㄧˇ。

〈谢谢你。〉

xiè xie nǐ.

Cảm ơn anh.

B: 不ㄅㄨˋ客ㄎㄜˋ氣ㄑㄧˋ。

〈不客气。〉

bú kè qì.

Đừng khách sáo.

（三）迷路
〈（三）迷路〉
(sān) mí lù
(3) Lạc đường

A: 不好意思，我找不到我的旅館了。
〈不好意思，我找不到我的旅馆了。〉
bù hǎo yì si, wǒ zhǎo bú dào wǒ de lǚ guǎn le.
Xin lỗi, tôi không tìm được đường về khách sạn của mình.

B: 您記得在哪一區嗎？
〈您记得在哪一区吗？〉
nín jì de zài nǎ yī qū ma?
Bạn có nhớ ở khu vực nào không?

A: 不記得了。哦，對了，我有旅館的名片。
〈不记得了。哦，对了，我有旅馆的名片。〉
bú jì de le. ó, duì le, wǒ yǒu lǚ guǎn de míng piàn.
Tôi không nhớ nữa. À, đúng rồi, tôi có danh thiếp của khách sạn.

B: 我看看，我在手機上為你查一查具體位置。
〈我看看，我在手机上为你查一查具体位置。〉
wǒ kàn kàn, wǒ zài shǒu jī shàng wèi nǐ chá yī chá jù tǐ wèi zhì.
Để tôi xem, tôi sẽ tìm vị trí cụ thể cho bạn trên điện thoại di động.

A: 很遠嗎？
〈很远吗？〉
hěn yuǎn ma?
Xa không?

B: 不ㄅㄨˋ遠ㄩㄢˇ。　往ㄨㄤˇ前ㄑㄧㄢˊ走ㄗㄡˇ大ㄉㄚˋ約ㄩㄝ一ㄧ百ㄅㄞˇ公ㄍㄨㄥ尺ㄔˇ，　然ㄖㄢˊ後ㄏㄡˋ就ㄐㄧㄡˋ在ㄗㄞˋ您ㄋㄧㄣˊ的ㄉㄜ˙右ㄧㄡˋ手ㄕㄡˇ邊ㄅㄧㄢ。

〈不远。　往前走大约一百公尺，然后就在您的右手边。〉

bù yuǎn. wǎng qián zǒu dà yuē yī bǎi gōng chǐ, rán hòu jiù zài nín de yòu shǒu biān.

Không xa. Đi về phía trước khoảng một trăm mét, khách sạn nằm ở phía bên tay phải của bạn.

A: 太ㄊㄞˋ好ㄏㄠˇ了ㄌㄜ˙，　手ㄕㄡˇ機ㄐㄧ用ㄩㄥˋ途ㄊㄨˊ真ㄓㄣ大ㄉㄚˋ，　謝ㄒㄧㄝˋ謝ㄒㄧㄝˋ你ㄋㄧˇ。

〈太好了，手机用途真大，谢谢你。〉

tài hǎo le, shǒu jī yòng tú zhēn dà, xiè xie nǐ.

Thật tuyệt quá, công dụng của điện thoại nhiều thật, cảm ơn bạn.

Chú thích về song ngữ 雙語注釋 shuāng yǔ zhù shì

🏮 Chuyển đổi phát âm (15)　　發音轉換

29) Quy luật chuyển đổi vận mẫu tiếng Phổ Thông iang (央) sang âm Hán Việt

29) 普通話韻母 iang (央) 的漢越音轉換規律

1. Chuyển sang 轉換成 ương, ví dụ 例如： lương 良、 nhưỡng 釀、 khương 姜、 hương 香、 ương 央 ; hiền lương 賢良、 nhưỡng tửu 釀酒、 Mạnh Khương Nữ 孟姜女、 hương vị 香味、 trung ương 中央。

2. Chuyển sang 轉換成 ang, ví dụ 例如： hạng 項 ; hạng mục 項目。

30) Quy luật chuyển đổi vận mẫu tiếng Phổ Thông iao (腰) sang âm Hán Việt

30) 普通話韻母 iao (腰) 的漢越音轉換規律

1. Chuyển sang 轉換成 iêu, ví dụ 例如： tiêu 標、 tiểu 小、 biểu 表、 thiếu 少 ; tiêu chuẩn 標準、 tiểu học 小學、 biểu diễn 表演、 thiếu nhi 少兒。 Giống với phương ngữ Quảng Đông. 與廣東方言類似。

2. 個別字轉換成 ưu, ví dụ 例如： bưu 彪 ; bưu bỉnh 彪炳。

會話十九：遺失
〈 会话十九：遗失 〉
huì huà shí jiǔ : yí shī
Hội thoại mười chín : Mất đồ

Học từ mới 學生詞 xué shēng cí　　🎧 19-01

遺失	遗失 yí shī	mất đồ	\mất 丢 đồ 東西
警察	警察 jǐng chá	cảnh sát	\Từ Hán Việt 漢越詞
不見了	不见了 bú jiàn le	bị mất	\0 丢失
發現	发现 fā xiàn	phát hiện	\Từ Hán Việt 漢越詞
剛、剛才	刚、刚才 gāng, gāng cái	mới	\0 剛剛
仔細	仔细 zǐ xì	kỹ	\ 要仔細看看說明書。Hãy xem kỹ sách hướng dẫn.
到處	到处 dào chù	khắp nơi	\khắp 遍布 nơi 地方
怎麼辦	怎么办 zěn me bàn	làm sao	\làm 做事 sao 如何
經濟	经济 jīng jì	kinh tế	\Từ Hán Việt 漢越詞

文ㄨㄣˊ化ㄏㄨㄚˋ	文化 wén huà	văn hóa	\Từ Hán Việt 漢ㄏㄢˋ越ㄩㄝˋ詞ㄘˊ
辦ㄅㄢˋ事ㄕˋ處ㄔㄨˋ	办事处 bàn shì chù	văn phòng	\Từ Hán Việt 漢ㄏㄢˋ越ㄩㄝˋ詞ㄘˊ： 文ㄨㄣˊ房ㄈㄤˊ
重ㄔㄨㄥˊ新ㄒㄧㄣ辦ㄅㄢˋ理ㄌㄧˇ	重新办理 chóng xīn bàn lǐ	cấp lại	\cấp 供ㄍㄨㄥ給ㄐㄧˇ lại 再ㄗㄞˋ次ㄘˋ
背ㄅㄟˋ包ㄅㄠ	背包 bēi bāo	ba lô	\Chuyển ngữ từ tiếng Pháp baleau 法ㄈㄚˇ語ㄩˇ詞ㄘˊ baleau 的ㄉㄜ˙音ㄧㄣ譯ㄧˋ
裏ㄌㄧˇ面ㄇㄧㄢˋ	里面 lǐ miàn	trong	\ 背ㄅㄟˋ包ㄅㄠ裏ㄌㄧˇ有ㄧㄡˇ兩ㄌㄧㄤˇ雙ㄕㄨㄤ鞋ㄒㄧㄝˊ。 Có hai đôi giày trong ba lô.
照ㄓㄠˋ相ㄒㄧㄤˋ機ㄐㄧ	照相机 zhào xiàng jī	máy ảnh	\máy 機ㄐㄧ器ㄑㄧˋ ảnh 影ㄧㄥˇ
錢ㄑㄧㄢˊ包ㄅㄠ	钱包 qián bāo	ví	\ 錢ㄑㄧㄢˊ包ㄅㄠ用ㄩㄥˋ皮ㄆㄧˊ製ㄓˋ成ㄔㄥˊ的ㄉㄜ˙。 Chiếc ví được làm bằng da.
通ㄊㄨㄥ知ㄓ	通知 tōng zhī	thông báo	\Từ Hán Việt 漢ㄏㄢˋ越ㄩㄝˋ詞ㄘˊ： 通ㄊㄨㄥ報ㄅㄠˋ
盜ㄉㄠˋ刷ㄕㄨㄚ	盗刷 dào shuā	bị đánh cắp	\0 被ㄅㄟˋ盜ㄉㄠˋ
手ㄕㄡˇ機ㄐㄧ	手机 shǒu jī	điện thoại di động	\0 移ㄧˊ動ㄉㄨㄥˋ電ㄉㄧㄢˋ話ㄏㄨㄚˋ： điện thoại 電ㄉㄧㄢˋ話ㄏㄨㄚˋ di động 移ㄧˊ動ㄉㄨㄥˋ
首ㄕㄡˇ先ㄒㄧㄢ	首先 shǒu xiān	trước hết	\trước 先ㄒㄧㄢ hết 最ㄗㄨㄟˋ
電ㄉㄧㄢˋ信ㄒㄧㄣˋ公ㄍㄨㄥ司ㄙ	电信公司 diàn xìn gōng sī	công ty viễn thông	\công ty 公ㄍㄨㄥ司ㄙ viễn thông 遠ㄩㄢˇ通ㄊㄨㄥ

停話	停话 tíng huà	khóa dịch vụ	\khóa 鎖 dịch vụ 役務
再來	再来 zài lái	tiếp theo đó	\o sau đó
警察局	警察局 jǐng chá jú	đồn cảnh sát	\đồn 屯 cảnh sát 警察
報案	报案 bào àn	báo án	\Từ Hán Việt 漢越詞
以便	以便 yǐ biàn	để	\ 他聽收音機以便學習語言。 Anh ta nghe đài phát thanh để học ngôn ngữ.
完成	完成 wán chéng	xong	\ 孩子作業做完了。 Bài tập của trẻ đã xong.
銀行	银行 yín háng	ngân hàng	\Từ Hán Việt 漢越詞
支付	支付 zhī fù	thanh toán	\Từ Hán Việt 漢越詞：清算

（一）護照遺失
〈（一）护照遗失〉
(yī) hù zhào yí shī
(1) Mất hộ chiếu

A: 員警先生！
〈员警先生！〉
yuán jǐng xiān shēng!
Thưa cảnh sát!

B: 有什麼事嗎？
〈有什么事吗？〉
yǒu shén me shì ma?
Cô có việc gì à?

A: 我的護照不見了。
〈我的护照不见了。〉
wǒ de hù zhào bú jiàn le.
Hộ chiếu của tôi bị mất rồi.

B: 你什麼時候發現的？
〈你什么时候发现的？〉
nǐ shén me shí hòu fā xiàn de?
Khi nào cô phát hiện ra mình bị mất hộ chiếu?

A: 剛剛才發現的。
〈刚刚才发现的。〉
gāng gāng cái fā xiàn de.
Mới phát hiện.

B: 你再仔細找一找。
〈你再仔细找一找。〉
nǐ zài zǎi xì zhǎo yī zhǎo.
Cô tìm kỹ lại xem sao.

A: 到處都找過了，可是都找不到，我該怎麼辦呢？

〈 到処都找过了，可是都找不到，我该怎么办呢？〉

dào chù dōu zhǎo guò le, kě shì dōu zhǎo bú dào, wǒ gāi zěn me bàn ne?

Tôi đã tìm khắp nơi, nhưng vẫn không tìm được, tôi phải làm sao?

B: 你到駐臺北越南經濟文化辦事處吧，他們會為您重新辦理的。

〈 你到驻台北越南经济文化办事処吧，他们会为您重新办理的。〉

nǐ dào zhù tái běi yuè nán jīng jì wén huà bàn shì chù ba, tā men huì wèi nín chóng xīn bàn lǐ de.

Cô đến văn phòng kinh tế và văn hóa Việt Nam tại Đài Bắc, họ sẽ cấp lại cho cô.

A: 謝謝你。

〈 谢谢你。〉

xiè xie nǐ.

Cảm ơn ông.

（二）背包遺失

〈（ 二 ）背包遗失〉

(èr) bēi bāo yí shī

(2) Mất ba lô

A: 我的背包遺失了。

〈 我的背包遗失了。〉

wǒ de bēi bāo yí shī le.

Ba lô (túi) của tôi bị mất rồi.

B: 你在哪裡遺失的？
〈你在哪里遗失的？〉
nǐ zài nǎ lǐ yí shī de?
Anh bị mất ba lô ở đâu?

A: 在公車上。
〈在公车上。〉
zài gōng chē shàng.
Trên xe buýt.

B: 你搭的是幾路公車？
〈你搭的是几路公车？〉
nǐ dā de shì jǐ lù gōng chē?
Anh ngồi xe buýt số bao nhiêu?

A: 是二六二(262)路公車。
〈是二六二路公车。〉
shì èr liù èr (262) lù gōng chē.
Xe buýt số hai sáu hai.

B: 背包裡面有什麼？
〈背包里面有什么？〉
bēi bāo lǐ miàn yǒu shén me?
Có những gì trong ba lô?

A: 有照相機、護照和錢包。
〈有照相机、护照和钱包。〉
yǒu zhào xiàng jī, hù zhào hé qián bāo.
Có máy ảnh, hộ chiếu và ví.

B: 如果找到了，我們會通知你的。
〈如果找到了，我们会通知你的。〉
rú guǒ zhǎo dào le, wǒ men huì tōng zhī nǐ de.
Nếu tìm được, chúng tôi sẽ thông báo cho anh.

A: 太感謝了。
〈太感谢了。〉
tài gǎn xiè le.
Cảm ơn ông rất nhiều.

（三）手機被盜
〈（三）手机被盗〉
(sān) shǒu jī bèi dào
(3) Điện thoại bị đánh cắp

A: 今天不知道何時手機被偷走了。
〈今天不知道何时手机被偷走了。〉
jīn tiān bù zhī dào hé shí shǒu jī bèi tōu zǒu le.
Hôm nay không biết điện thoại bị đánh cắp vào lúc nào.

B: 首先， 你要去電信公司停話。
〈首先，你要去电信公司停话。〉
shǒu xiān, nǐ yào qù diàn xìn gōng sī tíng huà.
Trước hết, bạn phải đến công ty viễn thông để khóa dịch vụ.

A: 好的， 再來呢？
〈好的，再来呢？〉
hǎo de, zài lái ne?
Dạ, rồi tiếp theo đó phải làm gì?

B: 再來， 你去警察局報案。
〈再来，你去警察局报案。〉
zài lái, nǐ qù jǐng chá jú bào àn.
Sau đó, bạn phải đến đồn cảnh sát để báo án.

A: 這樣就完成了嗎？
〈这样就完成了吗？〉
zhè yàng jiù wán chéng le ma?
Như vậy là xong rồi đúng không?

B: 是的。

〈 是的。〉

shì de.

Vâng.

A: 可是我的手機裡有行動支付，怕被盜刷。

〈 可是我的手机里有行动支付，怕被盗刷。〉

kě shì wǒ de shǒu jī lǐ yǒu xíng dòng zhī fù, pà bèi dào shuā.

Thế nhưng, tôi sử dụng điện thoại di động để trả tiền, tôi sợ bị đánh cắp.

B: 那還必須去銀行辦理停止支付。

〈 那还必须去银行办理停止支付。〉

nà hái bì xū qù yín háng bàn lǐ tíng zhǐ zhī fù.

Thế thì, bạn phải đến ngân hàng để khóa dịch vụ thanh toán.

A: 謝謝你。

〈 谢谢你。〉

xiè xie nǐ.

Cảm ơn ông.

🏮 Chuyển đổi phát âm (16)　　發音轉換

31) Quy luật chuyển đổi vận mẫu tiếng Phổ Thông ie (耶) sang âm Hán Việt

31) 普通話韻母 ie (耶) 的漢越音轉換規律

1. Chuyển sang 轉換成 a, ví dụ 例如：tả 姐、 thả 且、 tạ 謝 ; đại tả 大姐、 huống thả 況且、 tạ tội 謝罪。 Giống với phương ngữ Khách Gia. 與客家方言類似。

2. Chuyển sang 轉換成 ai, ví dụ 例如：hài 諧、 hài 鞋 ; khôi hài 詼諧。 Giống với phương ngữ Khách Gia. 與客家方言類似。

3. Những chữ nhập thanh có thể chuyển sang 入聲字可以轉換成 iét, ví dụ 例如： thiét 鐵、 tiét 節 ; thiét tiên 鐵鞭、 thời tiết 時節。 Giống với ba phương ngữ. 與三方言類似。

4. Những chữ nhập thanh có thể chuyển sang 入聲字可以轉換成 iệt, ví dụ 例如： biệt 別、 điệt 跌、 liệt 烈 ; từ biệt 辭別、 điệt thương 跌傷、 kịch liệt 劇烈。 Giống với ba phương ngữ. 與三方言類似。

5. Những chữ nhập thanh có thể chuyển sang 入聲字可以轉換成 iếp, ví dụ 例如： tiếp 接、 thiếp 貼 ; trực tiếp 直接、 bưu thiếp 郵貼。 Giống với ba phương ngữ. 與三方言類似。

Những chữ nhập thanh có thể chuyển sang 入聲字可以轉換成 iệp, ví dụ 例如： điệp 蝶、 hiệp 協、 liệp 獵 ; hồ điệp 蝴蝶、 liên hiệp 聯協、 điền liệp 田獵。 Giống với ba phương ngữ. 與三方言類似。

會話二十：餐館

〈 会话二十：餐馆 〉

huì huà èr shí : cān guǎn

Hội thoại hai mươi : Nhà hàng

Học từ mới 學生詞 xué shēng cí

♪ 20-01

餐館	餐馆 cān guǎn	nhà hàng	\Cũng có thể được gọi là: 也可以叫做： quán ăn
簡易	简易 jiǎn yì	đơn giản	\Từ Hán Việt 漢越詞：單簡
套餐	套餐 tào cān	phần ăn	\phần 一份 ăn 吃 的
雞腿	鸡腿 jī tuǐ	đùi gà	\đùi 腿 gà 雞
一杯	一杯 yī bēi	một ly	\một 一 ly 玻璃，玻璃杯
紅茶	红茶 hóng chá	hồng trà	\Từ Hán Việt 漢越詞
再吃	再吃 zài chī	dùng thêm	\dùng 用餐 thêm 添加
也可以	也可以 yě kě yǐ	cũng được	\cũng 也 được 得
蘋果	苹果 píng guǒ	trái táo	\trái 水果 *táo* là Chữ Hán Việt 漢越字： 棗
叫	叫 jiào	gọi	\ 再叫一杯咖啡。 Gọi thêm một ly cà phê.

吃的東西	吃的东西 chī de dōng xi	món ăn	\món 東西 ăn 吃
菜單	菜单 cài dān	thực đơn	\Từ Hán Việt 漢越詞： 食單
紅蘿蔔	红萝卜 hóng luó bo	cà rốt	\Chuyển ngữ từ Pháp carotte 法語詞 carotte 的音譯
羊肉火鍋	羊肉火锅 yáng ròu huǒ guō	lẩu thịt dê	\lẩu 火鍋 thịt 肉 dê 綿羊
糖醋魚	糖醋鱼 táng cù yú	cá chua ngọt	\cá 魚 chua 醋 ngọt 甜
炒絲瓜	炒丝瓜 chǎo sī guā	mướp xào	\mướp 絲瓜 xào 炒
當季時菜	当季时菜 dāng jì shí cài	rau xanh theo mùa	\rau 菜 xanh 青 theo 按照 mùa 季節
主食	主食 zhǔ shí	thức ăn chính	\thức ăn 食物 chính 主要的
白飯	白饭 bái fàn	cơm trắng	\cơm 飯 trắng 白
特別	特别 tè bié	đặc biệt	\Từ Hán Việt 漢越詞
當歸鴨	当归鸭 dāng guī yā	vịt đương quy	\vịt 鴨 đương quy 當歸
甜點	甜点 tián diǎn	tráng miệng	\tráng 快悅 miệng 嘴巴
夠了	够了 gòu le	đủ rồi	\đủ 足夠 rồi 了

碗	碗 wǎn	chén	＼寶寶喝完了一碗牛奶。 Bé uống xong một chén sữa.
清湯	清汤 qīng tāng	canh	＼○ 淡湯
口味	口味 kǒu wèi	khẩu vị	＼Từ Hán Việt 漢越詞
辣	辣 là	cay	＼辣椒（尖椒）很辣。 Hạt tiêu rất cay.
趕時間	赶时间 gǎn shí jiān	vội	＼我趕時間到機場。 Tôi đang vội để đến sân bay.
結帳	结账 jié zhàng	tính tiền	＼tính 計算 tiền 錢
現金	现金 xiàn jīn	tiền mặt	＼tiền 錢 mặt 臉面
收到	收到 shōu dào	nhận được	＼nhận 收 được 得

（一）簡易套餐

〈（一）简易套餐〉

(yī) jiǎn yì tào cān

(1) Phần ăn đơn giản

A: 請問要吃點什麼？

〈请问要吃点什么？〉

qǐng wèn yào chī diǎn shén me?

Xin hỏi, chị muốn ăn gì?

B: 一份雞腿飯套餐。

〈一份鸡腿饭套餐。〉

yí fèn jī tuǐ fàn tào cān.

Một phần cơm đùi gà.

A: 請問您要喝什麼？

〈请问您要喝什么？〉

qǐng wèn nín yào hē shén me?

Chị muốn uống gì?

B: 我要一杯紅茶。

〈我要一杯红茶。〉

wǒ yào yī bēi hóng chá.

Cho tôi một ly hồng trà.

A: 你要水果嗎？

〈你要水果吗？〉

nǐ yào shuǐ guǒ ma?

Chị có muốn dùng thêm trái cây không?

B: 是的， 我要一個蘋果。

〈是的，我要一个苹果。〉

shì de, wǒ yào yī ge píng guǒ.

Cũng được, cho tôi một trái táo.

（二ㄦ）點ㄉㄧㄢˇ菜ㄘㄞˋ吃ㄔ飯ㄈㄢˋ
〈（二）点菜吃饭〉
(èr) diǎn cài chī fàn
(2) Gọi món ăn

A: 請ㄑㄧㄥˇ給ㄍㄟˇ我ㄨㄛˇ一ㄧ份ㄈㄣˋ菜ㄘㄞˋ單ㄉㄢ。
〈请给我一份菜单。〉
qǐng gěi wǒ yī fèn cài dān.
Vui lòng cho tôi xem thực đơn.

B: 菜ㄘㄞˋ單ㄉㄢ在ㄗㄞˋ這ㄓㄜˋ裡ㄌㄧˇ。
〈菜单在这里。〉
cài dān zài zhè lǐ.
Thực đơn ở đây.

A: 你ㄋㄧˇ要ㄧㄠˋ點ㄉㄧㄢˇ飯ㄈㄢˋ菜ㄘㄞˋ了ㄌㄜ嗎ㄇㄚ？
〈你要点饭菜了吗？〉
nǐ yào diǎn fàn cài le ma?
Anh muốn gọi món chưa ạ?

B: 好ㄏㄠˇ的ㄉㄜ。 紅ㄏㄨㄥˊ蘿ㄌㄨㄛˊ蔔ㄅㄛ牛ㄋㄧㄡˊ肉ㄖㄡˋ、 羊ㄧㄤˊ肉ㄖㄡˋ火ㄏㄨㄛˇ鍋ㄍㄨㄛ、 糖ㄊㄤˊ醋ㄘㄨˋ魚ㄩˊ、 炒ㄔㄠˇ絲ㄙ瓜ㄍㄨㄚ和ㄏㄜˊ當ㄉㄤ季ㄐㄧˋ時ㄕˊ菜ㄘㄞˋ。 主ㄓㄨˇ食ㄕˊ我ㄨㄛˇ們ㄇㄣ要ㄧㄠˋ白ㄅㄞˊ飯ㄈㄢˋ。
〈好的。 红萝卜牛肉、羊肉火锅、糖醋鱼、炒丝瓜和当季时菜。 主食我们要白饭。〉
hǎo de. hóng luó bo niú ròu, yáng ròu huǒ guō, táng cù yú, chǎo sī guā hé dāng jì shí cài. zhǔ shí wǒ men yào bái fàn.
Được. Thịt bò cà rốt, lẩu thịt dê, cá chua ngọt, mướp xào và rau xanh theo mùa. Thức ăn chính chúng tôi lấy cơm trắng.

A: 今ㄐㄧㄣ天ㄊㄧㄢ的ㄉㄜ特ㄊㄜˋ餐ㄘㄢ是ㄕˋ什ㄕㄣˊ麼ㄇㄜ？
〈今天的特餐是什么？〉
jīn tiān de tè cān shì shén me?
Bữa ăn đặc biệt hôm nay là gì?

B: 當歸鴨。
〈当归鸭。〉
dāng guī yā.
Vịt đương quy.

A: 我們訂一份。
〈我们订一份。〉
wǒ men dìng yí fèn.
Cho chúng tôi một phần.

B: 你們要什麼甜點？
〈你们要什么甜点？〉
nǐ men yào shén me tián diǎn?
Các anh chị có gọi thêm món tráng miệng không ạ?

A: 不需要，每人一碗清湯。
〈不需要，每人一碗清汤。〉
bù xū yào, měi rén yī wǎn qīng tāng.
Đủ rồi, cho chúng tôi mỗi người một chén canh.

B: 你們的口味怎麼樣？
〈你们的口味怎么样？〉
nǐ men de kǒu wèi zěn me yàng?
Các anh chị muốn ăn món ăn có khẩu vị như thế nào ạ?

A: 不要太辣，不要太鹹。
〈不要太辣，不要太咸。〉
bú yào tài là, bú yào tài xián.
Đừng quá cay, đừng quá mặn.

B: 我們趕時間，請盡快給我們上菜。
〈我们赶时间，请尽快给我们上菜。〉
wǒ men gǎn shí jiān, qǐng jìn kuài gěi wǒ men shàng cài.
Chúng tôi đang vội, hãy lên món nhanh nhé.

A: 好的。
〈好的。〉
hǎo de.
Vâng ạ.

（三）餐後結帳
〈（三）餐后结账〉
(sān) cān hòu jié zhàng
(3) Thanh toán sau bữa ăn

A: 服務生，請結帳。
〈服务生，请结账。〉
fú wù shēng, qǐng jié zhàng.
Phục vụ, tính tiền.

B: 好的。馬上來。
〈好的。马上来。〉
hǎo de. mǎ shàng lái.
Vâng, tôi đến ngay.

A: 能刷卡嗎？
〈能刷卡吗？〉
néng shuā kǎ ma?
Quẹt thẻ được không?

B: 對不起，我們只收現金。一共
一千三百二十元。
〈对不起，我们只收现金。一共一千三百二十元。〉
duì bù qǐ, wǒ men zhǐ shōu xiàn jīn. yí gòng yī qiān sān bǎi èr
shí yuán.
Xin lỗi, chúng tôi chỉ thu tiền mặt. Tổng cộng một ngàn ba trăm
hai mươi (1.320) đồng.

A: 好吧， 這是錢。

〈好吧，这是钱。〉

hǎo ba, zhè shì qián.

Ok, đây là tiền.

B: 收您一千五百元，找您一百八十元 。

〈收您一千五百元，找您一百八十元。〉

shōu nín yī qiān wǔ bǎi yuán, zhǎo nín yī bǎi bā shí yuán.

Nhận được một ngàn năm trăm đồng (1.500) của anh thối lại cho anh một trăm tám mươi đồng (180).

A: 好的。

〈好的。〉

hǎo de.

Ok.

Chú thích về song ngữ　雙語注釋　shuāng yǔ zhù shì

🏮 Chuyển đổi phát âm (17)　　發音轉換

32) Quy luật chuyển đổi vận mẫu tiếng Phổ Thông in (因) sang âm Hán Việt

32) 普通話韻母 in (因) 的漢越音轉換規律

1. Chuyển sang 轉換成 ân 字： cẩn 謹 、 ân 殷 ; cẩn thận 謹慎、 ân cần 殷勤。 Giống với phương ngữ Quảng Đông. 與廣東方言類似。

2. Chuyển sang 轉換成 âm 字： lâm 林 、 tâm 心 ; lâm nghiệp 林業、 tâm hồn 心魂。 Giống với phương ngữ Quảng Đông. 與廣東方言類似。

3. Chuyển sang 轉換成 in, ví dụ 例如： tín 信; uy tín 威信。

4. 換成 im 字： kim 金; giả kim 冶金。 Giống với phương ngữ Khách Gia. 與客家方言類似。

33) Quy luật chuyển đổi vận mẫu tiếng Phổ Thông ing (英) sang âm Hán Việt

33) 普通話韻母 ing (英) 的漢越音轉換規律

1. Chuyển sang 轉換成 inh, ví dụ 例如： binh 兵、 tinh 精、 minh 明; binh mã dũng 兵馬俑、 tinh thần 精神、 quang minh 光明。

2. Chuyển sang 轉換成 anh, ví dụ 例如： anh 英、 thanh 青; anh hùng 英雄、 thanh niên 青年。

3. Chuyển sang 轉換成 ênh, ví dụ 例如： bệnh 病、 mệnh 命 (cũng viết nên 也寫成 bịnh, mịnh); bệnh viện 病院、 mệnh lệnh 命令。

4. Chuyển sang 轉換成 oanh, ví dụ 例如： doanh 營; doanh trại 營寨。

5. Chuyển sang 轉換成 ưng, ví dụ 例如： ứng 應、 ngưng 凝; đáp ứng 答應、 ngưng cố 凝固。 Giống với phương ngữ Mẫn Nam. 與閩南方言類似。

會話二十一：銀行
〈 会话二十一：银行 〉
huì huà èr shí yī : yín háng
Hội thoại hai mươi mốt : Ngân hàng

Học từ mới　學生詞　xué shēng cí

21-01

開帳戶	开帐户 kāi zhàng hù	mở tài khoản	\mở 開， tài khoản 財款 = Từ Hán Việt 漢越詞
儲蓄	储蓄 chú xù	tiết kiệm	\Từ Hán Việt 漢越詞： 節儉
提款卡	提款卡 tí kuǎn kǎ	thẻ rút tiền	\thẻ 卡 rút 提取， 抽出 tiền 錢
活期	活期 huó qí	không thời hạn	\không 無， thời hạn 時限 = Từ Hán Việt 漢越詞
填寫	填写 tián xiě	điền vào	\điền 填 vào 進
金額	金额 jīn é	số tiền	\Từ Hán Việt 漢越詞： 數錢
姓名	姓名 xìng míng	họ tên	\họ 姓 tên 名
證件	证件 zhèng jiàn	chứng minh nhân dân	\Từ Hán Việt 漢越詞： 證明 人民
印章	印章 yìn zhāng	con dấu	\con 小東西 dấu 標記
或	或 huò	hoặc	\ 白底或藍底照片都可以。 Ảnh nền trắng hoặc nền xanh đều được.
密碼	密码 mì mǎ	mật khẩu	\Từ Hán Việt 漢越詞： mật khẩu 密口

提款 tí kuǎn	提款 tí kuǎn	rút tiền	\○ 取錢， 領錢
等一下 děng yí xià	等一下 děng yí xià	một lát sau	\○ 過一會
換 huàn	換 huàn	đổi	\他又換手機了。 Anh lại đổi điện thoại rồi.
辦理 bàn lǐ	办理 bàn lǐ	thực hiện	\Từ Hán Việt 漢越詞： 實現
業務 yè wù	业务 yè wù	giao dịch	\Từ Hán Việt 漢越詞： 交易
蓋章 gài zhāng	盖章 gài zhāng	đóng dấu	\○ 蓋印章， 印章 =con dấu
提款機 tí kuǎn jī	提款机 tí kuǎn jī	máy rút tiền	\máy 機器 rút 提取 tiền 錢
旁邊 páng biān	旁边 páng biān	ở kế bên	\ở 在 kế 靠著 bên 邊
存摺 cún zhé	存折 cún zhé	sổ tiết kiệm	\sổ 手冊， tiết kiệm 節儉 = Từ Hán Việt 漢越詞
然後呢 rán hòu ne	然后呢 rán hòu ne	sau đó thì sao	\sau 在以後 đó 那 thì 那麼 sao 怎樣
存定期 cún dìng qí	存定期 cún dìng qí	gửi định kỳ	\gửi 寄， định kỳ 定期 = Từ Hán Việt 漢越詞

（一）銀行開戶
〈（一）銀行开户〉
(yī) yín háng kāi hù
(1) Mở tài khoản ngân hàng

A: 我想在你們這兒開個活期儲蓄存款帳戶及提款卡。
〈我想在你们这儿开个活期储蓄存款帐户及提款卡。〉
wǒ xiǎng zài nǐ men zhè er kāi ge huó qí chú xù cún kuǎn zhàng hù jí tí kuǎn kǎ.
Tôi muốn mở tài khoản tiết kiệm không thời hạn và thẻ rút tiền ở ngân hàng.

B: 請填寫這張單子，寫明要存的金額以及你的姓名、地址和證件號碼。
〈请填写这张单子，写明要存的金额以及你的姓名、地址和证件号码。〉
qǐng tián xiě zhè zhāng dān zi, xiě míng yào cún de jīn é yǐ jí nǐ de xìng míng, dì zhǐ hé zhèng jiàn hào mǎ.
Vui lòng hãy điền vào biểu mẫu này, ghi rõ số tiền muốn gửi và họ tên, địa chỉ và số chứng minh nhân dân của bạn.

A: 我填好了。
〈我填好了。〉
wǒ tián hǎo le.
Tôi điền xong rồi.

B: 把你的印章、身分證或護照給我。
〈把你的印章、身分证或护照给我。〉
bǎ nǐ de yìn zhāng, shēn fèn zhèng huò hù zhào gěi wǒ.
Cho tôi mượn xem con dấu, chứng minh thư hoặc hộ chiếu của bạn.

A: 都在這裡。

〈都在这里。〉

dōu zài zhè lǐ.

Dạ, đều ở đây.

B: 這是提款卡的密碼，等一下先去提款機變更密碼。

〈这是提款卡的密码，等一下先去提款机变更密码。〉

zhè shì tí kuǎn kǎ de mì mǎ, děng yí xià xiān qù tí kuǎn jī biàn gēng mì mǎ.

Đây là mật khẩu để rút tiền, một lát sau bạn đến máy rút tiền để đổi mật khẩu.

A: 好的，太感激你了。

〈好的，太感激你了。〉

hǎo de, tài gǎn jī nǐ le.

OK, cảm ơn bạn nhiều.

（二）銀行領錢

〈（二）银行领钱〉

(èr) yín háng lǐng qián

(2) Rút tiền tại ngân hàng

A: 請問要辦什麼業務？

〈请问要办什么业务？〉

qǐng wèn yào bàn shén me yè wù?

Bạn muốn thực hiện giao dịch gì?

B: 我要領錢。

〈我要领钱。〉

wǒ yào lǐng qián.

Tôi muốn rút tiền.

A: 請填寫這張提款單、 這裡要蓋印章。

〈请填写这张提款单、这里要盖印章。〉

qǐng tián xiě zhè zhāng tí kuǎn dān, zhè lǐ yào gài yìn zhāng.

Vui lòng điền vào mẫu rút tiền này và đóng dấu tại đây.

B: 啊！ 我忘記帶印章了。

〈啊！ 我忘记带印章了。〉

a! wǒ wàng jì dài yìn zhāng le.

À! Tôi quên mang theo con dấu của tôi rồi.

A: 那你有沒有帶提款卡？

〈那你有没有带提款卡？〉

nà nǐ yǒu méi yǒu dài tí kuǎn kǎ?

Thế thì, bạn có mang theo thẻ rút tiền không?

B: 有。

〈有。〉

yǒu.

Vâng, có ạ.

A: 你可以到旁邊提款機領款。

〈你可以到旁边提款机领款。〉

nǐ kě yǐ dào páng biān tí kuǎn jī lǐng kuǎn.

Vậy bạn có thể sang máy rút tiền ở kế bên để rút tiền.

B: 嗯， 這樣方便多了， 謝謝你。

〈嗯，这样方便多了，谢谢你。〉

en, zhè yàng fāng biàn duō le, xiè xie nǐ.

Ừ, thế thì tiện lợi hơn nhiều, cảm ơn cô.

（三）銀行儲蓄

〈（三）银行储蓄〉

(sān) yín háng chú xù

(3) Tiết kiệm ngân hàng

A: 娟姐， 我把我的存摺給你。
〈娟姐，我把我的存折给你。〉
juān jiě, wǒ bǎ wǒ de cún zhé gěi nǐ.
Chị Quyên ơi, tôi đưa sổ tiết kiệm ngân hàng của tôi cho chị.

B: 你要我做什麼？
〈你要我做什么？〉
nǐ yào wǒ zuò shén me?
Anh cần tôi giúp gì?

A: 這裡有一萬元新臺幣。
〈这里有一万元新台币。〉
zhè lǐ yǒu yí wàn yuán xīn tái bì.
Đây là mười ngàn (10.000) Đài tệ.

B: 然後呢？
〈然后呢？〉
rán hòu ne?
Sau đó thì sao?

A: 你到銀行， 把它存成定期。
〈你到银行，把它存成定期。〉
nǐ dào yín háng, bǎ tā cún chéng dìng qí.
Chị đến ngân hàng và gửi định kỳ.

B: 定期多久？
〈定期多久？〉
dìng qí duō jiǔ?
Gửi bao lâu.

A: 兩年。
〈两年。〉
liǎng nián.
Hai năm.

Chú thích về song ngữ　雙語注釋　shuāng yǔ zhù shì

🏮 Phủ định và nghi vấn　否定和疑問

A) Câu phủ định có thể được sử dụng:

一、表示否定可以用：

1. 不 không: cho biết nghĩa ngược lại, ví dụ:

   不：表示相反的意思，例如：

   我不喜歡冬天。　Tôi không thích mùa đông.

2. 沒有、沒: chỉ ra rằng cái hành động không tồn tại, hai từ có thể thay đổi với nhau, ví dụ:

   沒有、沒：表示動作不存在，兩個詞可以互相替換，例如：

   我沒有吃過紅毛丹。Tôi chưa ăn qua chôm chôm.
   他沒去過越南。　Anh ấy chưa bao giờ đến Việt Nam.

3. 未曾: Cho biết rằng nó đã không được thực hiện trong quá khứ, ví dụ:

   未曾：表示過去沒有做過，例如：

   上午阿俊未曾來過。　Tuấn chưa bao giờ đến đó vào buổi sáng.

B) Câu nghi vấn có thể được sử dụng:

二、表示疑問可以用：

1. 嗎？　Được sử dụng cho hậu tố, cho các câu hỏi chung, chẳng hạn như:

   嗎？用於詞尾，用於普通問句，例如：

   你喜歡冬天嗎？　Bạn có thích mùa đông không?

2. 有ㄧㄡˇ沒ㄇㄟˊ有ㄧㄡˇ？　Được sử dụng cho câu phản vấn, ví dụ:
有ㄧㄡˇ沒ㄇㄟˊ有ㄧㄡˇ？　用ㄩㄥˋ於ㄩˊ反ㄈㄢˇ問ㄨㄣˋ，　例ㄌㄧˋ如ㄖㄨˊ：

你ㄋㄧˇ有ㄧㄡˇ沒ㄇㄟˊ有ㄧㄡˇ吃ㄔ過ㄍㄨㄛˋ紅ㄏㄨㄥˊ毛ㄇㄠˊ丹ㄉㄢ？　Bạn đã ăn qua chôm chôm chưa?

3. 了ㄌㄜ嗎ㄇㄚ？　Được sử dụng để đặt câu hỏi về các hành động trong quá khứ, chẳng hạn như:
了ㄌㄜ嗎ㄇㄚ？　用ㄩㄥˋ於ㄩˊ對ㄉㄨㄟˋ過ㄍㄨㄛˋ去ㄑㄩˋ動ㄉㄨㄥˋ作ㄗㄨㄛˋ提ㄊㄧˊ問ㄨㄣˋ，　例ㄌㄧˋ如ㄖㄨˊ：

阿ㄚ俊ㄐㄩㄣˋ上ㄕㄤˋ午ㄨˇ來ㄌㄞˊ過ㄍㄨㄛˋ了ㄌㄜ嗎ㄇㄚ？　Có phải Tuấn đã đến đây vào buổi sáng?

Lưu ý: Khi đặt câu hỏi với đại từ nghi vấn, không nên thêm 嗎ㄇㄚ.
注ㄓㄨˋ意ㄧˋ：　用ㄩㄥˋ疑ㄧˊ問ㄨㄣˋ代ㄉㄞˋ詞ㄘˊ提ㄊㄧˊ問ㄨㄣˋ時ㄕˊ，　不ㄅㄨˋ用ㄩㄥˋ加ㄐㄧㄚ"嗎ㄇㄚ"。

他ㄊㄚ們ㄇㄣ幾ㄐㄧˇ點ㄉㄧㄢˇ鐘ㄓㄨㄥ上ㄕㄤˋ學ㄒㄩㄝˊ？　Mấy giờ chúng đi học?
希ㄒㄧ臘ㄌㄚˋ在ㄗㄞˋ什ㄕㄣˊ麼ㄇㄜ地ㄉㄧˋ方ㄈㄤ？　Hy Lạp ở đâu?

Các tuần và tháng của tiếng Trung và tiếng Việt đều thể hiện bằng con số. Tiếng Trung coi ngày thứ hai là ngày đầu tiên, nhưng người Việt Nam coi Chủ Nhật là ngày đầu tiên, cho nên ngày tiếp theo là ngày thứ hai….

中ㄓㄨㄥ文ㄨㄣˊ和ㄏㄜˊ越ㄩㄝˋ南ㄋㄢˊ文ㄨㄣˊ的ㄉㄜ星ㄒㄧㄥ期ㄑㄧˊ和ㄏㄜˊ月ㄩㄝˋ份ㄈㄣˋ都ㄉㄡ是ㄕˋ用ㄩㄥˋ數ㄕㄨˋ字ㄗˋ來ㄌㄞˊ表ㄅㄧㄠˇ示ㄕˋ的ㄉㄜ。　中ㄓㄨㄥ文ㄨㄣˊ把ㄅㄚˇ星ㄒㄧㄥ期ㄑㄧˊ一ㄧ看ㄎㄢˋ成ㄔㄥˊ是ㄕˋ第ㄉㄧˋ一ㄧ天ㄊㄧㄢ，　而ㄦˊ越ㄩㄝˋ南ㄋㄢˊ語ㄩˇ把ㄅㄚˇ星ㄒㄧㄥ期ㄑㄧˊ天ㄊㄧㄢ看ㄎㄢˋ做ㄗㄨㄛˋ第ㄉㄧˋ一ㄧ天ㄊㄧㄢ，　所ㄙㄨㄛˇ以ㄧˇ星ㄒㄧㄥ期ㄑㄧˊ一ㄧ是ㄕˋ第ㄉㄧˋ二ㄦˋ天ㄊㄧㄢ，　以ㄧˇ此ㄘˇ類ㄌㄟˋ推ㄊㄨㄟ。

〈会话二十二：电话〉

huì huà èr shí èr : diàn huà

Hội thoại hai mươi hai : Điện thoại

Học từ mới 學生詞 xué shēng cí　🎧 22-01

打電話	打电话 dǎ diàn huà	gọi điện thoại	gọi 叫 điện thoại 電話
喂！	喂！wéi!	alô!	Chuyển ngữ từ tiếng Pháp allô! 法語詞 allô! 的音譯
找哪位？	找哪位？zhǎo nǎ wèi?	cần gặp ai?	cần 需要 gặp 見 ai 誰
先生	先生 xiān shēng	ông	這位先生來自越南。Ông ta đến từ Việt Nam.
信號	信号 xìn hào	tín hiệu	Từ Hán Việt 漢越詞
講大聲點	讲大声点 jiǎng dà shēng diǎn	nói to một chút	nói 說話 to 大 một chút 一些
原來是	原来是 yuán lái shì	là … đó sao	原來你是來自臺灣。Ông là đến từ Đài Loan đó sao.
家長會	家长会 jiā zhǎng huì	cuộc họp phụ huynh	cuộc 一局 họp 會議 phụ huynh 父兄

去參加	去参加 qù cān jiā	đến dự	\đến 去到 dự 參與
撥錯電話	拨错电话 bō cuò diàn huà	gọi nhầm số	\gọi 呼叫 nhầm 錯誤 số 數
完全沒有	完全没有 wán quán méi yǒu	không có…cả	\không có 沒有…cả 全部
誰是姓林 的人	谁是姓林 的人 shéi shì xìng lín de rén	ai họ Lâm	\ai 誰 họ 姓 Lâm 林 Câu trả lời có thể là: 回答可以為： Chính là mình. 我就是。
即時通訊	即时通讯 jí shí tōng xùn	nhắn tin nhanh	\nhắn 獲取 tin 信息 nhanh 快速
軟體	软体 ruǎn tǐ	phần mềm	\phần 部分 mềm 軟
聯絡	联络 lián luò	liên lạc	\Từ Hán Việt 漢越詞
變得	变得 biàn de	trở nên	\trở 變 nên 成
加我	加我 jiā wǒ	kết bạn với tôi	\kết 結成 bạn 朋友 với 與 tôi 我
不太會	不太会 bú tài huì	không biết … cho lắm	\không biết 不知道 … cho lắm 非常
那就好	那就好 nà jiù hǎo	được đó	\được 行了 đó 那個

（一）撥打電話
〈（一）拨打电话〉
(yī) bō dǎ diàn huà
(1) Gọi điện thoại

A: 喂！ 您找哪位？
〈喂！ 您找哪位？〉
wéi! nín zhǎo nǎ wèi?
Alô! Chị cần gặp ai?

B: 喂！ 陳先生在嗎？
〈喂！ 陈先生在吗？〉
wéi! chén xiān shēng zài ma?
Alô! Ông Trần (Chen) có ở đó không?

A: 我就是。
〈我就是。〉
wǒ jiù shì.
Là tôi đây.

B: 電話不太清楚， 請講大聲點。
〈电话不太清楚，请讲大声点。〉
diàn huà bú tài qīng chǔ, qǐng jiǎng dà shēng diǎn.
Tín hiệu không tốt lắm, vui lòng nói to một chút.

A: 好的。
〈好的。〉
hǎo de.
Vâng.

B: 有些話我沒聽清楚。 請你慢慢地講， 好嗎？

〈有些话我没听清楚。 请你慢慢地讲，好吗？〉

yǒu xiē huà wǒ méi tīng qīng chǔ. qǐng nǐ màn màn de jiǎng, hǎo ma?

Có một số câu tôi không nghe rõ. Vui lòng nói chậm lại, được không?

A: 哦， 你是娟姐。 有什麼事嗎？

〈哦，你是娟姐。 有什么事吗？〉

ó, nǐ shì juān jiě. yǒu shén me shì ma?

Ồ, là chị Quyên đó sao. Có chuyện gì vậy chị?

B: 您兒子的學校， 通知明天下午開家長會。

〈您儿子的学校，通知明天下午开家长会。〉

nín ér zi de xué xiào, tōng zhī míng tiān xià wǔ kāi jiā zhǎng huì.

Trường học của con trai chú thông báo rằng sẽ mở một cuộc họp phụ huynh vào chiều mai.

A: 好的， 我會去參加。

〈好的，我会去参加。〉

hǎo de, wǒ huì qù cān jiā.

Vâng, tôi sẽ đến dự.

（二）撥錯電話

〈（二）拨错电话〉

(èr) bō cuò diàn huà

(2) Gọi nhầm số

A: 請問林先生在嗎？

〈请问林先生在吗？〉

qǐng wèn lín xiān shēng zài ma?

Xin hỏi, Ông Lâm (Lin) có ở đó không ạ?

B: 這裡沒有姓林的人， 你撥幾號？
　　〈 这里没有这个人，你拨几号？ 〉
　　zhè lǐ méi yǒu xìng lín de rén, nǐ bō jǐ hào?
　　Ở đây không có ai họ Lâm cả, bạn gọi số nào?

A: 六四八二七六零零（64827600）。
　　〈 六四八二七六零零 （64827600）。 〉
　　liù sì bā èr qī liù líng líng.
　　Sáu bốn tám hai bảy sáu không không.

B: 你打錯了。
　　〈 你打错了。 〉
　　nǐ dǎ cuò le.
　　Bạn gọi nhầm số rồi.

A: 你的電話不是六四八二七六零零
　　（64827600）嗎？
　　〈 你的电话不是六四八二七六零零 （64827600）吗？ 〉
　　nǐ de diàn huà bú shì liù sì bā èr qī liù líng líng ma?
　　Điện thoại của bạn không phải sáu bốn tám hai bảy sáu không
　　không (64827600) sao?

B: 不對， 是六四八二七六零八
　　（64827608）。
　　〈 不对，是六四八二七六零八 （64827608）。 〉
　　bú duì, shì liù sì bā èr qī liù líng bā.
　　Không phải, số điện thoại của tôi là sáu bốn tám hai bảy sáu
　　không tám (64827608).

A: 哦， 對不起， 我打錯了。
　　〈 哦，对不起，我打错了。 〉
　　ó, duì bù qǐ, wǒ dǎ cuò le.
　　À, xin lỗi, tôi gọi nhầm số.

B: 沒關係。
〈 没关系。〉
méi guān xì.
Không sao.

（三）LINE 和 WeChat
〈（三）LINE 和 WeChat〉
LINE hé WeChat
(3) LINE và WeChat

A: 現在有即時通訊軟體 LINE 和 WeChat，聯絡真方便。
〈 现在有即时通讯软体 LINE 和 WeChat，联络真方便。〉
xiàn zài yǒu jí shí tōng xùn ruǎn tǐ LINE hé WeChat, lián luò zhēn fāng biàn.
Bây giờ có những phần mềm nhắn tin nhanh như LINE và WeChat, việc liên lạc trở nên thật tiện lợi.

B: 是呀， 你在 LINE 和 WeChat 上加我吧。
〈 是呀，你在 LINE 和 WeChat 上加我吧。〉
shì ya, nǐ zài LINE hé WeChat shàng jiā wǒ ba.
Đúng vậy, bạn kết bạn với tôi trên LINE và WeChat nhé.

A: 只會用電子郵件， 我不太會操作。
〈 只会用电子邮件，我不太会操作。〉
zhǐ huì yòng diàn zǐ yóu jiàn, wǒ bú tài huì cāo zuò.
Tôi chỉ sử dụng email, tôi không biết sử dụng những phần mềm ấy cho lắm.

B: 那我來幫你吧。
〈 那我来帮你吧。〉
nà wǒ lái bāng nǐ ba.
Thế thì để tôi giúp bạn.

A: 好ㄏㄠˇ的ㄉㄜ， 手ㄕㄡˇ機ㄐㄧ給ㄍㄟˇ你ㄋㄧˇ。

〈好的，手机给你。〉

hǎo de, shǒu jī gěi nǐ.

Được đó, điện thoại của tôi đây.

B: 現ㄒㄧㄢˋ在ㄗㄞˋ聯ㄌㄧㄢˊ繫ㄒㄧˋ上ㄕㄤˋ了ㄌㄜ。

〈现在联系上了。〉

xiàn zài lián xì shàng le.

Bây giờ đã kết nối xong rồi.

A: 太ㄊㄞˋ好ㄏㄠˇ了ㄌㄜ， 以ㄧˇ後ㄏㄡˋ我ㄨㄛˇ就ㄐㄧㄡˋ可ㄎㄜˇ用ㄩㄥˋ LINE 或ㄏㄨㄛˋ WeChat 聯ㄌㄧㄢˊ絡ㄌㄨㄛˋ你ㄋㄧˇ了ㄌㄜ。

〈太好了，以后我就可用 LINE 或 WeChat 联络你了。〉

tài hǎo le, yǐ hòu wǒ jiù kě yòng LINE huò WeChat lián luò nǐ le.

Hay quá, sau này tôi có thể dùng LINE và WeChat liên hệ với bạn rồi.

🏮 Chuyển đổi phát âm (18)　　發音轉換

34) Quy luật chuyển đổi vận mẫu tiếng Phổ Thông iong (雍) sang âm Hán Việt

34) 普通話韻母 iong (雍) 的漢越音轉換規律

　　1. Chuyển sang 轉換成 ung, ví dụ 例如：　hùng 雄、cùng 窮 ; hùng đại 雄大、vô cùng 無窮。　Giống với phương ngữ Quảng Đông. 與廣東方言類似。

　　2. Chuyển sang 轉換成 ynh, ví dụ 例如：　quýnh 炯、quỳnh 瓊 ; quýnh quýnh 炯炯、 minh quỳnh 明瓊。Giống với phương ngữ Quảng Đông. 與廣東方言類似。

35) Quy luật chuyển đổi vận mẫu tiếng Phổ Thông iou (憂) sang âm Hán Việt

35) 普通話韻母 iou (憂) 的漢越音轉換規律

　　1. Chuyển sang 轉換成 ưu, ví dụ 例如：　cứu 救、tựu 就、　hưu 休、　cựu 舊 ; cứu quốc 救國、　thành tựu 成就、　tuần hưu 旬休、　cựu ước 舊約。　Giống với phương ngữ Mẫn Nam. 與閩南方言類似。

　　2. Chuyển sang 轉換成 âu, ví dụ 例如：　cầu 求 ; yêu cầu 要求。　Giống với phương ngữ Quảng Đông. 與廣東方言類似。

　　3. Chuyển sang 轉換成 u, ví dụ 例如：tu 修、　tú 秀、thu 秋 ; tu đức 修德、　tú tài 秀才、　thu thủy 秋水。

會話二十三：購物
〈 会话二十三：购物 〉
huì huà èr shí sān : gòu wù
Hội thoại hai mươi ba : Mua sắm

Học từ mới 學生詞 xué shēng cí　　　　🎧 23-01

購物	购物 gòu wù	mua sắm	\mua 購買 sắm 採購
店鋪	店铺 diàn pù	cửa hàng	\cửa 門面 hàng 貨物
試穿	试穿 shì chuān	thử	\ 可以試穿嗎？ Có thể mặc thử không?
裙子	裙子 qún zi	váy	\ 成衣店有各式各樣的裙子。 Trong cửa hàng quần áo may sẵn có nhiều loại váy.
試衣室	试衣室 shì yī shì	phòng thử đồ	\phòng thử 房試 = Từ Hán Việt 漢越詞， đồ 物品
緊	紧 jǐn	chật	\ 這雙鞋子太緊了。 Đôi giày này quá chật rồi.
合身	合身 hé shēn	vừa người	\vừa 適合 người 人
生鮮	生鲜 shēng xiān	thực phẩm tươi sống	\thực phẩm 食品 tươi 鮮 sống 活
帶	带 dài	dẫn	\ 我帶您去圖書館。 Tôi dẫn ông đến thư viện.
周末	周末 zhōu mò	cuối tuần	\cuối 末尾 tuần 旬

250

蛋	蛋 dàn	trứng	買十個雞蛋。 Mua mười quả trứng gà.
水果	水果 shuǐ guǒ	trái cây	trái 果實 cây 樹
應有盡有	应有尽有 yīng yǒu jìn yǒu	có đủ cả	có 有 đủ 充足 cả 全部
太	太 tài	lắm	孩子不太想去。 Trẻ em không muốn đi lắm.
以後	以后 yǐ hòu	mai mốt	mai 明天 mốt 後天
羊肉	羊肉 yáng ròu	thịt dê	thịt 肉 dê 綿羊
豬肉	猪肉 zhū ròu	thịt heo	thịt 肉 heo 豬
鱸魚	鲈鱼 lú yú	cá pecca	cá sạo
白菜	白菜 bái cài	bắp cải	洋白菜
蘿蔔	萝卜 luó bo	củ cải	củ 塊莖 cải 菜
黃瓜	黄瓜 huáng guā	dưa chuột	dưa 瓜 chuột 鼠
芥蘭	芥兰 jiè lán	cải xoăn	cải 菜 xoăn 卷曲
高麗菜	高丽菜 gāo lí cài	cải bắp	卷心菜

南瓜	南瓜 nán guā	bí ngô	\bí 瓠瓜 ngô 玉米
梨子	梨子 lí zi	lê	\ 這梨子很甜。 Quả lê này rất ngọt.
香蕉	香蕉 xiāng jiāo	chuối	\ 買兩串香蕉。 Mua hai nải chuối.
荔枝	荔枝 lì zhī	vải thiều	\o quả vải
西瓜	西瓜 xī guā	dưa hấu	\ 這西瓜真大。 Dưa hấu này to thật.
等等	等等 děng děng	v.v.	\Từ Hán Việt 漢越詞: 云云
網購	网购 wǎng gòu	mua trực tuyến	\mua 購買 trực tuyến 直線
日常	日常 rì cháng	hằng ngày	\hằng 常常 ngày 天
大型	大型 dà xíng	kích cỡ lớn	\kích cỡ 尺寸 lớn 大
比如	比如 bǐ rú	ví dụ như	\Từ Hán Việt 漢越詞: 謂喻如
洗衣機	洗衣机 xǐ yī jī	máy giặt	\máy 機器 giặt 洗
洗碗機	洗碗机 xǐ wǎn jī	máy rửa chén	\máy 機器 rửa 洗滌，沖洗 chén 碗
電風扇	电风扇 diàn fēng shàn	quạt điện	\quạt 扇子 điện 電

小商品	小商品 xiǎo shāng pǐn	mặt hàng nhỏ	\mặt 臉面 hàng 貨物 nhỏ 小
衛生紙	卫生纸 wèi shēng zhǐ	giấy vệ sinh	\giấy 紙 vệ sinh 衛生
洗衣粉	洗衣粉 xǐ yī fěn	bột giặt	\bột 粉 giặt 洗滌
電池	电池 diàn chí	pin	\Chuyển ngữ từ tiếng Pháp pine 法語詞 pine 的音譯

（一）服飾店

〈（一）服饰店〉

(yī) fú shì diàn

(1) Cửa hàng quần áo

A: 需要幫忙嗎？

〈需要帮忙吗？〉

xū yào bāng máng ma?

Xin hỏi có thể giúp gì được cho chị ạ?

B: 我可以試穿這件裙子嗎？

〈我可以试穿这件裙子吗？〉

wǒ kě yǐ shì chuān zhè jiàn qún zi ma?

Tôi có thể thử chiếc váy này không?

A: 當然可以，　更衣室在那邊。

〈当然可以，更衣室在那边。〉

dāng rán kě yǐ, gēng yī shì zài nà biān.

Được ạ, phòng thử đồ ở đằng kia.

B: 這件穿起來太緊了，　還有大一點的尺寸嗎？

〈这件穿起来太紧了，还有大一点的尺寸吗？〉

zhè jiàn chuān qǐ lái tài jǐn le, hái yǒu dà yī diǎn de chǐ cùn ma?

Cái váy này mặc vào chật quá, có cái nào lớn hơn một chút không?

A: 有的，　我去拿。

〈有的，我去拿。〉

yǒu de, wǒ qù ná.

Có chứ ạ, để tôi đi lấy.

B: 這件穿起來剛剛好， 就買這件。
〈这件穿起来刚刚好，就买这件。〉
zhè jiàn chuān qǐ lái gāng gāng hǎo, jiù mǎi zhè jiàn.
Cái này mặc vào vừa người, tôi mua cái này.

A: 請到那邊結帳。
〈请到那边结账。〉
qǐng dào nà biān jié zhàng.
Vui lòng sang bên kia để thanh toán.

（二）生鮮超市
〈（二）生鲜超市〉
(èr) shēng xiān chāo shì
(2) Siêu thị bán thực phẩm tươi sống

A: 在生鮮超市可以買到各種食品。
〈在生鲜超市可以买到各种食品。〉
zài shēng xiān chāo shì kě yǐ mǎi dào gè zhǒng shí pǐn.
Chị có thể mua được nhiều loại thực phẩm trong siêu thị bán thực phẩm tươi sống.

B: 那你先帶我去一次吧。
〈那你先带我去一次吧。〉
nà nǐ xiān dài wǒ qù yí cì ba.
Vậy có thể dẫn tôi đến đó một lần không?

A: 這個週末我就帶你去。
〈这个周末我就带你去。〉
zhè ge zhōu mò wǒ jiù dài nǐ qù.
Tôi sẽ dẫn chị đến đó vào cuối tuần này.

B: 市場真大呀！蔬菜、肉類、魚類、蛋、水果應有盡有。

〈市场真大呀！蔬菜、肉类、鱼类、禽蛋、水果应有尽有。〉

shì chǎng zhēn dà ya! shū cài, ròu lèi, yú lèi, dàn, shuǐ guǒ yīng yǒu jìn yǒu.

Siêu thị lớn quá! Rau, thịt, cá, trứng và trái cây đều có đủ cả.

A: 離家裡不太遠，以後妳可以自己來了。

〈离家里不太远，以后你可以自己来了。〉

lí jiā lǐ bú tài yuǎn, yǐ hòu nǐ kě yǐ zì jǐ lái le.

Cách nhà không xa lắm, mai mốt chị có thể tự mình đến đây.

B: 這次我們買些，牛肉、羊肉、豬肉、鱸魚、雞蛋回去吧。

〈这次我们买些，牛肉、羊肉、猪肉、鲈鱼、鸡蛋回去吧。〉

zhè cì wǒ men mǎi xiē, niú ròu, yáng ròu, zhū ròu, lú yú, jī dàn huí qù ba.

Lần này chúng ta mua một ít thịt bò, thịt dê, thịt heo, cá pecca (cá sạo) và trứng gà về nhé.

A: 以後我來了，就挑選買白菜、蘿蔔、黃瓜、芥蘭、高麗菜、南瓜之類的蔬菜。

〈以后我来了，就挑选买白菜、萝卜、黄瓜、芥兰、高丽菜、南瓜之类的蔬菜。〉

yǐ hòu wǒ lái le, jiù tiāo xuǎn mǎi bái cài, luó bo, huáng guā, jiè lán, gāo lí cài, nán guā zhī lèi de shū cài.

Lần sau tôi đến, tôi sẽ chọn những loại rau củ như bắp cải, củ cải, dưa chuột, cải xoăn, cải bắp và bí ngô.

B: 你還可以買一些水果，比如：蘋果、梨子、香蕉、荔枝、西瓜等等。

‹ 你还可以买一些水果，比如：苹果、梨子、香蕉、荔枝、西瓜等等。›

nǐ hái kě yǐ mǎi yī xiē shuǐ guǒ, bǐ rú : píng guǒ, lí zi, xiāng jiāo, lì zhī, xī guā děng děng.

Chị cũng có thể mua một số loại trái cây, chẳng hạn như: táo, lê, chuối, vải thiều, dưa hấu, v.v.

（三）網購商品

‹（三）网购商品›

(sān) wǎng gòu shāng pǐn

(3) Mua hàng trực tuyến

A: 許多日常生活用品，我們可以通過網購。

‹ 许多日常生活用品，我们可以通过网购。›

xǔ duō rì cháng shēng huó yòng pǐn, wǒ men kě yǐ tōng guò wǎng gòu.

Nhiều món đồ dùng hằng ngày, chúng ta đều có thể mua trực tuyến.

B: 那些大型的，比如說，可購買洗衣機、洗碗機、電風扇、電視機等等。

‹ 那些大型的，比如说，可购买洗衣机、洗碗机、电风扇、电视机等等。›

nà xiē dà xíng de, bǐ rú shuō, kě gòu mǎi xǐ yī jī, xǐ wǎn jī, diàn fēng shàn, diàn shì jī děng děng.

Những đồ dùng có kích cỡ lớn, ví dụ như, có thể mua máy giặt, máy rửa chén, quạt điện, tivi, v.v...

A: 一些小商品， 比如說， 衛生紙、 洗衣粉、 書籍、 電池等等， 也可以透過網購獲得。

〈 一些小商品，比如说，卫生纸、洗衣粉、书籍、电池等等，也可以透过网购获得。〉

yī xiē xiǎo shāng pǐn, bǐ rú shuō, wèi shēng zhǐ, xǐ yī fěn, shū jí, diàn chí děng děng, yě kě yǐ tòu guò wǎng gòu huò dé.

Một số mặt hàng nhỏ, như giấy vệ sinh, bột giặt, sách, pin, v.v., cũng có thể mua trực tuyến.

B: 網路購物帶來了便利。

〈 网路购物带来了便利。〉

wǎng lù gòu wù dài lái le biàn lì.

Mua sắm trực tuyến đã mang lại tiện lợi.

A: 的確是這樣。

〈 的确是这样。〉

dí què shì zhè yàng.

Thực sự đúng vậy.

Chú thích về song ngữ 雙語注釋 shuāng yǔ zhù shì

🏮 Chuyển đổi phát âm (19)   發音轉換

36) Quy luật chuyển đổi vận mẫu tiếng Phổ Thông u (烏) sang âm Hán Việt

36) 普通話韻母 u (烏) 的漢越音轉換規律

1. Chuyển sang 轉換成 ầu, ví dụ 例如： mẫu 母 ; cô mẫu 姑母。

2. Chuyển sang 轉換成 ô, ví dụ 如：ô 烏、tố 素、nỗ 努；ô hữu 烏有、tố xan 素餐、nỗ lực 努力。Giống với phương ngữ Mẫn Nam. 與閩南方言類似。

3. Chuyển sang 轉換成 o, ví dụ 例如：nho 儒；Nho giáo 儒教。

4. Chuyển sang 轉換成 ơ, ví dụ 例如：sở 礎；cơ sở 基礎。

5. Những chữ nhập thanh có thể chuyển sang 入聲字可以轉換成 ốc, ví dụ 例如：tốc 速、đốc 督；tốc độ 速度、giám đốc 監督。Giống với ba phương ngữ. 與三方言類似。

6. Những chữ nhập thanh có thể chuyển sang 入聲字可以轉換成 ộc, ví dụ 例如：lộc 鹿、mộc 木；tuần lộc 馴鹿、hồng mộc 紅木。Giống với ba phương ngữ. 與三方言類似。

7. Những chữ nhập thanh có thể chuyển sang 入聲字可以轉換成 ọc, ví dụ 例如：đọc 讀；đọc sách 讀冊。

8. Những chữ nhập thanh có thể chuyển sang 入聲字可以轉換成 ục, ví dụ 例如：mục 木、lục 錄；mục nhĩ 木耳、phục lục 附錄。Giống với phương ngữ Khách Gia. 與客家方言類似。

9. Những chữ nhập thanh có thể chuyển sang 入聲字可以轉換成 uộc, ví dụ 例如：thuộc 屬；phụ thuộc 附屬。

會話二十四：價格
〈 会话二十四：价格 〉
huì huà èr shí sì : jià gé
Hội thoại hai mươi bốn : Giá bán

Học từ mới 學生詞 xué shēng cí

🎧 24-01

折扣	折扣 zhé kòu	giảm giá	\Từ Hán Việt 漢越詞： 減價
禮物	礼物 lǐ wù	món quà	\món 件 quà 禮品
玩具	玩具 wán jù	món đồ chơi	\món 件 đồ 物品 chơi 玩耍
無線	无线 wú xiàn	không dây	\không 無 dây 線
遙控	遥控 yáo kòng	điều khiển	\Từ Hán Việt 漢越詞： 調遣
翻斗車	翻斗车 fān dǒu chē	xe ben	\xe 車 ben=chuyển ngữ từ tiếng Pháp benne 法語詞 benne 的音譯
九折	九折 jiǔ zhé	giảm mười phần trăm	\giảm 減 mười 十 phần 份 trăm 百
不二價	不二价 bú èr jià	giá cố định	\Từ Hán Việt 漢越詞： 價固定
為什麼	为什么 wèi shén me	tại sao	\tại 在 sao 為何
低	低 dī	thấp	\ 兌換率很低。 Tỷ giá hối đoái rất thấp.

銷售	销售 xiāo shòu	tiêu thụ	\Từ Hán Việt 漢越詞
一圈	一圈 yī quān	một vòng	\ 去還劍湖玩一圈。 Tới hồ Hoàn Kiếm để chơi một vòng.
多少錢	多少钱 duō shǎo qián	bao nhiêu tiền	\bao nhiêu 多少 tiền 錢
最少	最少 zuì shǎo	ít nhất	\ít 少 nhất (Âm Hán Việt của 一 "一" 的漢越音) 最
光顧	光顾 guāng gù	ghé đây	\ghé 訪問 đây 這裏

261

（一）折扣購物

〈（一）折扣购物〉

(yī) zhé kòu gòu wù

(1) Giảm giá mua sắm

A: 我想為我的小孩買一件禮物。

〈我想为我的小孩买一件礼物。〉

wǒ xiǎng wèi wǒ de xiǎo hái mǎi yí jiàn lǐ wù.

Tôi muốn mua một món quà cho con tôi.

B: 你想買什麼？

〈你想买什么？〉

nǐ xiǎng mǎi shén me?

Bạn muốn mua gì?

A: 我能看看這個玩具嗎？

〈我能看看这个玩具吗？〉

wǒ néng kàn kan zhè ge wán jù ma?

Cho tôi xem thử món đồ chơi này được không?

B: 好的， 這是無線遙控翻斗車。

〈好的，这是无线遥控翻斗车。〉

hǎo de, zhè shì wú xiàn yáo kòng fān dǒu chē.

Dạ, đây là một chiếc xe ben điều khiển không dây.

A: 可以打折嗎？

〈可以打折吗？〉

kě yǐ dǎ zhé ma?

Có giảm giá không?

B: 可以打九折。

〈可以打九折。〉

kě yǐ dǎ jiǔ zhé.

Có thể giảm cho bạn mười phần trăm (10%).

A: 我要買這個。 請幫我包起來。

〈我要买这个。 请帮我包起来。〉

wǒ yào mǎi zhè ge. qǐng bāng wǒ bāo qǐ lái.

Tôi muốn mua cái này, vui lòng gói lại giúp tôi.

B: 好的。

〈好的。〉

hǎo de.

Vâng.

（二）不二價

〈（二）不二价〉

(èr) bú èr jià

(2) Giá cố định

A: 我們賣的商品都是不二價。

〈我们卖的商品都是不二价。〉

wǒ men mài de shāng pǐn dōu shì bú èr jià.

Hàng hóa của chúng tôi đều bán giá cố định.

B: 為什麼呢？

〈为什么呢？〉

wèi shén me ne?

Tại sao?

A: 因為這個價格已經非常低了。

〈因为这个价格已经非常低了。〉

yīn wèi zhè ge jià gé yǐ jīng fēi cháng dī le.

Bởi vì giá này đã thấp lắm rồi.

B: 是這樣嗎？

〈是这样吗？〉

shì zhè yàng ma?

Có phải vậy không?

A: 並且每一個商品都有一年的售後服務。

〈并且每一个商品都有一年的售后服务。〉

bìng qiě měi yī ge shāng pǐn dōu yǒu yī nián de shòu hòu fú wù.

Hơn nữa mỗi một sản phẩm đều sẽ cung cấp dịch vụ sau khi tiêu thụ trong vòng một năm.

B: 我再考慮一下。

〈我再考虑一下。〉

wǒ zài kǎo lù yí xià.

Tôi sẽ xem xét lại.

A: 您也可以用手機上網比價喔。

〈您也可以用手机上网比价喔。〉

nín yě kě yǐ yòng shǒu jī shàng wǎng bǐ jià o.

Bạn cũng có thể dùng điện thoại di động để so sánh giá trên Internet.

B: 您這裡的價錢確實不貴，我決定要買了。

〈您这里的价钱确实不贵，我决定要买了。〉

nín zhè lǐ de jià qián què shí bú guì, wǒ jué dìng yào mǎi le.

Giá cả ở đây đúng là không đắt, tôi quyết định sẽ mua hàng.

A: 太好了，謝謝您。

〈太好了，谢谢您。〉

tài hǎo le, xiè xie nín.

Vậy thì tốt quá, cảm ơn bạn.

（三）討價還價
〈（三）讨价还价〉
(sān) tǎo jià huán jià
(3) Mặc cả

A: 這個多少錢？
〈这个多少钱？〉
zhè ge duō shǎo qián?
Cái này bao nhiêu tiền?

B: 五百元。
〈五百元。〉
wǔ bǎi yuán.
Năm trăm đồng.

A: 太貴了。 賣便宜一點， 好嗎？
〈太贵了。 卖便宜一点，好吗？〉
tài guì le. mài pián yí yī diǎn, hǎo ma?
Đắt quá. Bán rẻ một chút được không?

B: 你出價多少？
〈你出价多少？〉
nǐ chū jià duō shǎo?
Cô muốn mua với giá bao nhiêu?

A: 三百元。
〈三百元。〉
sān bǎi yuán.
Ba trăm đồng.

B: 不行， 最少四百元。
〈不行，最少四百元。〉
bù xíng, zuì shǎo sì bǎi yuán.
Không được, ít nhất bốn trăm đồng.

A: 如果三百元不賣， 我就不買了。

　〈如果三百元不卖，我就不买了。〉

　rú guǒ sān bǎi yuán bú mài, wǒ jiù bù mǎi le.

　Nếu như ba trăm đồng không được thì tôi không mua nữa.

B: 好了， 賣給你吧！ 以後要常來喔！

　〈好了，卖给你吧！ 以后要常来喔！〉

　hǎo le, mài gěi nǐ ba! yǐ hòu yào cháng lái o!

　Được rồi, bán cho cô đó! Mai mốt ghé đây thường xuyên nhé!

Nhà Thờ Đức Bà Sài Gòn
西貢聖母大教堂

Chuyển đổi phát âm (20)　　發音轉換

37) Quy luật chuyển đổi vận mẫu tiếng Phổ Thông ua (蛙) sang âm Hán Việt

37) 普通話韻母 ua (蛙) 的漢越音轉換規律

1. Chuyển sang 轉換成 ua, ví dụ 例如： qua 瓜 ; phá qua 破瓜。

2. Chuyển sang 轉換成 oa, ví dụ 例如： khóa 跨 ; khóa mã 跨馬。

3. Chuyển sang 轉換成 uái, ví dụ 例如： quái 卦 ; bát quái 八卦。

4. Những chữ nhập thanh có thể chuyển sang 入聲字可以轉換成 uát, ví dụ 如： quát 括 ; sưu quát 搜括。 Giống với ba phương ngữ. 與三方言類似。

38) Quy luật chuyển đổi vận mẫu tiếng Phổ Thông uai (歪) sang âm Hán Việt

38) 普通話韻母 uai (歪) 的漢越音轉換規律

1. Chuyển sang 轉換成 oai, ví dụ 例如： ngoại 外 、 khoái 快 、 hoại 壞 ; ngoại giao 外交 、 khoái hoạt 快活 、 phá hoại 破壞。

2. Chuyển sang 轉換成 ối, ví dụ 例如： khối 塊 ; bĩ khối 痞塊。

3. Có ít chữ chuyển sang 少數字轉換成 òe, ví dụ 例如： hòe 槐 ; Hòe An Quốc 槐安國。

39) Quy luật chuyển đổi vận mẫu tiếng Phổ Thông uan (彎) sang âm Hán Việt

39) 普通話韻母 uan (彎) 的漢越音轉換規律

1. Chuyển sang 轉換成 oan, ví dụ 例如：　đoàn 團、khoan 寬 ; đoàn du lịch 團遊歷、 khoan khoái 寬快。

2. Chuyển sang 轉換成 uan, ví dụ 例如：　quan 關、quản 管 ; quan tâm 關心、 quản lý 管理。

Rừng Ngập Mặn, Sông Đạm Thủy
淡水河紅樹林

268

會話二十五：旅行

⟨ 会话二十五：旅行 ⟩

huì huà èr shí wǔ : lǚ xíng

Hội thoại hai mươi lăm : Du lịch

Học từ mới 學生詞 xué shēng cí

🔊 25-01

旅行	旅行 lǚ xíng	du lịch	\0 旅遊 Từ Hán Việt 漢越 詞： 遊歷
去玩	去玩 qù wán	đi chơi	\đi 去 chơi 玩
我一起去	我一起去 wǒ yī qǐ qù	tôi cùng đi	\tôi 我 cùng 一起 đi 去
參觀	参观 cān guān	tham quan	\Từ Hán Việt 漢越詞
小路	小路 xiǎo lù	đường mòn	\đường 道路 mòn 步道
文化村	文化村 wén huà cūn	làng văn hóa	\làng 村 văn hóa 文化
山	山 shān	núi	\ 玉山是臺灣最高的 山。 Ngọc Sơn là ngọn núi cao nhất ở Đài Loan.
絕美	绝美 jué měi	tuyệt vời	\tuyệt 絕 vời 美妙
博物館	博物馆 bó wù guǎn	viện bảo tàng	\Từ Hán Việt 漢越詞： 院保藏
自然	自然 zì rán	tự nhiên	\Từ Hán Việt 漢越詞

269

開門	开门 kāi mén	mở cửa	\mở 開 cửa 門
那邊	那边 nà biān	đằng kia	\đằng 邊 kia 那
很多東西	很多东西 hěn duō dōng xi	nhiều điều	\nhiều 多 điều 條
就連	就连 jiù lián	ngay cả	\ngay 直接 cả 都
知識	知识 zhī shì	kiến thức	\Từ Hán Việt 漢越詞： 見識
紅樹林	红树林 hóng shù lín	rừng ngập mặn	\rừng 林地 ngập 積水 mặn 鹽
海邊	海边 hǎi biān	ven bờ biển	\ven 邊緣 bờ 端頭 biển 海
再邀約	再邀约 zài yāo yuē	hẹn thêm	\hẹn 答應 thêm 增加
這樣	这样 zhè yàng	như vậy	\như 如 vậy 此
一定	一定 yí dìng	chắc chắn	\chắc 肯定 chắn 確定
開心	开心 kāi xīn	vui vẻ	\vui 高興 vẻ 表情
好啊	好啊 hǎo a	được chứ	\được 得 chứ 表示 肯定 khẳng định
照相	照相 zhào xiàng	chụp hình	\○chụp 拍 ảnh 影，chụp 拍 hình 形

270

Bài khoá 課文 kè wén

（一）去日月潭

〈（一）去日月潭〉

(yī) qù rì yuè tán

(1) Đi Nhật Nguyệt Đàm

A: 你喜歡旅遊嗎？

〈你喜欢旅游吗？〉

nǐ xǐ huān lǚ yóu ma?

Bạn có thích đi du lịch không?

B: 是的， 很喜歡。

〈是的，很喜欢。〉

shì de, hěn xǐ huān.

Dạ, tôi rất thích đi du lịch.

A: 週末你去哪裡玩了？

〈周末你去哪里玩了？〉

zhōu mò nǐ qù nǎ lǐ wán le?

Cuối tuần bạn đã đi đâu chơi?

B: 日月潭， 那裡風景真美。

〈日月潭，那里风景真美。〉

rì yuè tán, nà lǐ fēng jǐng zhēn měi.

Nhật Nguyệt Đàm, nơi đó có phong cảnh rất đẹp.

A: 你怎麼去的？

〈你怎么去的？〉

nǐ zěn me qù de?

Bạn đi đến đó bằng cách nào?

B: 主人開車去的。

〈主人开车去的。〉

zhǔ rén kāi chē qù de.

Chủ lái xe, tôi cùng đi.

A: 你去參觀了哪些地方？

〈你去参观了哪些地方？〉

nǐ qù cān guān le nǎ xiē dì fāng?

Bạn đã tham quan những nơi nào?

B: 九族文化村和青龍山步道。

〈九族文化村和青龙山步道。〉

jiǔ zú wén huà cūn hé qīng lóng shān bù dào.

Làng văn hoá Cửu Tộc và đường mòn núi Thanh Long (Chinglong).

A: 你喜歡那兒嗎？

〈你喜欢那儿吗？〉

nǐ xǐ huān nà er ma?

Bạn có thích nơi đó không?

B: 那兒太美了。

〈那儿太美了。〉

nà er tài měi le.

Nơi đó thật tuyệt vời.

（二）去博物館

〈（二）去博物馆〉

(èr) qù bó wù guǎn

(2) Đi tham quan viện bảo tàng

A: 自然博物館今天開嗎？

〈自然博物馆今天开吗？〉

zì rán bó wù guǎn jīn tiān kāi ma?

Ngày hôm nay viện bảo tàng tự nhiên có mở cửa không?

272

B: 開，每天九點鐘開門。 還有十分鐘後就會開了。

〈 开，每天九点钟开门。 还有十分钟后就会开了。〉

kāi, měi tiān jiǔ diǎn zhōng kāi mén. hái yǒu shí fēn zhōng hòu jiù huì kāi le.

Có mở, hằng ngày đều mở cửa vào lúc chín giờ. Còn mười phút nữa là mở cửa rồi.

A: 我可以在這裡買門票嗎？

〈 我可以在这里买门票吗？〉

wǒ kě yǐ zài zhè lǐ mǎi mén piào ma?

Tôi có thể mua vé ở đây không?

B: 門票在那邊賣。

〈 门票在那边卖。〉

mén piào zài nà biān mài.

Vé được bán ở đằng kia.

A: 參觀了自然博物館， 孩子學到了很多。

〈 参观了自然博物馆，孩子学到了很多。〉

cān guān le zì rán bó wù guǎn, hái zi xué dào le hěn duō.

Sau khi tham quan viện bảo tàng tự nhiên, bọn trẻ đã học được rất nhiều điều.

B: 連我也增長了不少知識。

〈 连我也增长了不少知识。〉

lián wǒ yě zēng zhǎng le bù shǎo zhī shì.

Ngay cả tôi cũng có thêm không ít kiến thức.

（三ㄙㄢ）到ㄉㄠˋ紅ㄏㄨㄥˊ樹ㄕㄨˋ林ㄌㄧㄣˊ
〈（三）到红树林〉
(sān) dào hóng shù lín
(3) Đến rừng ngập mặn

A: 臺ㄊㄞˊ灣ㄨㄢ有ㄧㄡˇ海ㄏㄞˇ邊ㄅㄧㄢ紅ㄏㄨㄥˊ樹ㄕㄨˋ林ㄌㄧㄣˊ嗎ㄇㄚ？
〈台湾有海边红树林吗？〉
tái wān yǒu hǎi biān hóng shù lín ma?
Đài Loan có rừng ngập mặn ven bờ biển không?

B: 有ㄧㄡˇ的ㄉㄜ。 等ㄉㄥˇ我ㄨㄛˇ空ㄎㄨㄥˋ閒ㄒㄧㄢˊ一一點ㄉㄧㄢˇ， 再ㄗㄞˋ帶ㄉㄞˋ孩ㄏㄞˊ子ㄗ和ㄏㄜˊ你ㄋㄧˇ去ㄑㄩˋ吧ㄅㄚ。
〈有的。 等我空闲一点，再带孩子和你去吧。〉
yǒu de. děng wǒ kòng xián yī diǎn, zài dài hái zi hé nǐ qù ba.
Có chứ. Đợi tôi có thời gian, rồi tôi sẽ đưa chị và bọn trẻ cùng đi đến đó.

A: 我ㄨㄛˇ約ㄩㄝ幾ㄐㄧˇ個ㄍㄜˋ越ㄩㄝˋ南ㄋㄢˊ朋ㄆㄥˊ友ㄧㄡˇ， 可ㄎㄜˇ以ㄧˇ嗎ㄇㄚ？
〈我约几个越南朋友，可以吗？〉
wǒ yuē jǐ ge yuè nán péng yǒu, kě yǐ ma?
Tôi muốn hẹn thêm vài người bạn Việt Nam, có được không?

B: 可ㄎㄜˇ以ㄧˇ， 那ㄋㄚˋ孩ㄏㄞˊ子ㄗ和ㄏㄜˊ你ㄋㄧˇ一一定ㄉㄧㄥˋ會ㄏㄨㄟˋ玩ㄨㄢˊ得ㄉㄜ很ㄏㄣˇ開ㄎㄞ心ㄒㄧㄣ。
〈可以，那孩子和你一定会玩得很开心。〉
kě yǐ, nà hái zi hé nǐ yí dìng huì wán de hěn kāi xīn.
Được chứ, như vậy thì chị và bọn trẻ chắc chắn sẽ có một chuyến đi vui vẻ.

A: 是ㄕˋ的ㄉㄜ， 我ㄨㄛˇ們ㄇㄣ會ㄏㄨㄟˋ拍ㄆㄞ好ㄏㄠˇ多ㄉㄨㄛ照ㄓㄠˋ片ㄆㄧㄢˋ。
〈是的，我们会拍好多照片。〉
shì de, wǒ men huì pāi hǎo duō zhào piàn.
Đúng rồi, chúng tôi sẽ chụp rất nhiều hình.

274

🏮 Chuyển đổi phát âm (21)   發音轉換

40) Quy luật chuyển đổi vận mẫu tiếng Phổ Thông uang (汪) sang âm Hán Việt

40) 普通話韻母 uang (汪) 的漢越音轉換規律

1. Chuyển sang 轉換成 oang/ynh, ví dụ 例如： hoang 荒、 hoàng 黃 ; hoang tích 荒僻、 hoàng/hỳnh cầm 黃芩。

2. Chuyển sang 轉換成 uông, ví dụ 例如： uông 汪、 uổng 枉 ; uông dương 汪洋、 tham tang uổng pháp 貪贓枉法。

3. Chuyển sang 轉換成 ương, ví dụ 例如： vương 王 ; vương mẫu 王母。

4. Chuyển sang 轉換成 vong, ví dụ 例如： vong 忘、 vọng 望 ; vong khước 忘卻、 hy vọng 希望。

41) Quy luật chuyển đổi vận mẫu tiếng Phổ Thông uei (威) sang âm Hán Việt

41) 普通話韻母 uei (威) 的漢越音轉換規律

1. Chuyển sang 轉換成 uy, ví dụ 例如： uy 威、 tuy 雖 ; Na Uy 挪威、 tuy nhiên 雖然。

2. Chuyển sang 轉換成 i/y, ví dụ 例如： vĩ 偉 ; vĩ đại 偉大。

3. Chuyển sang 轉換成 uế, ví dụ 例如： quế 桂 ; Quế Lâm 桂林。

4. Chuyển sang 轉換成 ôi, ví dụ 例如： hồi 回、 khôi 恢 ; hồi giáo 回教、 khôi phục 恢復。

42) Quy luật chuyển đổi vận mẫu tiếng Phổ Thông uen (溫ㄨㄣ) sang âm Hán Việt

42) 普ㄆㄨ通ㄊㄨㄥ話ㄏㄨㄚ韻ㄩㄣ母ㄇㄨ uen (溫ㄨㄣ) 的ㄉㄜ漢ㄏㄢ越ㄩㄝ音ㄧㄣ轉ㄓㄨㄢ換ㄏㄨㄢ規ㄍㄨㄟ律ㄌㄩ

1. uen 轉ㄓㄨㄢ換ㄏㄨㄢ成ㄔㄥ ôn, ví dụ 例ㄌㄧ如ㄖㄨ： ôn 溫ㄨㄣ、 hôn 婚ㄏㄨㄣ、 côn 昆ㄎㄨㄣ、 môn 門ㄇㄣ; ôn hoà 溫ㄨㄣ和ㄏㄜ、 hôn phu 婚ㄏㄨㄣ夫ㄈㄨ、 Côn Minh 昆ㄎㄨㄣ明ㄇㄧㄥ、 chuyên môn 專ㄓㄨㄢ門ㄇㄣ。

2. uen 轉ㄓㄨㄢ換ㄏㄨㄢ成ㄔㄥ vấn, ví dụ 例ㄌㄧ如ㄖㄨ： vấn 問ㄨㄣ; vấn đề 問ㄨㄣ題ㄊㄧ。

3. uen 轉ㄓㄨㄢ換ㄏㄨㄢ成ㄔㄥ văn, ví dụ 例ㄌㄧ如ㄖㄨ： văn 聞ㄨㄣ; truyền văn 傳ㄔㄨㄢ聞ㄨㄣ。

43) Quy luật chuyển đổi vận mẫu tiếng Phổ Thông ueng (翁ㄨㄥ) sang âm Hán Việt

43) 普ㄆㄨ通ㄊㄨㄥ話ㄏㄨㄚ韻ㄩㄣ母ㄇㄨ ueng (翁ㄨㄥ) 的ㄉㄜ漢ㄏㄢ越ㄩㄝ音ㄧㄣ轉ㄓㄨㄢ換ㄏㄨㄢ規ㄍㄨㄟ律ㄌㄩ

1. ueng 轉ㄓㄨㄢ換ㄏㄨㄢ成ㄔㄥ ông, ví dụ 例ㄌㄧ如ㄖㄨ： ông 翁ㄨㄥ; tôn ông 尊ㄗㄨㄣ翁ㄨㄥ。

2. ueng 轉ㄓㄨㄢ換ㄏㄨㄢ成ㄔㄥ ung, ví dụ 例ㄌㄧ如ㄖㄨ： ung 癰ㄩㄥ; ung thư 癰ㄩㄥ疽ㄐㄩ。

〈会话二十六：理发〉

huì huà èr shí liù : lǐ fǎ

Hội thoại hai mươi sáu : Cắt tóc

Học từ mới　學生詞　xué shēng cí

🎧 26-01

理髮	理发 lǐ fǎ	cắt tóc	\O 剪髮， 剃頭
樣式	样式 yàng shì	kiểu	\2019 年 30 種短髮美人樣式。 30 kiểu tóc ngắn đẹp năm 2019.
瀏海	浏海 liú hǎi	cái mái	\mái 本意是： 屋頂
修剪	修剪 xiū jiǎn	tỉa lại	\tỉa 修剪 lại 再次
短	短 duǎn	ngắn	\ 這支鉛筆太短了。 Bút chì này quá ngắn.
肩膀	肩膀 jiān bǎng	vai	\ 肩膀上有一條毛毛蟲。 Có một con sâu bướm trên vai.
眉毛上方	眉毛上方 méi máo shàng fāng	chân mày	\chân 腳 mày 眉毛
鏡子	镜子 jìng zi	gương	\ 這面鏡子設計真好看。 Thiết kế gương này rất đẹp.
滿意	满意 mǎn yì	hài lòng	\hài 歡樂 lòng 心

整頭染	整头染 zhěng tóu rǎn	nhuộm hết cả đầu	nhuộm 染 hết 完 cả 全 部 đầu 頭
挑染	挑染 tiāo rǎn	nhuộm highlight	=nhuộm 染 tóc 髮 sáng màu 顏色 鮮豔
染髮色卡	染发色卡 rǎn fǎ sè kǎ	bảng màu tóc nhuộm	bảng 表 màu 顏色 tóc 頭髮 nhuộm 染色
紅棕色	红棕色 hóng zōng sè	màu nâu đỏ	màu 顏色 nâu đỏ 紅棕色
淺色	浅色 qiǎn sè	nhạt	這 雙 鞋子 顏色 太 淺。 Đôi giày này có màu quá nhạt.
洗頭	洗头 xǐ tóu	gội đầu	gội 洗 đầu 頭
久	久 jiǔ	lâu	對不起，讓你久等了。 Xin lỗi, tôi đã để bạn chờ lâu.
燙髮	烫发 tàng fǎ	uốn tóc	uốn 卷 tóc 髮
髮卷	发卷 fǎ juàn	lọn	髮卷會長期保留。 Những lọn tóc sẽ được giữ lại trong một thời gian dài.
全部	全部 quán bù	toàn bộ	Từ Hán Việt 漢越詞
張，幅	张，幅 zhāng, fú	bức	Chữ Hán Việt 漢越字： 幅
對的	对的 duì de	đúng vậy	đúng 正確 vậy 這樣

（一）剪頭髮

〈（一）剪头发〉

(yī) jiǎn tóu fǎ

(1) Đi cắt tóc

A: 今天想怎麼剪？

〈今天想怎么剪？〉

jīn tiān xiǎng zěn me jiǎn?

Hôm nay cô muốn cắt kiểu tóc thế nào?

B: 我想剪短，前面瀏海幫我修一下。

〈我想剪短，前面浏海帮我修一下。〉

wǒ xiǎng jiǎn duǎn, qián miàn liú hǎi bāng wǒ xiū yí xià.

Tôi muốn cắt ngắn, rồi tỉa lại cái mái giúp tôi.

A: 要剪多短呢？

〈要剪多短呢？〉

yào jiǎn duō duǎn ne?

Cắt ngắn đến đâu?

B: 剪到肩膀，瀏海剪到眉毛上方。

〈剪到肩膀，浏海剪到眉毛上方。〉

jiǎn dào jiān bǎng, liú hǎi jiǎn dào méi máo shàng fāng.

Ngắn đến vai, còn mái thì cắt qua khỏi chân mày.

A: 剪好了，您看一下鏡子。

〈剪好了，您看一下镜子。〉

jiǎn hǎo le, nín kàn yí xià jìng zi.

Cắt xong rồi, hãy nhìn vào gương xem sao.

B: 非常滿意，謝謝你。

〈非常满意，谢谢你。〉

fēi cháng mǎn yì, xiè xie nǐ.

Tôi rất hài lòng, cảm ơn bác.

279

（二ㄦ）染ㄖㄢˇ髮ㄈㄚˇ
〈（二）染发〉
(èr) răn fã
(2) Nhuộm tóc.

A: 我ㄨㄛˇ要ㄧㄠˋ染ㄖㄢˇ髮ㄈㄚˇ。
〈我要染发。〉
wǒ yào răn fã.
Tôi muốn nhuộm tóc.

B: 你ㄋㄧˇ要ㄧㄠˋ怎ㄗㄣˇ麼ㄇㄜ染ㄖㄢˇ呢ㄋㄜ？
〈你要怎么染呢？〉
nǐ yào zěn me răn ne?
Cô muốn nhuộm thế nào?

A: 我ㄨㄛˇ要ㄧㄠˋ整ㄓㄥˇ頭ㄊㄡˊ染ㄖㄢˇ加ㄐㄧㄚ挑ㄊㄧㄠ染ㄖㄢˇ。
〈我要整头染加挑染。〉
wǒ yào zhěng tóu răn jiā tiāo răn.
Tôi muốn nhuộm highlight hết cả đầu.

B: 你ㄋㄧˇ看ㄎㄢˋ一ㄧ下ㄒㄧㄚˋ染ㄖㄢˇ髮ㄈㄚˇ色ㄙㄜˋ卡ㄎㄚˇ。
〈你看一下染发色卡。〉
nǐ kàn yí xià răn fã sè kă.
Cô hãy xem bảng màu tóc nhuộm.

A: 我ㄨㄛˇ喜ㄒㄧˇ歡ㄏㄨㄢ這ㄓㄜˋ個ㄍㄜ紅ㄏㄨㄥˊ棕ㄗㄨㄥ色ㄙㄜˋ。
〈我喜欢这个红棕色。〉
wǒ xǐ huān zhè ge hóng zōng sè.
Tôi thích màu nâu đỏ này.

B: 挑ㄊㄧㄠ染ㄖㄢˇ的ㄉㄜ顏ㄧㄢˊ色ㄙㄜˋ呢ㄋㄜ？
〈挑染的颜色呢？〉
tiāo răn de yán sè ne?
Màu để nhuộm highlight thì sao?

280

A: 挑染要比紅棕色淺一點的顏色。

〈挑染要比红棕色浅一点的颜色。〉

tiāo rǎn yào bǐ hóng zōng sè qiǎn yī diǎn de yán sè.

Màu để nhuộm highlight phải nhạt hơn màu nâu đỏ một chút.

B: 時間到了，做得好嗎？

〈时间到了，做得好吗？〉

shí jiān dào le, zuò de hǎo ma?

Thời gian đã hết rồi, có được thực hiện tốt không?

A: 好，回家三天之後才可以洗頭嗎？

〈好，回家三天之后才可以洗头吗？〉

hǎo, huí jiā sān tiān zhī hòu cái kě yǐ xǐ tóu ma?

Tốt nhé, về nhà 3 ngày sau tôi mới có thể gội đầu phải không?

B: 不用那麼久，等一、兩天就可以洗頭了。

〈不用那么久，等一、两天就可以洗头了。〉

bú yòng nà me jiǔ, děng yī, liǎng tiān jiù kě yǐ xǐ tóu le.

Không lâu như vậy, một, hai ngày sau là cô có thể gội đầu rồi.

A: 知道了，謝謝你。

〈知道了，谢谢你。〉

zhī dào le, xiè xie nǐ.

Tôi biết rồi, cảm ơn bác.

（三）燙髮

〈（三）烫发〉

(sān) tàng fǎ

(3) Uốn tóc

A: 我想要燙髮。

〈我想要烫发。〉

wǒ xiǎng yào tàng fǎ.

Tôi muốn uốn tóc.

B: 你要燙大卷還是小卷？
〈你要烫大卷还是小卷？〉
nǐ yào tàng dà juǎn hái shì xiǎo juǎn?
Cô muốn uốn lọn to hay lọn nhỏ?

A: 我要燙大卷， 讓頭髮看起來像自然捲的樣子。
〈我要烫大卷，让头发看起来像自然卷的样子。〉
wǒ yào tàng dà juǎn, ràng tóu fǎ kàn qǐ lái xiàng zì rán juǎn de yàng zi.
Tôi muốn uốn lọn to để tóc trông như cong tự nhiên vậy.

B: 要整頭燙還是局部燙呢？
〈要整头烫还是局部烫呢？〉
yào zhěng tóu tàng hái shì jú bù tàng ne?
Cô muốn uốn toàn bộ hay uốn một phần?

A: 局部燙下半部就可以了。
〈局部烫下半部就可以了。〉
jú bù tàng xià bàn bù jiù kě yǐ le.
Uốn nửa phần dưới là được rồi.

B: 是不是想要像這張照片的髮型？
〈是不是想要像这张照片的发型？〉
shì bú shì xiǎng yào xiàng zhè zhāng zhào piàn de fǎ xíng?
Cô có muốn một kiểu tóc như bức ảnh này không?

A: 沒錯， 就是想要這樣。
〈没错，就是想要这样。〉
méi cuò, jiù shì xiǎng yào zhè yàng.
Đúng vậy, tôi chính là muốn uốn như thế này.

Chú thích về song ngữ　雙語注釋　shuāng yǔ zhù shì

🏮 Chuyển đổi phát âm (22)　　發音轉換

44) Quy luật chuyển đổi vận mẫu tiếng Phổ Thông uo (窩) sang âm Hán Việt

44) 普通話韻母 uo (窩) 的漢越音轉換規律

1. Chuyển sang 轉換成 ua, ví dụ 例如： quá 過、 quả 果 ; quá khứ 過去、 bạch quả 白果。

2. Chuyển sang 轉換成 a, ví dụ 例如： đa 多、 đà 鴕、 la 羅 ; đa số 多數、 đà điểu 鴕鳥、 thiên la địa võng 天羅地網。

3. Chuyển sang 轉換成 oa, ví dụ 例如： tỏa 鎖、 xoa 蓑、 thoa 搓 ; tỏa quốc 鎖國、 xoa y 蓑衣、 thoa phấn 搓粉。

4. Những chữ nhập thanh có thể chuyển sang 入聲字可以轉換成 ác, ví dụ 例如： tác 作、 trác 卓 ; tác dụng 作用、 trác tuyệt 卓絕。

5. Những chữ nhập thanh có thể chuyển sang 入聲字可以轉換成 ạc, ví dụ 例如： lạc 落 ; đọa lạc 墮落、 lạc đệ 落第。

6. Những chữ nhập thanh có thể chuyển sang 入聲字可以轉換成 ách, ví dụ 例如： sách 索 ; sách dẫn 索引。

7. Những chữ nhập thanh có thể chuyển sang 入聲字可以轉換成 oặc, ví dụ 例如： hoặc 或 ; hoặc viết 或曰。

8. Những chữ nhập thanh có thể chuyển sang 入聲字可以轉換成 oạch, ví dụ 例如： hoạch 獲 ; thu hoạch 收獲。

9. Những chữ nhập thanh có thể chuyển sang 入聲字可以轉換成 oách, ví dụ 例如： khoách 擴; khoách sung 擴充。

10. Những chữ nhập thanh có thể chuyển sang 入聲字可以轉換成 oát, ví dụ 例如： khoát 闊、 loát 刷; khoát biệt 闊別、 ấn loát 印刷。

11. Những chữ nhập thanh có thể chuyển sang 入聲字可以轉換成 oạt, ví dụ 例如： hoạt 活、 đoạt 奪; hoạt bát 活潑、 thưởng đoạt 搶奪。

12. Những chữ nhập thanh có thể chuyển sang 入聲字可以轉換成 óc, ví dụ 例如： sóc 朔; sóc phong 朔風。

13. Những chữ nhập thanh có thể chuyển sang 入聲字可以轉換成 uách, ví dụ 例如： Quách 郭; Đông Quách 東郭。

14. Những chữ nhập thanh có thể chuyển sang 入聲字可以轉換成 ược, ví dụ 例如： nhược 若、 nhược 弱; nhược can 若干、 khiếp nhược 怯弱。

15. Những chữ nhập thanh có thể chuyển sang 入聲字可以轉換成 uốc, ví dụ 例如： quốc 國; quốc gia 國家。

16. Những chữ nhập thanh có thể chuyển sang 入聲字可以轉換成 ước, ví dụ 例如： trước 著、 chước 酌; trước tác 著作、 thương chước 商酌。

17. Những chữ nhập thanh có thể chuyển sang 入聲字可以轉換成 uyết, ví dụ 例如： thuyết 說; du thuyết 遊說。

會話二十七：看病
〈 会话二十七：看病 〉
huì huà èr shí qī : kàn bìng
Hội thoại hai mươi bảy : Khám bệnh

Học từ mới 學生詞 xué shēng cí

🎧 27-01

看病	看病 kàn bìng	khám bệnh	\Từ Hán Việt 漢越詞： 勘病
喉嚨痛	喉咙痛 hóu lóng tòng	đau họng	\đau 痛 họng 喉嚨
流鼻涕	流鼻涕 liú bí tì	sổ mũi	\sổ 流 mũi 鼻子
咳嗽	咳嗽 ké sòu	ho	\ 隔壁老人每晚都大聲咳嗽。 Ông già láng giềng ho to mỗi đêm.
頭痛	头痛 tóu tòng	nhức đầu	\nhức 痛 đầu 頭
感冒	感冒 gǎn mào	cảm lạnh	\Từ Hán Việt 漢越詞： 感冷
打針	打针 dǎ zhēn	tiêm	\ 隔天打一次針。 Cách ngày tiêm một lần.
吃藥	吃药 chī yào	uống thuốc	\uống 喝 thuốc 藥
休息	休息 xiū xī	nghỉ ngơi	\nghỉ 休假 ngơi 休息

285

足ㄗㄨˊ夠ㄍㄡˋ	足够 zú gòu	đầy đủ	\đầy 充ㄔㄨㄥ滿ㄇㄢˇ đủ 滿ㄇㄢˇ足ㄗㄨˊ
藥ㄧㄠˋ水ㄕㄨㄟˇ	药水 yào shuǐ	thuốc nước	\thuốc 藥ㄧㄠˋ nước 水ㄕㄨㄟˇ
之ㄓ前ㄑㄧㄢˊ	之前 zhī qián	trước khi	\trước 在ㄗㄞˋ之ㄓ前ㄑㄧㄢˊ khi 時ㄕˊ期ㄑㄧˊ
睡ㄕㄨㄟˋ	睡 shuì	ngủ	\嬰ㄧㄥ兒ㄦˊ每ㄇㄟˇ天ㄊㄧㄢ睡ㄕㄨㄟˋ十ㄕˊ五ㄨˇ小ㄒㄧㄠˇ時ㄕˊ。 Em bé ngủ 15 tiếng mỗi ngày.
拉ㄌㄚ肚ㄉㄨˋ子ㄗ	拉肚子 lā dù zi	tiêu chảy	\0 肚ㄉㄨˋ子ㄗ拉ㄌㄚ水ㄕㄨㄟˇ
急ㄐㄧˊ性ㄒㄧㄥˋ	急性 jí xìng	cấp tính	\Từ Hán Việt 漢ㄏㄢˋ越ㄩㄝˋ詞ㄘˊ
腸ㄔㄤˊ胃ㄨㄟˋ炎ㄧㄢˊ	肠胃炎 cháng wèi yán	viêm dạ dày	\viêm dạ dày=viêm dạ dày ruột 腸ㄔㄤˊ 胃ㄨㄟˋ炎ㄧㄢˊ
清ㄑㄧㄥ淡ㄉㄢˋ	清淡 qīng dàn	thanh đạm	\Từ Hán Việt 漢ㄏㄢˋ越ㄩㄝˋ詞ㄘˊ
小ㄒㄧㄠˇ型ㄒㄧㄥˊ手ㄕㄡˇ術ㄕㄨˋ	小型手术 xiǎo xíng shǒu shù	tiểu phẫu	\Từ Hán Việt 漢ㄏㄢˋ越ㄩㄝˋ詞ㄘˊ： 小ㄒㄧㄠˇ剖ㄆㄡˇ
手ㄕㄡˇ術ㄕㄨˋ	手术 shǒu shù	phẫu thuật	\Từ Hán Việt 漢ㄏㄢˋ越ㄩㄝˋ詞ㄘˊ： 剖ㄆㄡˇ術ㄕㄨˋ
住ㄓㄨˋ院ㄩㄢˋ	住院 zhù yuàn	nằm viện	\nằm 躺ㄊㄤˇ viện 院ㄩㄢˋ
腹ㄈㄨˋ部ㄅㄨˋ痛ㄊㄨㄥˋ	腹部痛 fù bù tòng	đau bụng	\đau 痛ㄊㄨㄥˋ bụng 腹ㄈㄨˋ
闌ㄌㄢˊ尾ㄨㄟˇ炎ㄧㄢˊ	阑尾炎 lán wěi yán	viêm ruột thừa	\viêm 炎ㄧㄢˊ ruột 腸ㄔㄤˊ thừa 剩ㄕㄥˋ餘ㄩˊ ○ 盲ㄇㄤˊ腸ㄔㄤˊ炎ㄧㄢˊ

好ㄏㄠˇ點ㄉㄧㄢˇ了ㄌㄜ˙	好点了 hǎo diǎn le	đỡ hơn	\đỡ 支ㄓ持ㄔˊ，有ㄧㄡˇ幫ㄅㄤ助ㄓㄨˋ hơn 更ㄍㄥˋ
康ㄎㄤ復ㄈㄨˋ	康复 kāng fù	bình phục	\Từ Hán Việt 漢ㄏㄢˋ越ㄩㄝˋ詞ㄘˊ：平ㄆㄧㄥˊ復ㄈㄨˋ

Hồng Mao Thành,
Đạm Thủy

淡ㄉㄢˋ水ㄕㄨㄟˇ紅ㄏㄨㄥˊ毛ㄇㄠˊ城ㄔㄥˊ

（一）有病就醫

〈（一）有病就医〉

(yī) yǒu bìng jiù yī

(1) Bị bệnh và đi khám

B: 你今天感覺怎麼樣？

〈你今天感觉怎么样？〉

nǐ jīn tiān gǎn jué zěn me yàng?

Hôm nay chị cảm thấy thế nào?

A: 我喉嚨痛、流鼻涕、咳嗽，還有一點頭痛。

〈我喉咙痛、流鼻涕、咳嗽，还有一点头痛。〉

wǒ hóu lóng tòng, liú bí tì, ké sòu, hái yǒu yī diǎn tóu tòng.

Tôi bị đau họng, sổ mũi, ho và có một chút nhức đầu.

B: 多久時間了？

〈多久时间了？〉

duō jiǔ shí jiān le?

Đã bao lâu rồi?

A: 兩天了。

〈两天了。〉

liǎng tiān le.

Hai ngày rồi.

B: 這是感冒。打針、吃藥，好好休息就可以了。

〈这是感冒。打针、吃药，好好休息就可以了。〉

zhè shì gǎn mào. dǎ zhēn, chī yào, hǎo hǎo xiū xí jiù kě yǐ le.

Đây là cảm lạnh. Tiêm, uống thuốc và nghỉ ngơi đầy đủ thì sẽ khỏe thôi.

A: 嗯。

〈 嗯。〉

en

Ừm.

B: 這是你的藥， 一天吃四次， 三餐飯後吃， 睡前再吃一包， 藥水每次喝十西西 (c.c.)， 發燒三十八點五度 C (38.5°C) 再吃紅色藥包。

〈 这是你的药，一天吃四次，三餐饭后吃，睡前再吃一包，药水每次喝十 c.c.，发烧三十八点五度 C （38.5°C）再吃红色药包。〉

zhè shì nǐ de yào, yī tiān chī sì cì, sān cān fàn hòu chī, shuì qián zài chī yī bāo, yào shuǐ měi cì hē shí xī xī (c.c.) , fā shāo sān shí bā diǎn wǔ dù C (38.5°C) zài chī hóng sè yào bāo.

Đây là thuốc của chị, một ngày uống bốn lần, uống sau ba bữa ăn và uống trước khi ngủ, thuốc nước mỗi lần uống mười c.c, khi bị sốt đến ba mươi tám chấm năm độ C (38.5°C) thì hãy uống gói thuốc màu đỏ.

A: 好的， 謝謝。

〈 好的，谢谢。〉

hǎo de, xiè xie.

Vâng, cảm ơn bác.

（二）小孩看病

〈（二）小孩看病〉

(èr) xiǎo hái kàn bìng

(2) Đưa trẻ đi khám bệnh

A: 這孩子怎麼了？

〈 这孩子怎么了？〉

zhè hái zi zěn me le?

Đứa bé này bị làm sao thế?

B: 嚴重拉肚子拉水。
〈严重拉肚子拉水。〉
yán zhòng lā dù zǐ lā shuǐ.
Tiêu chảy nặng.

A: 生病多久了？
〈生病多久了？〉
shēng bìng duō jiǔ le?
Bé bị bệnh lâu chưa?

B: 昨天晚上開始。
〈昨天晚上开始。〉
zuó tiān wǎn shàng kāi shǐ.
Bắt đầu từ tối qua.

A: 這是急性腸胃炎，暫時給他吃清淡的東西。
〈这是急性肠胃炎，暂时给他吃清淡的东西。〉
zhè shì jí xìng cháng wèi yán, zàn shí gěi tā chī qīng dàn de dōng xi.
Đây là bệnh viêm dạ dày cấp tính, tạm thời cho bé ăn thức ăn thanh đạm.

不餓可以不要吃，讓腸胃休息。
〈不饿可以不要吃，让肠胃休息。〉
bú è kě yǐ bú yào chī, ràng cháng wèi xiū xí.
Khi không đói thì có thể không ăn, để cho dạ dày được nghỉ ngơi.

B: 好的，謝謝。
〈好的，谢谢。〉
hǎo de, xiè xie.
Vâng, cảm ơn bác.

（三）小型手術
〈（三）小型手术〉
(sān) xiǎo xíng shǒu shù
(3) Tiểu phẫu

A: 我的朋友五天前做了手術，住院了。
〈我的朋友五天前做了手术，住院了。〉
wǒ de péng yǒu wǔ tiān qián zuò le shǒu shù, zhù yuàn le.
Năm ngày trước bạn tôi đi phẫu thuật, đang nằm viện.

B: 是張先生嗎？
〈是张先生吗？〉
shì zhāng xiān shēng ma?
Có phải ông Trương (Chang) không?

A: 是的。他腹部痛得屬害，是闌尾炎。
〈是的。他腹部痛得厉害，是阑尾炎。〉
shì de. tā fù bù tòng de lì hài, shì lán wěi yán.
Đúng rồi, anh ấy bị đau bụng dữ dội, đó là bệnh viêm ruột thừa.

B: 現在他覺得好點了嗎？
〈现在他觉得好点了吗？〉
xiàn zài tā jué de hǎo diǎn le ma?
Bây giờ anh ấy đã cảm thấy đỡ hơn chưa?

A: 好多了。
〈好多了。〉
hǎo duō le.
Đỡ hơn nhiều rồi.

B: 希望他早日康復。
〈希望他早日康复。〉
xī wàng tā zǎo rì kāng fù.
Mong anh ấy sẽ sớm bình phục.

🏮 Chuyển đổi phát âm (23)   發ㄈㄚ音ㄧㄣ轉ㄓㄨㄢˇ換ㄏㄨㄢˋ

45) Quy luật chuyển đổi vận mẫu tiếng Phổ Thông ü (迂ㄩ) sang âm Hán Việt

45) 普ㄆㄨˇ通ㄊㄨㄥ話ㄏㄨㄚˋ韻ㄩㄣˋ母ㄇㄨˇ ü (迂ㄩ) 的ㄉㄜ˙漢ㄏㄢˋ越ㄩㄝˋ音ㄧㄣ轉ㄓㄨㄢˇ換ㄏㄨㄢˋ規ㄍㄨㄟ律ㄌㄩˋ

1. Chuyển sang 轉ㄓㄨㄢˇ換ㄏㄨㄢˋ成ㄔㄥˊ u, ví dụ 例ㄌㄧˋ如ㄖㄨˊ： vũ 雨ㄩˇ、 du 俞ㄩˊ; vũ tuyết giao gia 雨ㄩˇ雪ㄒㄩㄝˇ交ㄐㄧㄠ加ㄐㄧㄚ、 du duẫn 俞ㄩˊ允ㄩㄣˇ。

2. Chuyển sang 轉ㄓㄨㄢˇ換ㄏㄨㄢˋ成ㄔㄥˊ ư, ví dụ 例ㄌㄧˋ如ㄖㄨˊ： nữ 女ㄋㄩˇ、 ngữ 語ㄩˇ、 dư 與ㄩˇ; phụ nữ 婦ㄈㄨˋ女ㄋㄩˇ、 luận ngữ 論ㄌㄨㄣˋ語ㄩˇ、 dư luận 輿ㄩˊ論ㄌㄨㄣˋ。

3. Chuyển sang 轉ㄓㄨㄢˇ換ㄏㄨㄢˋ成ㄔㄥˊ a/ư, ví dụ 例ㄌㄧˋ如ㄖㄨˊ： Lã/Lữ 呂ㄌㄩˇ; Lã/Lữ Thị Xuân Thu 呂ㄌㄩˇ氏ㄕˋ春ㄔㄨㄣ秋ㄑㄧㄡ。

4. Những chữ nhập thanh có thể chuyển sang 入ㄖㄨˋ聲ㄕㄥ字ㄗˋ可ㄎㄜˇ以ㄧˇ轉ㄓㄨㄢˇ換ㄏㄨㄢˋ成ㄔㄥˊ oát, ví dụ 例ㄌㄧˋ如ㄖㄨˊ： loát 捋ㄌㄩˇ; loát hổ tu 捋ㄌㄩˇ虎ㄏㄨˇ鬚ㄒㄩ。

5. Những chữ nhập thanh có thể chuyển sang 入ㄖㄨˋ聲ㄕㄥ字ㄗˋ可ㄎㄜˇ以ㄧˇ轉ㄓㄨㄢˇ換ㄏㄨㄢˋ成ㄔㄥˊ ọc, ví dụ 例ㄌㄧˋ如ㄖㄨˊ： ngọc 玉ㄩˋ; công ngọc 攻ㄍㄨㄥ玉ㄩˋ。

6. Những chữ nhập thanh có thể chuyển sang 入ㄖㄨˋ聲ㄕㄥ字ㄗˋ可ㄎㄜˇ以ㄧˇ轉ㄓㄨㄢˇ換ㄏㄨㄢˋ成ㄔㄥˊ uất, ví dụ 例ㄌㄧˋ如ㄖㄨˊ： suất 率ㄩㄝˋ、 uất 鬱ㄩˋ; năng suất 能ㄋㄥˊ率ㄩㄝˋ、 uất muộn 鬱ㄩˋ悶ㄇㄣˋ。

7. Những chữ nhập thanh có thể chuyển sang 入ㄖㄨˋ聲ㄕㄥ字ㄗˋ可ㄎㄜˇ以ㄧˇ轉ㄓㄨㄢˇ換ㄏㄨㄢˋ成ㄔㄥˊ ục, ví dụ 例ㄌㄧˋ如ㄖㄨˊ： lục 綠ㄌㄩˋ、 dục 慾ㄩˋ; lục đậu cao 綠ㄌㄩˋ豆ㄉㄡˋ糕ㄍㄠ、 tư dục 私ㄙ慾ㄩˋ。

8. Những chữ nhập thanh có thể chuyển sang 入ㄖㄨˋ聲ㄕㄥ字ㄗˋ可ㄎㄜˇ以ㄧˇ轉ㄓㄨㄢˇ換ㄏㄨㄢˋ成ㄔㄥˊ ực, ví dụ 例ㄌㄧˋ如ㄖㄨˊ： ực 域ㄩˋ; Tây Vực 西ㄒㄧ域ㄩˋ。

46) Quy luật chuyển đổi vận mẫu tiếng Phổ Thông üan (冤ㄩㄢ) sang âm Hán Việt

46) 普ㄆㄨ通ㄊㄨㄥ話ㄏㄨㄚ韻ㄩㄣ母ㄇㄨ üan (冤ㄩㄢ) 的ㄉㄜ漢ㄏㄢ越ㄩㄝ音ㄧㄣ轉ㄓㄨㄢ換ㄏㄨㄢ規ㄍㄨㄟ律ㄌㄩ

1. Chuyển sang 轉ㄓㄨㄢ換ㄏㄨㄢ成ㄔㄥ oan, ví dụ 例ㄌㄧ如ㄖㄨ：toàn 全ㄑㄩㄢ; toàn bộ 全ㄑㄩㄢ部ㄅㄨ。

2. Chuyển sang 轉ㄓㄨㄢ換ㄏㄨㄢ成ㄔㄥ uyên, ví dụ 例ㄌㄧ如ㄖㄨ：quyên 鵑ㄐㄩㄢ、khuyển 犬ㄑㄩㄢ、huyền 玄ㄒㄩㄢ、tuyển 選ㄒㄩㄢ、nguyên 原ㄩㄢ; đỗ quyên 杜ㄉㄨ鵑ㄐㄩㄢ、khuyển xỉ 犬ㄑㄩㄢ齒ㄔ、Huyền Trang 玄ㄒㄩㄢ奘ㄗㄤ、văn tuyển 文ㄨㄣ選ㄒㄩㄢ、nguyên tử 原ㄩㄢ子ㄗ。

3. Chuyển sang 轉ㄓㄨㄢ換ㄏㄨㄢ成ㄔㄥ iên, ví dụ 例ㄌㄧ如ㄖㄨ：viễn 遠ㄩㄢ; viễn phương 遠ㄩㄢ方ㄈㄤ。

會話二十八：送別
〈会话二十八：送别〉
huì huà èr shí bā：sòng bié
Hội thoại hai mươi tám：Chào tạm biệt

Học từ mới 學生詞 xué shēng cí 🎧 28-01

送別	送别 sòng bié	chia tay	\chia 分 tay 手 ○ 告別
必須走	必须走 bì xū zǒu	phải đi đây	\phải 應該 đi 走 đây 詞尾 助詞
父母	父母 fù mǔ	ba mẹ	\○bố mẹ
問好	问好 wèn hǎo	gửi lời hỏi thăm	\gửi 寄 lời 話語 hỏi 問 thăm 探訪
代我	代我 dài wǒ	giúp tôi	\giúp 幫助 tôi 我
一路順風	一路顺风 yí lù shùn fēng	chuyến đi tốt đẹp	\chuyến 一轉（旅行一 趟） đi 走 tốt 好 đẹp 美
招待	招待 zhāo dài	sự tiếp đãi	\sự 事 tiếp đãi 接待
熱情	热情 rè qíng	nhiệt tình	\Từ Hán Việt 漢越詞
找我們	找我们 zhǎo wǒ men	thăm chúng tôi	\thăm 探望 chúng tôi 我們

保持聯絡	保持联络 bǎo chí lián luò	giữ liên lạc	\giữ 保持 liên lạc 聯絡
一言為定	一言为定 yī yán wéi dìn	nói như đinh đóng cột	\nói 說 như 如 đinh 釘 đóng 釘上 cột 柱子
真是	真是 zhēn shì	thật sự	\Từ Hán Việt 漢越詞： 實事
依依不捨	依依不舍 yī yī bù shě	có chút không nỡ	\có 有 chút 點 không 不 nỡ 忍心
惜別	惜别 xí bié	lưu luyến	\Từ Hán Việt 漢越詞： 留念
心情	心情 xīn qíng	tâm trạng	\Từ Hán Việt 漢越詞： 心狀
表達	表达 biǎo dá	diễn đạt	\Từ Hán Việt 漢越詞： 演達
話語	话语 huà yǔ	lời nói	\lời 話 nói 說
旅途愉快	旅途愉快 lǚ tú yú kuài	chuyến đi vui vẻ	\chuyến 一轉 đi 走 vui vẻ 高興
再次	再次 zài cì	lần nữa	\lần 次 nữa 再

（一）告別語

〈（一）告别语〉

(yī) gào bié yǔ

(1) Lời chia tay

A: 時間不早了，我必須走了。

〈时间不早了，我必须走了。〉

shí jiān bù zǎo le, wǒ bì xū zǒu le.

Cũng muộn rồi, tôi phải đi đây.

B: 好的，再見！

〈好的，再见！〉

hǎo de, zài jiàn!

Dạ, xin chào tạm biệt!

A: 見到你的父母，代我向他們問好！

〈见到你的父母，代我向他们问好！〉

jiàn dào nǐ de fù mǔ, dài wǒ xiàng tā men wèn hǎo!

Khi gặp ba mẹ của bạn, thì gửi lời hỏi thăm giúp tôi nhé.

B: 我會的。

〈我会的。〉

wǒ huì de.

Tôi sẽ gửi lời đến họ.

A: 祝你（們）一路順風！

〈祝你（们）一路顺风！〉

zhù nǐ (men) yī lù shùn fēng!

Chúc (các) bạn một chuyến đi tốt đẹp!

（二ㄦ）感ㄍㄢˇ謝ㄒㄧㄝˋ招ㄓㄠ待ㄉㄞˋ
〈（二）感谢招待〉
(èr) gǎn xiè zhāo dài
(2) Cảm ơn sự tiếp đãi

A: 這ㄓㄜˋ些ㄒㄧㄝ日ㄖˋ子ㄗˇ感ㄍㄢˇ謝ㄒㄧㄝˋ你ㄋㄧˇ們ㄇㄣˊ熱ㄖㄜˋ情ㄑㄧㄥˊ的ㄉㄜ˙招ㄓㄠ待ㄉㄞˋ。
〈 这些日子感谢你们热情的招待。〉
zhè xiē rì zi gǎn xiè nǐ men rè qíng de zhāo dài.
Cảm ơn sự tiếp đãi nhiệt tình của các bạn trong những ngày qua.

B: 不ㄅㄨˋ用ㄩㄥˋ客ㄎㄜˋ氣ㄑㄧˋ， 記ㄐㄧˋ得ㄉㄜ˙要ㄧㄠˋ常ㄔㄤˊ回ㄏㄨㄟˊ來ㄌㄞˊ找ㄓㄠˇ我ㄨㄛˇ們ㄇㄣˊ。
〈 不用客气，记得要常回来找我们。〉
bú yòng kè qì, jì de yào cháng huí lái zhǎo wǒ men.
Đừng khách sáo, hãy nhớ thường xuyên về thăm chúng tôi nhé.

A: 好ㄏㄠˇ的ㄉㄜ˙， 我ㄨㄛˇ要ㄧㄠˋ告ㄍㄠˋ辭ㄘˊ了ㄌㄜ˙。
〈 好的，我要告辞了。〉
hǎo de, wǒ yào gào cí le.
OK, tôi phải đi đây.

B: 我ㄨㄛˇ們ㄇㄣˊ電ㄉㄧㄢˋ話ㄏㄨㄚˋ、 電ㄉㄧㄢˋ子ㄗˇ郵ㄧㄡˊ件ㄐㄧㄢˋ、 LINE 或ㄏㄨㄛˋ WeChat 保ㄅㄠˇ持ㄔˊ聯ㄌㄧㄢˊ絡ㄌㄨㄛˋ吧ㄅㄚ˙！
〈 我们电话、电子邮件、LINE 或 WeChat 吧！〉
wǒ men diàn huà, diàn zǐ yóu jiàn, LINE huò WeChat bǎo chí lián luò ba!
Giữ liên lạc với chúng tôi qua điện thoại, thư điện tử, LINE hoặc WeChat!

A: 一ㄧ言ㄧㄢˊ為ㄨㄟˋ定ㄉㄧㄥˋ！
〈 一言为定！〉
yī yán wéi dìng!
Nói như đinh đóng cột.

（三）離別情

〈（三）离别情〉

(sān) lí bié qíng

(3) Tình chia tay

A: 這麼快就要走了？真有點依依不捨。

〈这么快就要走了？真有点依依不舍。〉

zhè me kuài jiù yào zǒu le? zhēn yǒu diǎn yī yī bù shě.

Nhanh thế, đã phải đi rồi sao? Thật sự có chút không nỡ.

B: 惜別的心情總是難以用語言表達的。

〈惜别的心情总是难以用语言表达的。〉

xī bié de xīn qíng zǒng shì nán yǐ yòng yǔ yán biǎo dá de.

Tâm trạng lưu luyến khi chia tay rất khó có thể diễn đạt bằng lời nói.

A: 再見！ 祝你（們）旅途愉快！

〈再见！ 祝你（们）旅途愉快！〉

zài jiàn! zhù nǐ (men) lǚ tú yú kuài!

Xin tạm biệt! Chúc (các) bạn một chuyến đi vui vẻ!

B: 再見！ 我希望能夠再見面！

〈再见！ 我希望能够再见面！〉

zài jiàn! wǒ xī wàng néng gòu zài jiàn miàn!

Tạm biệt nhé! Mong sẽ gặp lại bạn lần nữa!

🏮 Chuyển đổi phát âm (24)　　發音轉換

47) Quy luật chuyển đổi vận mẫu tiếng Phổ Thông üe (約) sang âm Hán Việt

47) 普通話韻母 üe (約) 的漢越音轉換規律

1. Chuyển sang 轉換成 ược, ví dụ 例如： lược 略、 lược 掠、 ngược 虐 ; hốt lược 忽略、 lỗ lược 擄掠、 ngược đãi 虐待。

2. Chuyển sang 轉換成 uyệt, ví dụ 例如： nguyệt 月 ; nhuận nguyệt 閏月。

3. Chuyển sang 轉換成 iệt, ví dụ 例如： Việt 越 ; Việt Nam 越南。

4. Chuyển sang 轉換成 ược, ví dụ 例如： dược 藥 (chữ này thời xưa đọc như 此字古時讀成 "yuè", ngày nay phát âm la 現在的發音是 "yào") ; dược phẩm 藥 (= 藥、 葯) 品。

5. Chuyển sang 轉換成 ước, ví dụ 例如： ước 約 ; Nữu Ước 紐約。

6. Chuyển sang 轉換成 ạc。 例字 nhạc 嶽 ; Nam Nhạc 南嶽。

7. Chuyển sang 轉換成 iết。 例字 viết 曰 ; thi viết 詩曰。

48) Quy luật chuyển đổi vận mẫu tiếng Phổ Thông ün (暈) sang âm Hán Việt

48) 普通話韻母 ün (暈) 的漢越音轉換規律

1. Chuyển sang 轉換成 uân, ví dụ 例如：quân 君、tuấn 俊、quần 群、huấn 訓、duẫn 允; quân chủ 君主、anh tuấn 英俊、quần chúng 群眾、cổ huấn 詁訓、bình duẫn 平允。Giống với phương ngữ Quảng Đông. 與粵方言類似。

2. Chuyển sang 轉換成 âm, ví dụ 例如：tầm 尋; tầm nguyên 尋源。

3. Chuyển sang 轉換成 ôn, ví dụ 例如：tốn 遜; khiêm tốn 謙遜。

4. Chuyển sang 轉換成 vân, ví dụ 例如：vân 雲; Vân Nam 雲南。Giống với phương ngữ Quảng Đông. 與粵方言類似。

附錄 Phụ lục

一、 百家姓　　I. Bắc gia tính

Âm Hán Việt phản ánh đầy đủ sự tinh tế (sự khôn khéo) của mối quan hệ chuyển đổi giữa tiếng Trung và tiếng Việt. Các danh từ riêng của tiếng Trung và tiếng Việt nên được dịch nhau bởi Âm Hán Việt và chữ Hán tương ứng. Đây tức là dịch hình, là nguyên tắc dịch phải được khu văn hóa chữ Hán tuân theo.

漢越音充分體現中文和越文轉換關係的微妙性。 中文和越文的專名應通過與漢越音對等的漢字來翻譯， 這就是 " 形譯 "， 是漢字文化圈必須遵循的翻譯原則。

Họ và tên người của hai bên phải tuân theo quy tắc dịch hình, không sao được dịch bằng hệ thống phiên âm tiếng Trung hoặc tiếng Việt. Điều này được xác định bởi luật ngôn ngữ học và thể hiện được cái tinh tuý văn hoá của hai nơi . Nếu không thì việc dịch sẽ trở nên bất luân bất loại (dở khóc dở cười) khiến cho người dân ở hai nơi không thể phát âm chính xác và cũng phá huỷ các quy tắc dịch thuật ngôn ngữ, tính liên quan , tính nhất quán và tính hệ thống.

兩地的姓氏和人名互相翻譯時需形譯， 而不能把漢語拼音或者越南語照搬， 這是語言學的規律所決定的， 是兩地文化精髓所在。 不然， 譯文不倫不類， 兩地民眾無法正常發音， 也破壞語言翻譯規則、 連貫性、 一致性和系統性。

Sau đây là bảng bách gia tính ở hai bên. Sử dụng/để tách ra các phát âm khác nhau.

下面是百家姓兩地的譯文。 用 / 分隔不同發音。

Chữ phồn thể 繁體	Chữ giản thể 簡體
趙 (Triệu) 錢 (Tiền) 孫 (Tôn) 李 (Lý)	赵 (Zhào) 钱 (Qián) 孙 (Sūn) 李 (Lǐ)
周 (Châu/Chu) 吳 (Ngô) 鄭 (Trịnh) 王 (Vương)	周 (Zhōu) 吴 (Wú) 郑 (Zhèng) 王 (Wáng)
馮 (Phùng) 陳 (Trần) 褚 (Trử/Trữ) 衛 (Vệ)	冯 (Féng) 陈 (Chén) 褚 (Chǔ) 卫 (Wèi)
蔣 (Tưởng) 沈 (Thẩm) 韓 (Hàn) 楊 (Dương)	蒋 (Jiǎng) 沈 (Shěn) 韩 (Hán) 杨 (Yáng)
朱 (Chu) 秦 (Tần) 尤 (Vưu) 許 (Hứa)	朱 (Zhū) 秦 (Qín) 尤 (Yóu) 许 (Xǔ)
何 (Hà) 呂 (Lữ/Lã) 施 (Thi) 張 (Trương)	何 (Hé) 吕 (Lǚ) 施 (Shī) 张 (Zhāng)
孔 (Khổng) 曹 (Tào) 嚴 (Nghiêm) 華 (Hóa)	孔 (Kǒng) 曹 (Cáo) 严 (Yán) 华 (Huà)
金 (Kim) 魏 (Nguy) 陶 (Đào) 姜 (Khương)	金 (Jīn) 魏 (Wèi) 陶 (Táo) 姜 (Jiāng)
戚 (Thích) 謝 (Tạ) 鄒 (Trâu) 喻 (Dụ)	戚 (Qī) 谢 (Xiè) 邹 (Zōu) 喻 (Yù)
柏 (Bách) 水 (Thủy) 竇 (Đậu) 章 (Chương)	柏 (Bó) 水 (Shuǐ) 窦 (Dòu) 章 (Zhāng)
雲 (Vân) 蘇 (Tô) 潘 (Phan) 葛 (Cát)	云 (Yún) 苏 (Sū) 潘 (Pān) 葛 (Gě)
奚 (Hề) 范 (Phạm) 彭 (Bành) 郎 (Lang)	奚 (Xī) 范 (Fàn) 彭 (Péng) 郎 (Láng)
魯 (Lỗ) 韋 (Vi) 昌 (Xương) 馬 (Mã)	鲁 (Lǔ) 韦 (Wéi) 昌 (Chāng) 马 (Mǎ)
苗 (Miêu) 鳳 (Phượng) 花 (Hoa) 方 (Phương)	苗 (Miáo) 凤 (Fèng) 花 (Huā) 方 (Fāng)

俞 (Du) 任 (Nhậm/Nhiệm) 袁 (Viên) 柳 (Liễu)	俞 (Yú) 任 (Rèn) 袁 (Yuán) 柳 (Liǔ)
酆 (Phong) 鮑 (Bảo) 史 (Sử) 唐 (Đường)	酆 (Fēng) 鮑 (Bào) 史 (Shǐ) 唐 (Táng)
費 (Phí) 廉 (Liêm) 岑 (Sầm) 薛 (Tiết)	费 (Fèi) 廉 (Lián) 岑 (Cén) 薛 (Xuē)
雷 (Lôi) 賀 (Hạ) 倪 (Nghê) 湯 (Thang)	雷 (Léi) 贺 (Hè) 倪 (Ní) 汤 (Tāng)
滕 (Đằng) 殷 (Ân) 羅 (La) 畢 (Tất)	滕 (Téng) 殷 (Yīn) 罗 (Luó) 毕 (Bì)
郝 (Hác) 鄔 (Ổ) 安 (An) 常 (Thường)	郝 (Hǎo) 邬 (Wū) 安 (Ān) 常 (Cháng)
樂 (Nhạc/Lạc) 于 (Vu) 時 (Thời/Thì) 傅 (Phó)	乐 (Yuè/Lè) 于 (Yú) 时 (Shí) 傅 (Fù)
皮 (Bì) 卞 (Biện) 齊 (Tề) 康 (Khang)	皮 (Pí) 卞 (Biàn) 齐 (Qí) 康 (Kāng)
伍 (Ngũ) 余 (Dư) 元 (Nguyên) 卜 (Bốc)	伍 (Wǔ) 余 (Yú) 元 (Yuán) 卜 (Bǔ)
顧 (Cố) 孟 (Mạnh) 平 (Bình) 黃 (Hoàng/Huỳnh)	顾 (Gù) 孟 (Mèng) 平 (Píng) 黄 (Huáng)
和 (Hòa) 穆 (Mục) 蕭 (Tiêu) 尹 (Duẩn/Doãn)	和 (Hé) 穆 (Mù) 萧 (Xiāo) 尹 (Yǐn)
姚 (Diêu) 邵 (Thiệu) 湛 (Trạm) 汪 (Uông)	姚 (Yáo) 邵 (Shào) 湛 (Zhàn) 汪 (Wāng)
祁 (Kì) 毛 (Mao) 禹 (Vũ) 狄 (Địch)	祁 (Qí) 毛 (Máo) 禹 (Yǔ) 狄 (Dí)
米 (Mễ) 貝 (Bối) 明 (Minh) 臧 (Tang)	米 (Mǐ) 贝 (Bèi) 明 (Míng) 臧 (Zāng)
計 (Kế) 伏 (Phục) 成 (Thành) 戴 (Đới/Đái)	计 (Jì) 伏 (Fú) 成 (Chéng) 戴 (Dài)

談 (Đàm) 宋 (Tống) 茅 (Mao) 龐 (Bàng)	谈 (Tán) 宋 (Sòng) 茅 (Máo) 庞 (Páng)
熊 (Hùng) 紀 (Kỉ) 舒 (Thư) 屈 (Khuất)	熊 (Xióng) 纪 (Jǐ) 舒 (Shū) 屈 (Qū)
項 (Hạng) 祝 (Chúc) 董 (Đổng) 梁 (Lương)	项 (Xiàng) 祝 (Zhù) 董 (Dǒng) 梁 (Liáng)
杜 (Đỗ) 阮 (Nguyễn) 藍 (Lam) 閔 (Mẫn)	杜 (Dù) 阮 (Ruǎn) 蓝 (Lán) 闵 (Mǐn)
席 (Tịch) 季 (Quý) 麻 (Ma) 強 (Cường)	席 (Xí) 季 (Jì) 麻 (Má) 强 (Qiáng)
賈 (Giả) 路 (Lộ) 婁 (Lâu) 危 (Nguy)	贾 (Jiǎ) 路 (Lù) 娄 (Lóu) 危 (Wēi)
江 (Giang) 童 (Đồng) 顏 (Nhan) 郭 (Quách)	江 (Jiāng) 童 (Tóng) 颜 (Yán) 郭 (Guō)
梅 (Mai) 盛 (Thịnh) 林 (Lâm) 刁 (Điêu)	梅 (Méi) 盛 (Shèng) 林 (Lín) 刁 (Diāo)
鍾 (Chung) 徐 (Từ) 丘 (Khâu/Khưu) 駱 (Lạc)	钟 (Zhōng) 徐 (Xú) 邱 (Qiū) 骆 (Luò)
高 (Cao) 夏 (Hạ) 蔡 (Thái/Sái) 田 (Điền)	高 (Gāo) 夏 (Xià) 蔡 (Cài) 田 (Tián)
樊 (Phiền) 胡 (Hồ) 凌 (Lăng) 霍 (Hoắc)	樊 (Fán) 胡 (Hú) 凌 (Líng) 霍 (Huò)
虞 (Ngu) 萬 (Vạn) 支 (Chi) 柯 (Kha/A)	虞 (Yú) 万 (Wàn) 支 (Zhī) 柯 (Kē)
昝 (Tảm) 管 (Quản) 盧 (Lu/Lô) 莫 (Mạc)	昝 (Zǎn) 管 (Guǎn) 卢 (Lú) 莫 (Mò)
經 (Kinh) 房 (Phòng) 裘 (Cừu) 繆 (Mâu)	经 (Jīng) 房 (Fáng) 裘 (Qiú) 缪 (Miào)

干ㄍㄢ (Can) 解ㄐㄧㄝˋ (Giải) 應ㄧㄥ / 應ㄧㄥˋ (Úng) 宗ㄗㄨㄥ (Tông)	干 (Gān) 解 (Xiè) 应 (Yīng/Yìng) 宗 (Zōng)
丁ㄉㄧㄥ (Đinh) 宣ㄒㄩㄢ (Tuyên) 賁ㄅㄣ (Bôn) 鄧 (Đặng)	丁 (Dīng) 宣 (Xuān) 贲 (Bēn) 邓 (Dèng)
郁ㄩˋ (Úc) 單ㄉㄢ / 單ㄕㄢˋ (Đơn/Đan/Thiện) 杭ㄏㄤˊ (Hàng) 洪ㄏㄨㄥˊ (Hồng)	郁 (Yù) 单 (Dān/Shàn) 杭 (Háng) 洪 (Hóng)
包ㄅㄠ (Bao) 諸ㄓㄨ (Chư) 左ㄗㄨㄛˇ (Tả) 石ˊ (Thạch)	包 (Bāo) 诸 (Zhū) 左 (Zuǒ) 石 (Shí)
崔ㄘㄨㄟ (Thôi) 吉ㄐㄧˊ (Cát) 鈕ㄋㄧㄡˇ (Nữu/Nửu) 龔ㄍㄨㄥ (Cung)	崔 (Cuī) 吉 (Jí) 钮 (Niǔ) 龚 (Gōng)
程ㄔㄥˊ (Trình) 嵇ㄐㄧ (Kê) 刑ㄒㄧㄥˊ (Hình) 滑ㄏㄨㄚˊ (Hoạt)	程 (Chéng) 嵇 (Jī) 邢 (Xíng) 滑 (Huá)
裴ㄆㄟˊ (Bùi) 陸ㄌㄨˋ (Lục) 榮ㄖㄨㄥˊ (Vinh) 翁 (Ông)	裴 (Péi) 陆 (Lù) 荣 (Róng) 翁 (Wēng)
荀ㄒㄩㄣˊ (Tuân) 羊ㄧㄤˊ (Dương) 於ㄩ (Ư) 惠ㄏㄨㄟˋ (Huệ)	荀 (Xún) 羊 (Yáng) 於 (Yū) 惠 (Huì)
甄ㄓㄣ (Chân) 麴ㄑㄩ (Khúc) 家ㄐㄧㄚ (Gia) 封ㄈㄥ (Phong)	甄 (Zhēn) 曲 (Qú) 家 (Jiā) 封 (Fēng)
芮ㄖㄨㄟˋ (Nhuế) 羿ㄧˋ (Nghệ) 儲ㄔㄨˊ (Trừ) 靳ㄐㄧㄣˋ (Cận)	芮 (Ruì) 羿 (Yì) 储 (Chú) 靳 (Jìn)
汲ㄐㄧˊ (Cấp) 邴ㄅㄧㄥˇ (Bính) 糜ㄇㄧˊ (Mi) 松ㄙㄨㄥ (Tùng)	汲 (Jí) 邴 (Bǐng) 糜 (Mí) 松 (Sōng)
井ㄐㄧㄥˇ (Tỉnh) 段ㄉㄨㄢˋ (Đoạn) 富ㄈㄨˋ (Phú) 巫ㄨ (Vu)	井 (Jǐng) 段 (Duàn) 富 (Fù) 巫 (Wū)
烏ㄨ (Ô) 焦ㄐㄧㄠ (Tiêu) 巴ㄅㄚ (Ba) 弓ㄍㄨㄥ (Cung)	乌 (Wū) 焦 (Jiāo) 巴 (Bā) 弓 (Gōng)
牧ㄇㄨˋ (Mục) 隗ㄨㄟˇ (Ngỗi) 山ㄕㄢ (Sơn/San) 谷ㄍㄨˇ (Cốc)	牧 (Mù) 隗 (Wěi) 山 (Shān) 谷 (Gǔ)

車 (Xa) 侯 (Hầu) 宓 (Mật) 蓬 (Bồng)	车 (Chē) 侯 (Hóu) 宓 (Mì) 蓬 (Péng)
全 (Toàn) 郗 (Hi) 班 (Ban) 仰 (Ngưỡng)	全 (Quán) 郗 (Xī) 班 (Bān) 仰 (Yǎng)
秋 (Thu) 仲 (Trọng) 伊 (Y) 宮 (Cung)	秋 (Qiū) 仲 (Zhòng) 伊 (Yī) 宫 (Gōng)
甯 (Ninh) 仇 (Cừu) 樂 (Loan) 暴 (Bạo)	宁 (Nìng) 仇 (Qiú) 栾 (Luán) 暴 (Bào)
甘 (Cam) 鈄 (Đẩu/Thủ/Khẩu) 屬 (Lệ) 戎 (Nhung)	甘 (Gān) 钭 (Dǒu/Tǒu) 厉 (Lì) 戎 (Róng)
祖 (Tổ) 武 (Vũ/Võ) 符 (Phù) 劉 (Lưu)	祖 (Zǔ) 武 (Wǔ) 符 (Fú) 刘 (Liú)
景 (Cảnh) 詹 (Chiêm) 束 (Thúc) 龍 (Long)	景 (Jǐng) 詹 (Zhān) 束 (Shù) 龙 (Lóng)
葉 (Diệp) 幸 (Hạnh) 司 (Tư/Ti/Ty) 韶 (Thiều)	叶 (Yè) 幸 (Xìng) 司 (Sī) 韶 (Sháo)
郜 (Cáo) 黎 (Lê) 薊 (Kế) 薄 (Bạc)	郜 (Gào) 黎 (Lí) 蓟 (Jì) 薄 (Bó)
印 (Ấn) 宿 (Túc) 白 (Bạch) 懷 (Hoài)	印 (Yìn) 宿 (Sù) 白 (Bái) 怀 (Huái)
蒲 (Bồ) 邰 (Thai) 從 (Tòng) 鄂 (Ngạc)	蒲 (Pú) 邰 (Tái) 从 (Cóng) 鄂 (È)
索 (Sách/Sóc/Tác) 咸 (Hàm) 籍 (Tịch) 賴 (Lại)	索 (Suǒ) 咸 (Xián) 籍 (Jí) 赖 (Lài)
卓 (Trác) 藺 (Lận) 屠 (Đồ) 蒙 (Mông)	卓 (Zhuó) 蔺 (Lìn) 屠 (Tú) 蒙 (Méng)
池 (Trì) 喬 (Kiều) 陰 (Âm) 鬱 (Uất)	池 (Chí) 乔 (Qiáo) 阴 (Yīn) 郁 (Yù)
胥 (Tư) 能 / 能 (Nại/Năng) 蒼 (Thương) 雙 (Song)	胥 (Xū) 能 (Nài/Néng) 苍 (Cāng) 双 (Shuāng)

聞 (Văn) 莘 (Sân) 黨 (Đảng) 翟 / 翟 (Trạch/Địch)	闻 (Wén) 莘 (Shēn) 党 (Dǎng) 翟 (Zhái/Dí)
譚 (Đàm) 貢 (Cống) 勞 (Lao) 逄 (Bàng)	谭 (Tán) 贡 (Gòng) 劳 (Láo) 逄 (Páng)
姬 (Cơ) 申 (Thân) 扶 (Phù) 堵 (Đổ)	姬 (Jī) 申 (Shēn) 扶 (Fú) 堵 (Dǔ)
冉 (Nhiễm) 宰 (Tể) 酈 (Li) 雍 (Ung)	冉 (Rǎn) 宰 (Zǎi) 郦 (Lì) 雍 (Yōng)
郤 (Khích) 璩 (Cừ) 桑 (Tang) 桂 (Quế)	郤 (Xì) 璩 (Qú) 桑 (Sāng) 桂 (Guì)
濮 (Bộc) 牛 (Nguru) 壽 (Thọ) 通 (Thông)	濮 (Pú) 牛 (Niú) 寿 (Shòu) 通 (Tōng)
邊 (Biên) 扈 (Hộ) 燕 / 燕 (Yên/Yến) 冀 (Kí/Ký)	边 (Biān) 扈 (Hù) 燕 (Yān/Yàn) 冀 (Jì)
郟 (Giáp) 浦 (Phổ) 尚 (Thượng) 農 (Nông)	郏 (Jiá) 浦 (Pǔ) 尚 (Shàng) 农 (Nóng)
溫 (Ôn) 別 (Biệt) 莊 (Trang) 晏 (Yến)	温 (Wēn) 别 (Bié) 庄 (Zhuāng) 晏 (Yàn)
柴 (Sài) 瞿 (Cù) 閻 (Diêm) 充 (Sung)	柴 (Chái) 瞿 (Qú) 阎 (Yán) 充 (Chōng)
慕 (Mộ) 連 (Liên) 茹 (Như) 習 (Tập)	慕 (Mù) 连 (Lián) 茹 (Rú) 习 (Xí)
宦 (Hoạn) 艾 (Ngải/Ngãi) 魚 (Ngư) 容 (Dung)	宦 (Huàn) 艾 (Ài) 鱼 (Yú) 容 (Róng)
向 (Hướng) 古 (Cổ) 易 (Dịch) 慎 (Thận)	向 (Xiàng) 古 (Gǔ) 易 (Yì) 慎 (Shèn)
戈 (Qua) 廖 (Liêu) 庾 (Dữu) 終 (Chung)	戈 (Gē) 廖 (Liào) 庾 (Yǔ) 终 (Zhōng)
暨 (Ky) 居 (Cư) 衡 (Hành) 步 (Bộ)	暨 (Jì) 居 (Jū) 衡 (Héng) 步 (Bù)

都 (Đô) 耿 (Cảnh) 滿 (Mãn) 弘 (Hoằng)	都 (Dū) 耿 (Gěng) 满 (Mǎn) 弘 (Hóng)
匡 (Khuông) 國 (Quốc) 文 (Văn) 寇 (Khấu)	匡 (Kuāng) 国 (Guó) 文 (Wén) 寇 (Kòu)
廣 (Quảng) 祿 (Lộc) 闕 (Khuyết) 東 (Đông)	广 (Guǎng) 禄 (Lù) 阙 (Quē) 东 (Dōng)
歐 (Âu) 殳 (Thù) 沃 (Óc) 利 (Lợi)	欧 (Ōu) 殳 (Shū) 沃 (Wò) 利 (Lì)
蔚 / 蔚 (Úy/Uất) 越 (Việt) 夔 (Quỳ) 隆 (Long)	蔚 (Wèi/Yù) 越 (Yuè) 夔 (Kuí) 隆 (Lóng)
師 (Sư) 鞏 (Củng) 厙 (Xá) 聶 (Niếp/Nhiếp)	师 (Shī) 巩 (Gǒng) 库 (Shè) 聂 (Niè)
晁 (Triều) 勾 (Câu) 敖 (Ngao) 融 (Dung)	晁 (Cháo) 勾 (Gōu) 敖 (Áo) 融 (Róng)
冷 (Lãnh) 訾 (Tí) 辛 (Tân) 闞 (Hám)	冷 (Lěng) 訾 (Zǐ) 辛 (Xīn) 阚 (Kàn)
那 (Na) 簡 (Giản) 饒 (Nhiêu) 空 (Không)	那 (Nā) 简 (Jiǎn) 饶 (Ráo) 空 (Kōng)
曾 (Tăng) 毋 (Vô) 沙 (Sa) 乜 (Miết)	曾 (Zēng) 母 (Mǔ) 沙 (Shā) 乜 (Niè)
養 (Dưỡng) 鞠 (Cúc) 須 (Tu) 豐 (Phong)	养 (Yǎng) 鞠 (Jú) 须 (Xū) 丰 (Fēng)
巢 (Sào) 關 (Quan) 蒯 (Khoái) 相 (Tương)	巢 (Cháo) 关 (Guān) 蒯 (Kuǎi) 相 (Xiāng)
查 (Tra) 后 (Hậu) 荊 (Kinh) 紅 (Hồng)	查 (Zhā) 后 (Hòu) 荆 (Jīng) 红 (Hóng)
游 (Du) 竺 (Trúc) 權 (Quyền) 逯 (Lục/Lộc)	游 (Yóu) 竺 (Zhú) 权 (Quán) 逯 (Lù)
蓋 / 蓋 (Cái/Gě) 益 (Ích) 桓 (Hoàn) 公 (Công)	盖 (Gài/Gě) 益 (Yì) 桓 (Huán) 公 (Gōng)

万俟 (Mặc Kỳ) 司馬 (Tư Mã)	万俟 (Mòqí) 司马 (Sīmǎ)
上官 (Thượng Quan) 歐陽 (Âu Dương)	上官 (Shàngguān) 欧阳 (Ōuyáng)
夏侯 (Hạ Hầu) 諸葛 (Gia Cát/ Chư Cát)	夏侯 (Xiàhóu) 诸葛 (Zhūgě)
聞人 (Văn Nhân) 東方 (Đông Phương)	闻人 (Wénrén) 东方 (Dōngfāng)
赫連 (Hách Liên) 皇甫 (Hoàng Phủ)	赫连 (Hèlián) 皇甫 (Huángfǔ)
尉遲 (Uất Trì) 公羊 (Công Dương)	尉迟 (Yùchí) 公羊 (Gōngyáng)
澹臺 (Đạm Đài) 公冶 (Công Dã)	澹台 (Tántái) 公冶 (Gōngyě)
宗政 (Tông Chính) 濮陽 (Bộc Dương)	宗政 (Zōngzhèng) 濮阳 (Púyáng)
淳於 (Thuần Vu) 單于 (Đan Vu)	淳于 (Chúnyú) 单于 (Chányú)
太叔 (Thái Thúc) 申屠 (Thân Đồ)	太叔 (Tàishú) 申屠 (Shēntú)
公孫 (Công Tôn) 仲孫 (Trọng Tôn)	公孙 (Gōngsūn) 仲孙 (Zhòngsūn)
軒轅 (Hiên Viên) 令狐 (Lệnh Hồ)	轩辕 (Xuānyuán) 令狐 (Línghú)
鍾離 (Chung Ly) 宇文 (Vũ Văn)	钟离 (Zhōnglí) 宇文 (Yǔwén)
長孫 (Trường Tôn) 慕容 (Mộ Dung)	长孙 (Chángsūn) 慕容 (Mùróng)
鮮于 (Tiên Vu) 閭丘 (Lư Khâu/ Lư Khưu)	鲜于 (Xiānyú) 闾丘 (Lǘqiū)
司徒 (Tư Đồ) 司空 (Tư Không)	司徒 (Sītú) 司空 (Sīkōng)
亓官 (Kì Quan) 司寇 (Tư Khấu)	亓官 (Qíguān) 司寇 (Sīkòu)

仉 (Chưởng) 督 (Đốc) 子車 (Tử Xa)	仉 (Zhǎng) 督 (Dū) 子车 (Zǐjū)
顓孫 (Chuyên Tôn) 端木 (Đoan Mộc)	颛孙 (Zhuānsūn) 端木 (Duānmù)
巫馬 (Vu Mã) 公西 (Công Tây)	巫马 (Wūmǎ) 公西 (Gōngxī)
漆雕 (Tất Điêu) 樂正 (Nhạc Chính)	漆雕 (Qīdiāo) 乐正 (Yuèzhèng)
壤駟 (Nhưỡng Tứ) 公良 (Công Lương)	壤驷 (Rǎngsì) 公良 (Gōngliáng)
拓拔 (Thác Bạt) 夾谷 (Giáp Cốc)	拓跋 (Tuòbá) 夹谷 (Jiágǔ)
宰父 (Tể Phụ) 谷梁 (Cốc Lương)	宰父 (Zǎifù) 谷梁 (Gǔliáng)
晉 (Tấn) 楚 (Sở) 閆 (Diêm) 法 (Pháp)	晋 (Jìn) 楚 (Chǔ) 闫 (Yán) 法 (Fǎ)
汝 (Nhữ) 鄢 (Yên) 塗 (Đồ) 欽 (Khâm)	汝 (Rǔ) 鄢 (Yān) 涂 (Tú) 钦 (Qīn)
段干 (Đoạn Can) 百里 (Bách Lý)	段干 (Duàngān) 百里 (Bǎilǐ)
東郭 (Đông Quách) 南門 (Nam Môn)	东郭 (Dōngguō) 南门 (Nánmén)
呼延 (Hô Diên) 歸海 (Quy Hải)	呼延 (Hūyán) 归海 (Guīhǎi)
羊舌 (Dương Thiệt) 微生 (Vi Sinh)	羊舌 (Yángshé) 微生 (Wēishēng)
岳 (Nhạc) 帥 (Soái) 緱 (Câu) 亢 (Kháng)	岳 (Yuè) 帅 (Shuài) 缑 (Gōu) 亢 (Kàng)
況 (Huống) 郈 (Hậu) 有 (Hữu) 琴 (Cầm)	况 (Kuàng) 郈 (Hòu) 有 (Yǒu) 琴 (Qín)
梁丘 (Lương Khâu) 左丘 (Tả Khâu)	梁丘 (Liángqiū) 左丘 (Zuǒqiū)

東門 (Đông Môn) 西門 (Tây Môn)	东门 (Dōngmén) 西门 (Xīmén)
商 (Thương) 牟 (Mưu) 佘 (Xà) 佴 (Nại)	商 (Shāng) 牟 (Móu) 佘 (Shé) 佴 (Nài)
伯 (Bá) 賞 (Thưởng) 南宮 (Nam Cung)	伯 (Bó) 赏 (Shǎng) 南宫 (Nángōng)
墨 (Mặc) 哈 (Cáp) 譙 (Tiếu) 笪 (Đát)	墨 (Mò) 哈 (Hǎ) 谯 (Qiáo) 笪 (Dá)
年 (Niên) 愛 (Ái) 陽 (Dương) 佟 (Đông)	年 (Nián) 爱 (Ài) 阳 (Yáng) 佟 (Tóng)
第五 (Đệ Ngũ) 言 (Ngôn) 福 (Phúc)	第五 (Dìwǔ) 言 (Yán) 福 (Fú)
百 (Bách) 家 (Gia) 姓 (Tính) 終 (Chung)	百 (Bǎi) 家 (Jiā) 姓 (Xìng) 终 (Zhōng)

Bổ sung
補遺

廓 (Khoáng) 麥 (Mạch) 端 (Đoan) 舜 (Tuấn)	邝 (Kuàng) 麦 (Mài) 端 (Duān) 舜 (Shùn)
郇 / 郇 (Tuân/Hoàn) 來 (Lai) 綦 (Kỳ) 恩 (Ân)	郇 (Xún/Huán) 来 (Lái) 綦 (Qí) 恩 (Ēn)
种 (Xung) 檀 (Đàn) 環 (Hoàn) 諭 (Dụ)	种 (Chúng) 檀 (Tán) 環 (Huán) 谕 (Yù)
虎 (Hổ) 梅 (Mai) 源 (Nguyên) 惲 (Ôn)	虎 (Hǔ) 梅 (Méi) 源 (Yuán) 恽 (Yùn)
遲 (Trì) 過 (Quá) 薩 (Tác) 苟 (Cẩu)	迟 (Chí) 过 (Guò) 萨 (Sà) 苟 (Gǒu)
戰 (Chiến) 戢 (Trấp) 憨 (Khảm) 穩 (Ôn)	战 (Zhàn) 戢 (Jí) 憨 (Hān) 稳 (Wěn)
敬 (Kính) 千 (Thiên) 秉 (Bỉnh) 寸 (Thốn)	敬 (Jìng) 千 (Qiān) 秉 (Bǐng) 寸 (Cùn)
領 (Lãnh) 修 (Tu) 律 (Luật) 練 (Luyện)	领 (Lǐng) 修 (Xiū) 律 (Lù) 练 (Liàn)
簣 (Quí) 猶 (Du) 由 (Do) 囊 (Nang)	篑 (Kuì) 犹 (Yóu) 由 (Yóu) 囊 (Náng)
譽 (Dự) 普 (Phổ) 望 (Vọng) 完 (Hoàn)	誉 (Yù) 普 (Pǔ) 望 (Wàng) 完 (Wán)
火 (Hoả) 沐 (Mộc) 鎖 (Toả) 辜 (Cô)	火 (Huǒ) 沐 (Mù) 锁 (Suǒ) 辜 (Gū)
鄴 (Nghiệp) 冼 (Tiển) 雞 (Kê) 儂 (Nùng)	邺 (Yè) 冼 (Xiǎn) 鸡 (Jī) 侬 (Nóng)
弋 (Diệc) 達 (Đạt) 曲 (Khúc) 鐵 (Thiết)	弋 (Yì) 达 (Dá) 曲 (Qǔ) 铁 (Tiě)
徵 (Trưng) 女 (Nữ) 英 (Anh) 雄 (Hùng)	徵 (Zhēng) 女 (Nǚ) 英 (Yīng) 雄 (Xióng)

Những họ chính ở Việt Nam 越南主要姓氏

Những họ được sử dụng bằng người Việt ít hơn nhiều so với những họ được sử dụng trong tiếng Trung. Theo thống kê, chỉ có hơn hai trăm và có một số họ không được sử dụng trong tiếng Trung, chẳng hạn như "Nguyễn Phúc".

越文所用的姓氏比中文使用的少得多。據統計只有兩百多個，有的姓氏在中文裡不使用，比如"阮福"。

阮 (Nguyễn) 陳 (Trần) 黎 (Lê) 范 (Phạm)	阮 (Ruǎn) 陈 (Chén) 黎 (Lí) 范 (Fàn)
黃 (Hoàng/Huỳnh) 潘 (Phan) 武 (Vũ/Võ) 鄧 (Đặng)	黄 (Huáng) 潘 (Pān) 武 (Wǔ) 邓 (Dèng)
裴 (Bùi) 杜 (Đỗ) 胡 (Hồ) 吳 (Ngô)	裴 (Péi) 杜 (Dù) 胡 (Hú) 吴 (Wú)
楊 (Dương) 李 (Lý) 丁 (Đinh) 江 (Giang)	杨 (Yáng) 李 (Lǐ) 丁 (Dīng) 江 (Jiāng)
安 (An) 白 (Bạch) 卞 (Biện) 伯 (Bá)	安 (Ān) 白 (Bái) 卞 (Biàn) 伯 (Bó)
蔡 (Thái) 單 (Đơn/Đan) 段 (Đoạn) 費 (Bí)	蔡 (Cài) 单 (Dān) 段 (Duàn) 费 (Bì)
馮 (Phùng) 傅 (Phó) 蓋 (Cái) 高 (Cao)	冯 (Féng) 傅 (Fù) 盖 (Gài) 高 (Gāo)
艮 (Cấn) 何 (Hà) 瞿 (Cù/Cồ) 孔 (Khổng)	艮 (Gèn) 何 (Hé) 瞿 (Qē) 孔 (Kǒng)
梁 (Lương) 林 (Lâm) 劉 (Lưu) 柳 (Liễu)	梁 (Liáng) 林 (Lín) 刘 (Liú) 柳 (Liǔ)
駱 (Lạc) 麻 (Ma) 馬 (Mã) 麥 (Mạc)	骆 (Luò) 麻 (Má) 马 (Mǎ) 麦 (Mài)
梅 (Mai) 龐 (Bàng) 彭 (Bành) 區 (Âu)	梅 (Méi) 庞 (Páng) 彭 (Péng) 区 (Ōu)

壬 (Nhâm) 任 (Nhậm/Nhiệm) 申 (Thân) 孫 (Tôn)	壬 (Rén) 任 (Rèn) 申 (Shēn) 孙 (Sūn)
譚 (Đàm) 陶 (Đào) 王 (Vương) 文 (Văn)	谭 (Tán) 陶 (Táo) 王 (Wáng) 文 (Wén)
翁 (Ông) 謝 (Tạ) 邢 (Hình) 冶 (Dã)	翁 (Wēng) 谢 (Xiè) 邢 (Xíng) 冶 (Yě)
殷 (Ân) 尹 (Doãn) 映 (Ánh) 張 (Trương)	殷 (Yīn) 尹 (Yǐn) 映 (Yìng) 张 (Zhāng)
趙 (Triệu) 鄭 (Trịnh) 鍾 (Chung) 周 (Châu/Chu)	赵 (Zhào) 郑 (Zhèng) 钟 (Zhōng) 周 (Zhōu)
名 (Danh) 省 (Tỉnh) 黑 (Hắc) 陽 (Dương)	名 (Míng) 省 (Xǐng) 黑 (Hēi) 阳 (Yáng)
南 (Nam) 北 (Bắc) 禹 (Vũ) 枉 (Uổng)	南 (Nán) 北 (Běi) 禹 (Yǔ) 枉 (Wǎng)
阮福 (Nguyễn Phúc) 卜 (Bốc) 康 (Khang)	阮福 (Ruǎnfú) 卜 (Bǔ) 康 (Kāng)

Câu ví dụ dịch những họ Trung-Việt
中越姓氏翻譯例句
Example sentences for translating Sino-Vietnamese surnames

(現代越文/tiếng Việt ngày nay/Modern Vietnamese)
**Ban biên tập của cuốn sách này bao gồm
ông Đặng, cô Danh, em Giang, cô Thường và ông Trần.**

(漢喃越文/tiếng Việt Hán Nôm/Sino-*Nom* Vietnamese)
班編輯嘅卷册呢包噙翁鄧、姑名、俺江、姑常哋翁陳。

(繁體中文/tiếng Trung phồn thể/Traditional Chinese)
本書的編輯團隊包括
鄧老師、 名老師、 江小姐、 常老師和陳先生。

(簡體中文/tiếng Trung giản thể/Simplified Chinese)
本书的编辑团队包括邓老师、名老师、江小姐、常老师和陈先生。
Běn shū de biānjí tuánduì bāokuò *Dèng* **lǎoshī,** *Míng* **lǎoshī,** *Jiāng* **xiǎojiě,** *Cháng* **lǎoshī hé** *Chén* **xiānshēng.**

(英文/tiếng Anh/English translation)
Editorial team of this book includes Mr. *Deng,* **Mrs.** *Danh,* **Miss** *Giang,* **Mrs.** *Ch'ang* **and Mr.** *Ch'en.*

二ㄦˋ、 臺ㄊㄞˊ灣ㄨㄢ主ㄓㄨˇ要ㄧㄠˋ地ㄉㄧˋ名ㄇㄧㄥˊ

II. Tên địa lý chính của Đài Loan

Tên địa danh Đài Loan thường sử dụng các thuật ngữ địa lý sau:

臺ㄊㄞˊ灣ㄨㄢ的ㄉㄜ˙地ㄉㄧˋ名ㄇㄧㄥˊ常ㄔㄤˊ使ㄕˇ用ㄩㄥˋ下ㄒㄧㄚˋ面ㄇㄧㄢˋ一ㄧ些ㄒㄧㄝ地ㄉㄧˋ理ㄌㄧˇ詞ㄘˊ彙ㄏㄨㄟˋ：

鼻ㄅㄧˊ Ty (Mũi)、 道ㄉㄠˋ Đạo (Đường)、 崗ㄍㄤ Cương (Gò)、 河ㄏㄜˊ Hà (Sông)、 湖ㄏㄨˊ Hồ、 街ㄐㄧㄝ Nhai (Đường phố)、 嶺ㄌㄧㄥˇ Lĩnh (Núi)、 路ㄌㄨˋ Lộ (Phố)、 坪ㄆㄧㄥˊ Bình、 區ㄑㄩ Khu (Quận)、 山ㄕㄢ Sơn (Núi)、 市ㄕˋ Thị (Thành phố)、 潭ㄊㄢˊ Đàm (Bể nước)、 溪ㄒㄧ Khê (Lạch)、 縣ㄒㄧㄢˋ Huyện、 鄉ㄒㄧㄤ Hương、 鎮ㄓㄣˋ Trấn (Thị trấn)

Khi dịch sang tiếng Việt, đều được dịch bằng âm Hán Việt, tức dịch hình.

譯ㄧˋ成ㄔㄥˊ越ㄩㄝˋ南ㄋㄢˊ語ㄩˇ的ㄉㄜ˙時ㄕˊ候ㄏㄡˋ， 全ㄑㄩㄢˊ用ㄩㄥˋ漢ㄏㄢˋ越ㄩㄝˋ音ㄧㄣ進ㄐㄧㄣˋ行ㄒㄧㄥˊ翻ㄈㄢ譯ㄧˋ， 即ㄐㄧˊ形ㄒㄧㄥˊ譯ㄧˋ。

阿里山鄉
A Lý Sơn Hương

阿蓮區
A Liên Khu

阿姆坪
A Mỗ Bình

愛國東路
Ái Quốc Đông Lộ

安定區
An Định Khu

安南區
An Nam Khu

安平
An Bình

安樂區
An Lạc Khu

八德區
Bát Đức Khu

八卦山
Bát Quái Sơn

八里區
Bát Lý Khu

八掌溪
Bát Chưởng Khê

白河區
Bạch Hà Khu

白沙鄉
Bạch Sa Hương

百齡五路
Bách Linh Lộ

板橋區
Bản Kiều Khu

褒忠鄉
Bao Trung Hương

寶山鄉
Bảo Sơn Hương

卑南鄉
Ty Nam Hương

北斗鎮
Bắc Đẩu Trấn

北竿鄉
Bắc Can Hương

北港鎮
Bắc Cảng Trấn

北門區
Bắc Môn Khu

北埔鄉
Bắc Bộ Hương

北區
Bắc Khu

北投
Bắc Đầu

北屯區
Bắc Đồn Khu

碧潭
Bích Đàm

布袋鎮
Bố Đại Trấn

草屯鎮
Thảo Đồn Trấn

曾文溪
Tăng Văn Khê

長濱鄉
Trường Tân Hương

長治鄉
Trường Trị Hương

潮州鎮
Triều Châu Trấn

車城鄉
Xa Thành Hương

成功嶺
Thành Công Lĩnh

澄清湖
Trình Thanh Hồ

池上鄉
Trì Thượng Hương

春日鄉
Xuân Nhật Hương

莿桐鄉
Thích Đồng Hương

達仁鄉
Đạt Nhân Hương

大安區
Đại An Khu

大霸尖山
Đại Bá Tiêm Sơn

大城鄉
Đại Thành Hương

大村區
Đại Thôn Khu

大肚區
Đại Đỗ Khu

大漢溪
Đại Hán Khê

大湖鄉
Đại Hồ Hương

大甲區
Đại Giáp Khu

大里區
Đại Lý Khu

大寮區
Đại Liêu Khu

大林鎮
Đại Lâm Trấn

大內區
Đại Nội Khu

大埤鄉
Đại Bì Hương

大埔鄉
Đại Bộ Hương

大社區
Đại Xã Khu

大樹區
Đại Thụ Khu

大同區
Đại Đồng Khu

大屯山
Đại Đồn Sơn

大武鄉
Đại Vũ Hương

大溪區
Đại Khê Khu

大雅區
Đại Nhã Khu

大禹嶺
Đại Vũ Lĩnh

大園區
Đại Viên Khu

淡水河
Đạm Thủy Hà

淡水區
Đạm Thủy Khu

迪化街
Địch Hoá Nhai

冬山鄉
Đông Sơn Hương

東港鎮
Đông Cảng Trấn

東河鄉
Đông Hà Hương

東區
Đông Khu

東沙
Đông Sa

東山區
Đông Sơn Khu

東石鄉
Đông Thạch Hương

東勢區
Đông Thế Khu

東勢鎮
Đông Thế Trấn

東引鄉
Đông Dẫn Hương

斗六市
Đẩu Lục Thị

斗南鎮
Đẩu Nam Trấn

敦化南路
Đôn Hoá Nam Lộ

峨眉鄉
Nga My Hương

鵝鑾鼻
Nga Loan Ty

二林鎮
Nhị Lâm Trấn

二崙鄉
Nhị Luân Hương

二水鄉
Nhị Thủy Hương

番路鄉
Phiên Lộ Hương

芳苑鄉
Phương Uyển Hương

枋寮鄉
Phương Liêu Hương

枋山鄉
Phương Sơn Hương

芬園鄉
Phân Viên Hương

豐濱鄉

Phong Tân Hương

豐原區

Phong Nguyên Khu

鳳林鎮

Phượng Lâm Trấn

鳳山區

Phượng Sơn Khu

福興鄉

Phúc Hưng Hương

復興崗

Phục Hưng Cương

復興區

Phục Hưng Khu

富里鄉

Phú Lý Hương

岡山區

Cương Sơn Khu

高屏溪

Cao Bình Khê

高樹鄉

Cao Thụ Hương

高雄

Cao Hùng

公館鄉

Công Quán Hương

貢寮區

Cống Liêu Khu

古坑鄉

Cổ Khanh Hương

鼓山區

Cổ Sơn Khu

官田區

Quan Điền Khu

關渡

Quan Độ

關廟區

Quan Miếu Khu

關山鎮

Quan Sơn Trấn

關西鎮

Quan Tây Trấn

關子嶺

Quan Tử Lĩnh

觀音山

Quan Âm Sơn

觀音區

Quan Âm Khu

光復北路

Quang Phục Bắc Lộ

龜山區

Quy Sơn Khu

歸仁區

Quy Nhân Khu

國姓鄉

Quốc Tính Hương

海端鄉

Hải Đoan Hương

合歡山

Hợp Hoan Sơn

和美鎮
Hoà Mỹ Trấn

和平區
Hoà Bình Khu

恆春鎮
Hằng Xuân Trấn

橫山鄉
Hoành Sơn Hương

后里區
Hậu Lý Khu

後壁區
Hậu Bích Khu

後龍鎮
Hậu Long Trấn

湖口鄉
Hồ Khẩu Hương

湖內區
Hồ Nội Khu

湖西鄉
Hồ Tây Hương

虎尾鎮
Hổ Vĩ Trấn

花蓮
Hoa Liên

花壇鄉
Hoa Đàn Hương

基隆市
Ky Long Thị

吉安鄉
Cát An Hương

集集鎮
Tập Tập Trấn

佳冬鄉
Giai Đông Hương

佳里區
Giai Lý Khu

嘉義市
Gia Nghĩa Thị

嘉義縣
Gia Nghĩa Huyện

甲仙區
Giáp Tiên Khu

尖石鄉
Tiêm Thạch Hương

建國北路
Kiến Quốc Bắc Lộ

劍潭
Kiếm Đàm

將軍區
Tương Quân Khu

礁溪鄉
Tiêu Khê Hương

金城鎮
Kim Thành Trấn

金峰鄉
Kim Phong Hương

金瓜石
Kim Qua Thạch

金湖鎮
Kim Hồ Trấn

金門縣
Kim Môn Huyện

金寧鄉
Kim Ninh Hương

金沙鎮
Kim Sa Trấn

金山區
Kim Sơn Khu

九份
Cửu Phận

九如鄉
Cửu Như Hương

莒光鄉
Cữ Quang Hương

崁頂鄉
Khảm Đỉnh Hương

口湖鄉
Khẩu Hồ Hương

來義鄉
Lai Nghĩa Hương

蘭陽溪
Lan Dương Khê

蘭嶼
Lan Tự

蘭嶼鄉
Lan Tự Hương

荖濃溪
Lão Nông Khê

里港鄉
Lý Cảng Hương

立霧溪
Lập Vụ Khê

連江縣
Liên Giang Huyện

烈嶼鄉
Liệt Tự Hương

林邊鄉
Lâm Biên Hương

林口區
Lâm Khẩu Khu

林內鄉
Lâm Nội Hương

林園區
Lâm Viên Khu

麟洛鄉
Lân Lạc Hương

苓雅區
Linh Nhã Khu

琉球鄉
Lưu Cầu Hương

柳營區
Liễu Dinh Khu

六龜區
Lục Quy Khu

六甲區
Lục Giáp Khu

六腳鄉
Lục Cước Hương

龍井區
Long Tỉnh Khu

龍崎區
Long Kỳ Khu

龍潭區
Long Đàm Khu

蘆洲區
Lô Châu Khu

蘆竹區
Lô Trúc Khu

鹿草鄉
Lộc Thảo Hương

鹿港鎮
Lộc Cảng Trấn

鹿谷鄉
Lộc Cốc Hương

鹿野鄉
Lộc Dã Hương

路竹區
Lộ Trúc Khu

崙背鄉
Luân Bối Hương

羅東鎮
La Đông Trấn

綠島
Lộc Đảo

綠島鄉
Lộc Đảo Hương

麻豆區
Ma Đậu Khu

馬公市
Mã Công Thị

瑪家鄉
Mã Gia Hương

麥寮鄉
Mạch Liêu Hương

滿州鄉
Mãn Châu Hương

貓鼻頭
Miêu Tỵ Đầu

茂林區
Mậu Lâm Khu

梅山鄉
Mai Sơn Hương

美濃區
Mỹ Nông Khu

彌陀區
Di Đà Khu

苗栗市
Miêu Lật Thị

苗栗縣
Miêu Lật Huyện

民權西路
Dân Quyền Tây Lộ

民雄鄉
Dân Hùng Hương

名間鄉
Danh Gian Hương

牡丹鄉
Mẫu Đan Hương

木瓜溪
Mộc Qua Khê

南澳鄉
Nam Úc Hương

內門區
Nội Môn Khu

南竿鄉
Nam Can Hương

內埔鄉
Nội Bộ Hương

南港區
Nam Cảng Khu

鳥松區
Điểu Tùng Khu

南化區
Nam Hoá Khu

暖暖區
Noãn Noãn Khu

南京西路
Nam Kinh Tây Lộ

澎湖縣
Bành Hồ Huyện

南區
Nam Khu

埤頭鄉
Bì Đầu Hương

南沙
Nam Sa

平溪區
Bình Khê Khu

南投市
Nam Đầu Thị

平鎮區
Bình Trấn Khu

南投縣
Nam Đầu Huyện

坪林區
Bình Lâm Khu

南屯區
Nam Đồn Khu

屏東
Bình Đông

南州鄉
Nam Châu Hương

朴子市
Phác Tử Thị

南庄鄉
Nam Trang Hương

埔里鎮
Bộ Lý Trấn

楠西區
Nam Tây Khu

埔心鄉
Bộ Tâm Hương

楠梓區
Nam Tử Khu

埔鹽鄉
Bộ Diêm Hương

內湖區
Nội Hồ Khu

七堵區
Thất Đổ Khu

323

七股區
Thất Cổ Khu

七美鄉
Thất Mỹ Hương

七星山
Thất Tinh Sơn

旗津區
Kỳ Tân Khu

旗山區
Kỳ Sơn Khu

前金區
Tiền Kim Khu

前鎮區
Tiền Trấn Khu

橋頭區
Kiều Đầu Khu

茄萣區
Già Định Khu

青草湖
Thanh Thảo Hồ

清水區
Thanh Thủy Khu

饒河街
Nhiêu Hà Nhai

仁愛河
Nhân Ái Hà

仁德區
Nhân Đức Khu

仁武區
Nhân Vũ Khu

日月潭
Nhật Nguyệt Đàm

瑞芳區
Thụy Phương Khu

瑞穗鄉
Thụy Tuệ Hương

三地鄉
Tam Địa Hương

三民區
Tam Dân Khu

三民鄉
Tam Dân Hương

三灣鄉
Tam Loan Hương

三峽區
Tam Hiệp Khu

三星鄉
Tam Tinh Hương

三義鄉
Tam Nghĩa Hương

三芝區
Tam Chi Khu

三重區
Tam Trùng Khu

沙鹿區
Sa Lộc Khu

紗帽山
Sa Mạo Sơn

山上區
Sơn Thượng Khu

杉林區
Sam Lâm Khu

珊瑚潭
San Hồ Đàm

善化區
Thiện Hoá Khu

社頭鄉
Xã Đầu Hương

伸港鄉
Thân Cảng Hương

深坑區
Thâm Khanh Khu

神岡區
Thần Cương Khu

獅潭鄉
Sư Đàm Hương

獅頭山
Sư Đầu Sơn

獅子鄉
Sư Tử Hương

石碇區
Thạch Đính Khu

石岡區
Thạch Cương Khu

石門區
Thạch Môn Khu

士林區
Sĩ Lâm Khu

壽豐鄉
Thụ Phong Hương

樹林區
Thụ Lâm Khu

雙溪區
Song Khê Khu

水里鄉
Thủy Lý Hương

水林鄉
Thủy Lâm Hương

水上鄉
Thủy Thượng Hương

四湖鄉
Tứ Hồ Hương

松山區
Tùng Sơn Khu

蘇澳鎮
Tô Úc Trấn

臺北
Đài Bắc

臺東
Đài Đông

臺南
Đài Nam

臺西鄉
Đài Tây Hương

臺中
Đài Trung

太保市
Thái Bảo Thị

太麻里鄉
Thái Ma Lý Hương

太平區

Thái Bình Khu

泰安鄉

Thái An Khu

泰山區

Thái Sơn Khu

泰武鄉

Thái Vũ Khu

潭子區

Đàm Tử Khu

桃園

Đào Viên

桃源區

Đào Nguyên Khu

田寮區

Điền Liêu Khu

田尾鄉

Điền Vĩ Hương

田中鎮

Điền Trung Trấn

通霄鎮

Thông Tiêu Trấn

銅鑼鄉

Đồng La Hương

頭城鎮

Đầu Thành Trấn

頭份鎮

Đầu Phận Trấn

頭屋鄉

Đầu Ốc Hương

土城區

Thổ Thành Khu

土庫鎮

Thổ Khố Trấn

外埔區

Ngoại Bộ Khu

外雙溪

Ngoại Song Khê

萬丹鄉

Vạn Đan Hương

萬華區

Vạn Hoa Khu

萬里區

Vạn Lý Khu

萬巒鄉

Vạn Loan Hương

萬榮鄉

Vạn Vinh Hương

萬壽山

Vạn Thụ Sơn

望安鄉

Vọng An Hương

文化一路

Văn Hoá Nhất Lộ

文山區

Văn Sơn Khu

烏來區

Ô Lai Khu

烏坵鄉

Ô Khưu Hương

烏日區	汐止區
Ô Nhật Khu	Tịch Chỉ Khu
梧棲區	溪湖鎮
Ngô Thê Khu	Khê Hồ Trấn
五峰鄉	溪口鄉
Ngũ Phong Hương	Khê Khẩu Hương
五股區	溪頭
Ngũ Cổ Khu	Khê Đầu
五結鄉	溪州鄉
Ngũ Kết Hương	Khê Châu Hương
五指山	下營區
Ngũ Chỉ Sơn	Hạ Dinh Khu
霧峰區	線西鄉
Vụ Phong Khu	Tuyến Tây Hương
霧社	小港區
Vụ Xã	Tiểu Cảng Khu
霧臺鄉	新城鄉
Vụ Đài Hương	Tân Thành Hương
西港區	新店區
Tây Cảng Khu	Tân Điếm Khu
西湖鄉	新店溪
Tây Hồ Hương	Tân Điếm Khê
西螺鎮	新豐鄉
Tây Loa Trấn	Tân Phong Hương
西區	新港鄉
Tây Khu	Tân Cảng Hương
西屯區	新化區
Tây Đồn Khu	Tân Hoá Khu
西嶼鄉	新埤鄉
Tây Tự Hương	Tân Bì Hương

新埔鎮
Tân Bộ Trấn

新社區
Tân Xã Khu

新市區
Tân Thị Khu

新屋區
Tân Ốc Khu

新興區
Tân Hưng Khu

新營區
Tân Dinh Khu

新園鄉
Tân Viên Hương

新竹
Tân Trúc

新莊區
Tân Trang Khu

信義區
Tín Nghĩa Khu

芎林鄉
Khung Lâm Hương

秀姑巒溪
Tú Cô Loan Khê

秀林鄉
Tú Lâm Hương

秀水鄉
Tú Thủy Hương

學甲區
Học Giáp Khu

雪山
Tuyết Sơn

延平鄉
Diên Bình Hương

鹽埕區
Diêm Trình Khu

鹽埔鄉
Diêm Bộ Hương

鹽水區
Diêm Thủy Khu

燕巢區
Yến Sào Khu

陽明山
Dương Minh Sơn

楊梅區
Dương Mai Khu

仰德大道
Ngưỡng Đức Đại Đạo

野柳
Dã Liễu

宜蘭
Nghi Lan

義竹鄉
Nghĩa Trúc Hương

鶯歌區
Oanh Ca Khu

永安區
Vĩnh An Khu

永和區
Vĩnh Hoà Khu

永靖鄉
Vĩnh Tĩnh Hương

永康區
Vĩnh Khang Khu

魚池鄉
Ngư Trì Hương

玉井區
Ngọc Tỉnh Khu

玉里鎮
Ngọc Lý Trấn

玉山
Ngọc Sơn

元長鄉
Nguyên Trưởng Hương

員林鎮
Viên Lâm Trấn

員山鄉
Viên Sơn Hương

圓山
Viên Sơn

苑裡鎮
Uyển Lý Trấn

雲林縣
Vân Lâm Huyện

造橋鄉
Tạo Kiều Hương

彰化
Chương Hoá

中和區
Trung Hoà Khu

中壢區
Trung Lịch Khu

中寮鄉
Trung Liêu Hương

中埔鄉
Trung Bộ Hương

中區
Trung Khu

中山南路
Trung Sơn Nam Lộ

中山區
Trung Sơn Khu

中興一街
Trung Hưng Nhất Nhai

中正區
Trung Chính Khu

忠孝東路
Trung Hiếu Đông Lộ

竹北市
Trúc Bắc Thị

竹東鎮
Trúc Đông Trấn

竹南鎮
Trúc Nam Trấn

竹崎鄉
Trúc Kỳ Hương

竹山鎮
Trúc Sơn Trấn

竹塘鄉
Trúc Đường Hương

竹ㄓㄨˊ田ㄊㄧㄢˊ鄉ㄒㄧㄤ

Trúc Điền Hương

壯ㄓㄨㄤˋ圍ㄨㄟˊ鄉ㄒㄧㄤ

Tráng Vi Hương

卓ㄓㄨㄛˊ蘭ㄌㄢˊ鎮ㄓㄣˋ

Trác Lan Trấn

卓ㄓㄨㄛˊ溪ㄒㄧ鄉ㄒㄧㄤ

Trác Khê Hương

濁ㄓㄨㄛˊ水ㄕㄨㄟˇ溪ㄒㄧ

Trọc Thủy Khê

梓ㄗˇ官ㄍㄨㄢ區ㄑㄩ

Tử Quan Khu

左ㄗㄨㄛˇ營ㄧㄥˊ區ㄑㄩ

Tả Dinh Khu

左ㄗㄨㄛˇ鎮ㄓㄣˋ區ㄑㄩ

Tả Trấn Khu

三ㄙㄢ、 越ㄩㄝˋ南ㄋㄢˊ主ㄓㄨˇ要ㄧㄠˋ地ㄉㄧˋ名ㄇㄧㄥˊ
III. Tên địa lý chính của Việt Nam

Ngoài những địa danh dân tộc thiểu số Việt Nam như Khmer và dân tộc khác phải được phiên âm ra, đều phải dịch hình. Bây giờ liệt kê địa danh chính của Việt Nam và bản dịch tiếng Trung chính xác như sau.

越ㄩㄝˋ南ㄋㄢˊ除ㄔㄨˊ高ㄍㄠ棉ㄇㄧㄢˊ等ㄉㄥˇ少ㄕㄠˇ數ㄕㄨˋ民ㄇㄧㄣˊ族ㄗㄨˊ地ㄉㄧˋ名ㄇㄧㄥˊ用ㄩㄥˋ音ㄧㄣ譯ㄧˋ外ㄨㄞˋ都ㄉㄡ應ㄧㄥ該ㄍㄞ形ㄒㄧㄥˊ譯ㄧˋ。 現ㄒㄧㄢˋ在ㄗㄞˋ把ㄅㄚˇ越ㄩㄝˋ南ㄋㄢˊ主ㄓㄨˇ要ㄧㄠˋ地ㄉㄧˋ名ㄇㄧㄥˊ及ㄐㄧˊ其ㄑㄧˊ正ㄓㄥˋ確ㄑㄩㄝˋ的ㄉㄜ中ㄓㄨㄥ文ㄨㄣˊ翻ㄈㄢ譯ㄧˋ列ㄌㄧㄝˋ舉ㄐㄩˇ如ㄖㄨˊ下ㄒㄧㄚˋ。

Các từ không có chữ Hán chú thích là dịch hình, và những tên có chữ Hán chú thích nghĩa là:

沒ㄇㄟˊ有ㄧㄡˇ注ㄓㄨˋ釋ㄕˋ漢ㄏㄢˋ字ㄗˋ的ㄉㄜ詞ㄘˊ條ㄊㄧㄠˊ為ㄨㄟˊ形ㄒㄧㄥˊ譯ㄧˋ， 有ㄧㄡˇ注ㄓㄨˋ釋ㄕˋ漢ㄏㄢˋ字ㄗˋ的ㄉㄜ地ㄉㄧˋ名ㄇㄧㄥˊ含ㄏㄢˊ義ㄧˋ為ㄨㄟˊ：

音ㄧㄣ ： 音ㄧㄣ譯ㄧˋ phiên âm

喃ㄋㄢˊ ： 喃ㄋㄢˊ字ㄗˋ chữ nôm

先ㄒㄧㄢ ： 先ㄒㄧㄢ入ㄖㄨˋ為ㄨㄟˊ主ㄓㄨˇ ưu tiên

各ㄍㄜˋ ： 越ㄩㄝˋ南ㄋㄢˊ文ㄨㄣˊ中ㄓㄨㄥ文ㄨㄣˊ各ㄍㄜˋ自ㄗˋ命ㄇㄧㄥˋ名ㄇㄧㄥˊ tiếng Trung và tiếng Việt đặt tên khác nhau

An Giang 安江	平綏
An Lộc 安祿	Bình Thuận 平順
An Xuyên 安川	Buôn Ma Thuột 邦美蜀 [音]
Bà Rá 巴拉 [音]	Cà Mau 金甌 [各]
Bà Rịa 巴地 [音]	Cao Bằng 高平
Ba Xuyên 巴川	Cao Lãnh 高嶺
Bạc Liêu 薄寮	Cần Thơ 芹苴
Bắc Cạn 北泮 [喃]	Côn Đảo 崑島
Bắc Giang 北江	Côn Sơn 崑山
Bắc Ninh 北寧	Châu Đốc 朱篤
Bến Tre 檳椥 [音]	Chợ Lớn 堤岸 [各]
Biên Hòa 邊和	Chương Thiện 彰善
Bình Dương 平陽	Di Linh 夷靈
Bình Định 平定	Đà Lạt 大叻 [音]
Bình Long 平隆	Đà Nẵng 峴港 [先]
Bình Phước 平福	Đắc Lắc 多樂 / 特叻 [音]
Bình Tuy	Điện Biên Phủ 奠邊府

Định Tường 定祥	河仙
Đông Hà 東河	Hà Tĩnh 河靜
Đồng Hới 同亥 / 洞海	Hải Dương 海陽
Đồng Nai 同奈	Hải Phòng 海防
Đồng Tháp 同塔	Hàm Tân 咸津
Đồng Xoài 同綏	Hoà Bình 和平
Đran 達蘭 音	Hớn Quản 漢管
Gò Công 鵝貢 音	Huế
Gia Định 嘉定	順化 先
Gia Lai 嘉萊	Hưng Yên 興安
Hà Đông 河東	Kiên Giang 堅江
Hà Giang 河江	Kiến Hòa 建和
Hạ Long 下龍	Kiến Phong 建豐
Hà Nam 河南	Kiến Tường 建祥
Hà Nội 河內	Kôn Tum 昆嵩 音
Hà Tây 河西	Khánh Hoà 慶和
Hà Tiên	Khánh Hưng 慶興
	Lai Châu 萊州

Lạng Sơn
諒山

Lào Cai
老街 音

Lâm Đồng
林同

Long An
隆安

Long Khánh
隆慶

Long Xuyên
隆川

Mộc Hóa
沐化

Mỹ Tho
美萩

Nam Định
南定

Ninh Bình
寧平

Ninh Thuận
寧順

Nghệ An
義安

Nha Trang
芽莊

Pleiku
波來古 音

Phan Rang-Tháp Chàm
藩郎占塔 音

Phan Thiết
藩切

Phong Dinh
豐盈

Phong Thạnh
豐盛

Phú Cường
富強

Phủ Lý
府裡

Phú Thọ
富壽

Phú Vinh
富榮

Phú Yên
富安

Phước Bình
福平

Phước Lễ
福禮

Phước Long
福隆

Phước Tuy
福綏

Phước Thành
福成

Phước Vĩnh
福永

Quản Long
管隆

Quảng Bình
廣平

Quảng Đức
廣德

Quảng Nam
廣南

Quảng Ninh
廣寧

Quảng Ngãi
廣義

Quảng Trị
廣治

Qui Nhơn
歸仁

Rạch Giá
迪石 [音]

Sa Đéc
沙瀝 [音]

Sài Gòn
西貢 [音]

Sóc Trăng
朔莊

Sơn La
山蘿

Tam Kỳ
三岐

Tân An
新安

Tây Ninh
西寧

Tây Nguyên
西原

Tiền Giang
前江

Tuy Hòa
綏和

Tuyên Quang
宣光

Thái Bình

太平
Thái Nguyên
太原

Thanh Hoá
清化

Thành phố Hồ Chí Minh
胡志明市

Thủ Dầu Một
土龍木 [音]

Thừa Thiên
承天

Thừa Thiên Huế
承天順化

Trà Vinh
茶榮

Trúc Giang
竹江

Vị Thanh
渭清

Việt Trì
越池

Vinh
榮市

Vĩnh Bình
永平

Vĩnh Long
永隆

Vĩnh Phúc
永福

Vũng Tàu
頭頓 [音 先]

Xuân Lộc
春祿

Yên Bái
安沛

四、 家庭成員

IV. Các thành viên trong gia đình

anh em trai bên vợ

舅子

anh em họ

表兄弟

anh em

兄弟

anh họ

表哥

anh rể

姊夫 / 姐夫

anh

哥哥

ba/bố

爸爸

bà cố

曾祖母

bà nội

奶奶

bà

祖母

bác gái

伯母

bác trai

伯父

bác

伯父

bạn gái

女朋友

bạn gái

女友

bạn trai

男朋友

bạn trai

男友

bố dượng/dượng（南方）

繼父

bố vợ/bố chồng

公公 / 丈人

bố

父親

cha mẹ

父母

cháu gái lớn

大孫女

cháu gái

甥女

cháu gái

孫女

cháu trai

侄子

cháu

侄 / 甥 / 孫 (tức là trẻ hậu
thế 指後輩人)

335

chị em
姐ㄐㄧㄝ妹ㄇㄟ

chị gái
姐ㄐㄧㄝ姐ㄐㄧㄝ

chồng
丈ㄓㄤ夫ㄈㄨ

chú rể
新ㄒㄧㄣ郎ㄌㄤ

chú
叔ㄕㄨ叔ㄕㄨ

cô/dì
伯ㄅㄛ母ㄇㄨ

cô dâu
新ㄒㄧㄣ娘ㄋㄧㄤ

cô gái
女ㄋㄩ孩ㄏㄞ

cô phù dâu
伴ㄅㄢ娘ㄋㄧㄤ

con dâu
媳ㄒㄧ婦ㄈㄨ

con gái riêng
繼ㄐㄧ女ㄋㄩ

con gái
女ㄋㄩ兒ㄦ

con nít
小ㄒㄧㄠ孩ㄏㄞ

con rể
女ㄋㄩ婿ㄒㄩ

con trai riêng
繼ㄐㄧ子ㄗ

con trai
兒ㄦ子ㄗ

con trai
男ㄋㄢ孩ㄏㄞ

dì
阿ㄚ姨ㄧ

đứa trẻ
孩ㄏㄞ子ㄗ

em bé
嬰ㄧㄥ兒ㄦ

em dâu
嫂ㄙㄠ子ㄗ / 弟ㄉㄧ妹ㄇㄟ / 弟ㄉㄧ媳ㄒㄧ

em gái
妹ㄇㄟ妹ㄇㄟ

em họ
表ㄅㄧㄠ弟ㄉㄧ妹ㄇㄟ

em rể
內ㄋㄟ弟ㄉㄧ / 妹ㄇㄟ夫ㄈㄨ

em trai
弟ㄉㄧ弟ㄉㄧ

em út
老ㄌㄠ么ㄧㄠ

em vợ
小ㄒㄧㄠ舅ㄐㄧㄡ子ㄗ

em
弟ㄉㄧ弟ㄉㄧ妹ㄇㄟ妹ㄇㄟ

gia đình/bạn bè
家ㄐㄧㄚ人ㄖㄣ / 親ㄑㄧㄣ友ㄧㄡ

má/mẹ
媽ㄇㄚ媽ㄇㄚ

mẹ chồng/mẹ vợ

岳母 / 婆婆

mợ

舅母

mẹ ghẻ/dì ghẻ

繼母

mẹ

母親

nam sinh

男生

người già

老人

người lớn

大人

người yêu

戀人

nữ chủ nhân

女主人

nữ sinh

女生

ông bà/tổ tiên

先輩 / 祖先

ông bà cố

曾祖父母

ông bà nội

祖父母

ông cố

曾祖父

ông ngoại

外公

ông nội

爺爺

ông nội

祖父

ông

先生

phụ huynh

家長

thân thích

親戚

vị hôn phu/chồng sắp cưới

未婚夫

vị hôn thê/vợ sắp cưới

未婚妻

vợ

妻子

337

五、　常用諺語　V. Những câu tục ngữ thường dùng

Ác giả, ác báo.　惡有惡報。（惡者，惡報。）

Ai làm nấy chịu.　自作自受。

Ăn chắc mặc bền.　豐衣足食。

Ăn có nhai, nói có nghĩ.　熟思而後言。

Ân đền oán trả.　恩將仇報。

Ăn mày đòi xôi gấc.　饑不擇食。

Ăn miếng trả miếng.　以牙還牙。

Ăn quả nhớ kẻ trồng cây.　喝水不忘開井人。（吃水果記得植樹的人。）

Ăn theo thuở, ở theo thời.　時移俗易。

Anh hùng khó qua ải mỹ nhân.　英雄難過美人關。

Ba bà, bốn chuyện.　流言蜚語。

Bần cùng sinh đạo tặc.　貧窮為罪惡之母。

Bắt cá hai tay.　追逐雙兔，一事無成。（雙手抓魚。）

Biết người biết ta.　知己知彼。

Biết nhiều khổ nhiều.　能者多勞。

Bỏ nơi bóng tối, về nơi ánh sáng.　棄暗投明。

Bụng làm, dạ chịu.　自作自受。

Cãi chày cãi cối.　強詞奪理。

Cẩn tắc vô ưu.　小心不出大錯。

Cha nào, con nấy.　有其父必有其子。

Chết vinh còn hơn sống nhục.　寧可站著死，不願跪著生。

Chim sợ cành cong.　一朝被蛇咬，十年怕井繩。

Chó cậy gần nhà, gà cậy gần chuồng.　狗在家中，八面威風。

Chó chê mèo dài đuôi.　鍋嫌水壺黑。（狗笑貓尾長。）

Có chí thì nên.　有志者事竟成。

Có còn hơn không.　聊勝於無。／有勝於無。

Cơ hội chỉ đến một lần.　機不可失，時不再來。

Còn bạc còn tiền còn đệ tử, hết cơm hết gạo hết ông tôi.　酒肉朋友，沒錢分手。

Còn nước, còn tát.　留得青山在，不怕沒柴燒。（有水就有拍打聲。）

Cười là liều thuốc tốt nhứt.　歡笑是一副良藥。

Cười người hôm trước, hôm sau người cười.　後笑笑得長。

Đắc đạo vong sư, đắc ngư vong thuyền.　得道忘師，得魚忘筌。

Đầu voi đuôi chuột.　虎頭蛇尾。

Dễ như trở bàn tay.　探囊取物。

Đi đêm có ngày gặp ma.　愛走夜路總要撞鬼。

Dĩ độc trị độc.　以毒治毒。（以毒攻毒。）

Dĩ hoà vi quý.　以和為貴。

Dở khóc dở cười.　哭笑不得。

Dục tốc bất đạt.　欲速不達。（揠苗助長。）

Đường nào cũng đến La Mã.　條條大路通羅馬。

Đường nào cũng về La-Mã.　條條大路通羅馬。

Gần mực thì đen, gần đèn thì rạng (sáng).　近墨者黑，近朱者赤。

Gậy ông đập lưng ông.　用棍子打了自己的背。（搬起石頭砸自己的腳。）

Gian nan mới biết bạn hiền.　患難見真情。

Hết cơn bĩ cực, đến hồi thái lai.　否極泰來。

Hoa hồng nào chẳng có gai.　沒有無刺的玫瑰。

Hoa lài cắm bãi cứt trâu.　可惜一枝花，插在牛糞上。

Hoàng thiên bất phụ hảo tâm nhân.　功夫不負有心人。（皇天不負好心人。）

Học như đi thuyền nước ngược, không tiến ắt lui.　學習如逆水行舟，不進則退。

Hữu duyên thiên định.　有緣天定。

Hữu xạ tự nhiên hương.　有麝自然香，何必當風立。

Im lặng là vàng.　沉默是金子。

Im lặng tức là đồng ý.　沉默意味著同意。

Kẻ ăn không hết, người lần không ra.　朱門酒肉臭，路有凍死骨。

Không có lửa sao có khói.　無風不起浪。（無火不生煙。）

Không vào hang cọp sao bắt được cọp con.　不如虎穴，焉得虎子。

Kiên nhẫn là mẹ thành công.　堅韌是成功之母。

Lực bất tòng tâm.　力不從心。

Môi hở răng lạnh.　唇亡齒寒。

Một bước sai chân, ngàn đời ôm hận.　一失足成千古恨。

Một miếng khi đói bằng một gói khi no. 　饑時一口，飽時一鬥。

Mưu sự tại nhân, thành sự tại thiên. 　謀事在人，成事在天。

Năm ngón tay có ngón dài, ngón ngắn. 　五個指頭有長短。

Nhập gia tuỳ tục. 　入家隨俗。

Nước chảy đá mòn. 　水滴石穿。

Ở hiền gặp lành. 　好心好報。

Phi thương bất phú. 　非商不富。

Sau cơn mưa trời lại sáng. 　雨後天晴。

Sự cần thiết không có luật pháp. 　需要面前無法律。

Thà chết vinh còn hơn sống nhục. 　寧為玉碎，不為瓦全。

Thắng là vua, thua là giặc. 　勝者為王，敗者為寇。

Thất bại là mẹ thành công. 　失敗為成功之母。

Tiên lễ hậu binh. 　先禮後兵。

Tiến thoái lưỡng nan. 　進退兩難。

Toàn tâm toàn ý. 　全心全意。

Trăm nghe không bằng mắt thấy. 　百聞不如一見。

Tránh vỏ dưa, gặp vỏ dừa. 　避免冬瓜皮，遇見椰子殼。（跳出油鍋，又落火坑）。

Trâu chậm uống nước đục. 　捷足先登。（慢水牛喝渾水。）

Trứng chọi với đá; châu chấu đá xe. 　以卵擊石，螳臂當車。

Tuổi già như ngọn đèn tàn trước gió. 　風燭殘年。

Vạn sự khởi đầu nan.　　萬事起頭難。

Việc gì làm được hôm nay chớ để ngày mai.　　今日事，今日畢。

Xa hoa truỵ lạc.　　燈紅酒綠。（奢華墜落。）

Xa mặt cách lòng.　　別久情疏。

Xa rời thực tế.　　脫離實際。

Xả thân cứu người.　　捨己救人。（捨身救人。）

Xả thân vì đại nghĩa.　　捨身取義。（捨身為大義。）

Xa xôi ngàn dặm.　　千里遙遙。

Xấu người hay làm dáng.　　醜人愛打扮。

Xơ xác tiêu điều.　　雕謝零落。

Xua chim về rừng, xua cá ra sông.　　為淵驅魚，為叢驅雀。

1. 緊急情況	1. 紧急情况	Tình huống khẩn cấp
快撥打緊急電話。	快拨打紧急电话。	Xin gọi số khẩn cấp.
請叫…。	请叫…。	Vui lòng gọi … .
醫生	医生	bác sĩ
警察	警察	cảnh sát
2. 緊急呼喚	2. 紧急呼唤	2. Cuộc gọi khẩn cấp
救命啊！	救命啊！	Cứu mạng!
救救我吧！	救救我吧！	Giúp tôi với!
有人搶劫！	有人抢劫！	Có người ăn cướp!
快跑！	快跑！	Chạy đi!
起火了！	起火了！	Cháy!
站住！	站住！	Dừng lại!
對不起！	对不起！	Xin lỗi!
有小偷！	有小偷！	Có kẻ trộm!
3. 需要	3. 需要	3. Cần
我想…。/ 我要…。	我想…。/ 我要…。	Tôi muốn … .
看一看	看一看	xem tí
下車	下车	xuống xe
計程車	出租车	tắc xi
吃飯	吃饭	ăn cơm
打個電話	打个电话	gọi điện thoại

喝水	喝水	uống nước
租賃車輛	租赁车辆	thuê xe
上廁所	上厕所	đi vệ sinh
導遊	导游	hướng dẫn du lịch
休息	休息	nghỉ ngơi
我要… 了。	我要…了。	Tôi muốn ... rồi.
回去	回去	về
睡覺	睡觉	ngủ
不想… 了。	不想…了。	Không muốn ... nữa.
吃	吃	ăn
喝	喝	uống
4. 陳述自己的情況	**4. 陈述自己的情况**	**4. Nêu tình hình của mình**
我懷孕了。	我怀孕了。	Tôi có thai rồi.
我咳嗽。	我咳嗽。	Tôi bị ho.
我的腿酸了。	我的腿酸了。	Chân tôi đau mỏi.
我頭疼。	我头疼。	Tôi đau đầu.
我想剪頭髮。	我想剪头发。	Tôi muốn cắt tóc.
我覺得累了。	我觉得累了。	Tôi cảm thấy mệt mỏi.
我吃飽了。	我吃饱了。	Tôi ăn no rồi.
我的膝蓋都腫了。	我的膝盖都肿了。	Đầu gối của tôi sưng rồi.
我不懂。	我不懂。	Tôi không hiểu
會說一點。	会说一点。	Biết nói một chút.

我發燒。	我发烧。	Tôi bị sốt
我感到腫脹。	我感到肿胀。	Tôi cảm thấy sưng lên.
我肚子疼。	我肚子疼。	Tôi bị đau bụng.
我腹瀉。	我腹泻。	Tôi bị tiêu chảy.
我的關節都腫了。	我的关节都肿了。	Các khớp của tôi bị sưng.
我嘔吐。	我呕吐。	Tôi bị nôn.
我的心臟不舒服！	我的心脏不舒服！	Trái tim tôi không thoải mái!
5. 請求	5. 请求	5. Yêu cầu
請幫我一下。	请帮我一下。	Xin giúp tôi.
請再說一次。	请再说一次。	Xin nói lại lần nữa.
請慢慢說。	请慢慢说。	Hãy nói chậm lại.
請寫下來。	请写下来。	Xin hãy viết lại.
幫我指引一下路。	帮我指引一下路。	Xin chỉ dẫn đường đi cho tôi.
請幫我拎一下。	请帮我拎一下。	Xin giúp tôi xách một chút.
請把我送到… 。	请把我送到… 。	Hãy đưa tôi đến ... .
餐廳	餐厅	nhà hàng
港口	港口	bến tàu
診所	诊所	phòng khám
火車站	火车站	ga xe lửa/ga tàu hỏa
飛機場	飞机场	sân bay
銀行	银行	ngân hàng

最近的醫院	最近的医院	bệnh viện gần nhất
長途汽車站	长途汽车站	trạm xe buýt đường dài
6. 交際用語	6. 交际用语	6. Ngôn ngữ giao tiếp
祝你好運！	祝你好运！	Chúc bạn may mắn!
乾杯！	干杯！	Cạn li!/Cạn chén!
我愛你！	我爱你！	Anh yêu em! (nam 男) Em yêu anh (nữ 女)!
祝你生日快樂！	祝你生日快乐！	Chúc em (anh/chị) sinh nhật vui vẻ!
我們是朋友。	我们是朋友。	Chúng tôi là bạn bè.
早安！	早安！	Chào buổi sáng!
午安！	午安！	Chào buổi chiều!
晚安！	晚安！	Chúc ngủ ngon!
沒問題。	没问题。	Không vấn đề gì.
生日快樂！	生日快乐！	Chúc mừng sinh nhật!
聖誕快樂！	圣诞快乐！	Chúc mừng giáng sinh!
新年快樂！	新年快乐！	Chúc mừng năm mới!
7. 詢問	7. 询问	7. Câu hỏi
你的電話號碼是多少？	你的电话号码是多少？	Số điện thoại của bạn là gì?
照片什麼時候可以取回？	照片什么时候可以取回？	Khi nào có thể lấy lại ảnh?
你會說中文嗎？	你会说中文吗？	Bạn có thể nói tiếng Trung không?

公共汽車什麼時候開？	公共汽车什么时候开？	Khi nào xe buýt khởi hành?
我在哪裡可以買到票？	我在哪里可以买到票？	Tôi có thể mua vé ở đâu?
飛機什麼時候到達？	飞机什么时候到？	Khi nào máy bay hạ cánh?
幾點鐘了？	几点钟了？	Mấy giờ rồi?
您能夠說英語嗎？	您能够说英语吗？	Bạn có thể nói tiếng anh không?
廁所在哪裡？	厕所在哪里？	Nhà vệ sinh ở đâu?
情況如何？	情况如何？	Tình hình thế nào?
怎麼去那裡？	怎么去那里？	Làm thế nào để đến chố đó?
多少錢？	多少钱？	Bao nhiêu tiền?
哪一個？	哪一个？	Cái nào?
為什麼呢？	为什么呢？	Tại sao?
怎麼了？	怎么了？	Có chuyện gì xảy ra?
是那樣嗎？	是那样吗？	Có phải vậy không?
可以洗衣服嗎？	可以洗衣服吗？	Có thể giặt quần áo không?
… 怎麼走？	…怎么走？	... đi bằng cách nào?
越南大使館	越南大使馆	Đại sứ quán Việt Nam
市政廳	市政厅	Tòa thị chính
港口	港口	Bến tàu
公車站	公车站	Điểm dừng xe buýt
飛機場	飞机场	Sân bay

火車站	火车站	Ga xe lửa/Ga tàu hỏa
哪裡有… ?	哪里有…?	Ở đâu có ...?
公寓式旅館	公寓式旅馆	khách sạn chung cư
旅館	旅馆	khách sạn
洗手間	洗手间	nhà vệ sinh
有沒有… ?	有没有…?	Có ... không?
肥皂	肥皂	xà phòng
沐浴乳	沐浴乳	sữa tắm
牙籤	牙签	tăm
手電筒	手电筒	đèn pin(tiếng Pháp: pile)
蠟燭	蜡烛	nến
火柴	火柴	diêm quẹt
打火機	打火机	cái bật lửa
錘子	锤子	búa
螺絲起子	螺丝起子	tua vít (tiếng Pháp: tournevis)
8. 打電話	**8. 打电话**	**8. Gọi điện thoại**
怎麼打電話到河內？	怎么打电话到河内？	Gọi Hà Nội như thế nào?
臺北的區號是多少？	台北的区号是多少？	Mã vùng của Đài Bắc là số mấy?
你電話響了。	你电话响了。	Điện thoại của bạn reo.
稍等一會兒。	稍等一会儿。	Đợi một lát.
佔線。	占线。	Máy bận.

對方忙線。	对方忙线。	Đường dây của bên kia bận.
無人接聽。	无人接听。	Không ai nghe máy.
你找誰？	你找谁？	Bạn tìm ai?
就是我。	就是我。	Chính là tôi.
快點。	快点。	Nhanh lên.
在嗎？	在吗？	Có đó không?
他不在。	他不在。	Anh ấy không có ở đó.
請再說一次。	请再说一次。	Xin nói lại lần nữa.
別掛斷。	别挂断。	Đừng gác máy.
讓我找張紙寫下來。	让我找张纸写下来。	Hãy để tôi tìm một mảnh giấy để viết lại.
請告訴我你的 WeChat 號吧。	请告诉我你的微信号吧。	Xin vui lòng cho tôi biết Wechat của bạn.
讓我們用 WeChat 通話吧。	让我们用微信通话吧。	Hãy để chúng ta nói chuyện với nhau bằng Wechat nhé.
有沒有電池充電器？	有没有电池充电器？	Có đồ sạc pin không?
座機已經不使用了。	座机已经不使用了。	Điện thoại cố định không còn được sử dụng rồi.
給我…	给我…	Cho tôi ... .
充電器	充电器	đồ sạc
電源插座	电源插座	ổ cắm điện
語音留言	语音留言	tin nhắn thoại
給我發簡訊吧。	给我发简讯吧。	Gửi cho tôi tin nhắn nhé.

七、專名外文翻譯

VII. Dịch các danh từ riêng thành tiếng nước ngoài (ngoại ngữ)

Trong cuốn sách này tác giả nhấn mạnh, những danh từ riêng của Việt Nam, Đài Loan và Trung Quốc, bao gồm tên người, phải được thực hiện qua dịch hình bởi âm Hán Việt và chữ Hán tương ứng. Đây là quy tắc chung bất di bất dịch và phù hợp với quy luật ngôn ngữ học.

著者在本書中強調，越南、臺灣乃至中國的包括人名地名在內的專名必須通過漢越音及其對等漢字來形譯。這是符合語言學規律的永久不變的通用規則。

Những ngoại ngữ được đề cập ở đây là các tiếng nước ngoài không bao gồm các tiếng Trung, Việt, Nhật và Hàn thuộc về khu văn hóa chữ Hán.

這裡所說的外文是指不包括屬於文化圈的中文、越文、日文和韓文的各種文字。

Khi tên riêng ở Việt Nam, Đài Loan và đại lục Trung Quốc dịch ra tiếng ngoại ngữ, phải tuân theo nguyên tắc tên riêng của người phân biệt dựa vào cách phát âm của tiếng Việt. Khi dịch sang tiếng dùng chữ cái Latinh, danh từ riêng tiếng Việt được đưa sang trực tiếp nhưng xóa bỏ tất cả các ký hiệu phát âm và thanh điệu, Đài Loan sử dụng đánh vần La Mã chữ Wade-Giles để dịch. Phương pháp này thường bỏ đi dấu bật hơi ' gây ra nhiều nhầm lẫn. Ví dụ, tên Tề Cơ Trí, ba chữ phát âm khác nhau nhưng cách viết giống nhau: Chi Chi-Chi. Trung Quốc sử dụng phiên âm tiếng Trung. Những điều này đã trở thành tiêu chuẩn cố định. Các ngôn ngữ sử dụng chữ cái Slavic và Ả Rập cũng như các chữ cái khác được dịch bằng hệ thống chữ cái riêng theo phát âm ngôn ngữ của mình, xin xem bảng sau.

越南、臺灣、中國大陸的專名翻譯成外文時，都遵循名從主人的原則分別按照越文和中文的發音翻譯。在翻譯成使用拉丁字母語言時，越南文原文照搬，但把發音符號和聲調符號全部去掉。臺灣採用威妥瑪式拼音法 (Wade-Giles Romanization) 進行翻譯。這種方法，一般把送氣符 ' 省略，造成很多混淆，例如：齊基智這個名字，三字發音不同，寫法卻一樣了：Chi Chi-chi。中國大陸採用中文拼音翻譯。這些都成為了既定標準。使用斯拉夫字母和阿拉伯字母以及各國字母的語言，都用自己的字母系統按照相遇語言的本身發音拼寫出來，舉例如下表。

Giải thích tiếng Trung ở đầu biểu mẫu: 表頭中文解釋：

漢	漢字名稱		Tên chữ Hán
越	漢越音		Âm Hán Việt
拉	拉丁字母譯名		Tên dịch bằng chữ cái Latinh
斯	斯拉夫字母譯名		Tên dịch bằng chữ cái Slav
阿	阿拉伯字母譯名		Tên dịch bằng chữ cái Ả Rập

漢	越	拉	斯	阿
奠邊府	Điện Biên Phủ	Dien Bien Phu	Дьен Бьен Фу	دين بيان فو
承天	Thừa Thiên	Thua Thien	Тхя Тхиен	توا تين
阮愛國	Nguyễn Ái Quốc	Nguyen Ai Quoc	Нгуен Ай Куок	نغوين اي كووك
臺灣	Đài Loan	Taiwan	Тайвань	تايوان
高雄	Cao Hùng	Kaohsiung	Гаосюн	كاوشيونغ
丘逢甲	Khưu Phùng Giáp	Chiu Feng-chia	Цю Фэнцзя	تشيو فنغ تشيا
上海	Thượng Hải	Shanghai	Шанхай	شنغهاي
武漢	Vũ Hán	Wuhan	Ухань	ووهان
李白	Lý Bạch	Li Bai	Ли Бай	لي باي

Trước đây, địa danh ở Nhật Bản và bán đảo Triều Tiên đã được dịch sang tiếng Việt qua dịch hình nhưng ngày nay sử dụng phiên âm. Theo nghĩa rộng, dịch hình càng tốt hơn, người ta có thể thấy từ biết nghĩa. Ví dụ: 黃海南道, 東京 được dịch hình nên Nam Đạo Hoàng Hải, Đông Kinh, người Việt biết ngay ý nghĩa: Tỉnh ở phía nam của Hoàng Hải, thủ đô ở phía đông. Nếu phiên âm thành Hoang Hae Nam Do, Tokyo người Việt không biết nghĩa là gì cả. Tác giả nghĩ rằng phải giữ vững cách dịch hình. Đây là quy tắc dịch thuật của văn hóa chữ Hán. Về mặt này, được làm rất tốt ở tiếng Trung và tiếng Việt và trở thành một tấm gương về việc dịch danh từ riêng của những quốc gia và khu vực thuộc văn hóa chữ Hán.

日本、朝鮮半島地名翻譯成越南文，過去用形譯，但現在往往採用音譯。從廣義上來說，形譯更好，可以一見詞識義。比如：黃海南道，東京形譯成 Nam Đạo Hoàng Hải, Đông Kinh，越南人馬上知道含義：黃海南邊的省、東邊的京城。音譯成 Hoang Hae Nam Do, Tokyo 越南人不知所云。著者認為應該堅持形譯，這是漢字文化圈的翻譯規則。在這方面中文和越南文做得很好，成為漢字文化圈國家和地區專有名詞互譯的榜樣。

國家圖書館出版品預行編目(CIP)資料

越南人輕鬆學中文 / 鄧應烈著. -- 初版. -- 新北市 :
智寬文化, 2019.11
面 ； 公分. --（外語學習系列；A020）
ISBN 978-986-92111-9-2(平裝附光碟片)
1.漢語 2.讀本
802.86   108020329

外語學習系列 A020

越南人輕鬆學中文（附MP3）

2019年12月　初版第1刷

編著者	鄧應烈
審訂者兼越語錄音	名紅錦 (Danh Hồng Cẩm)
校閱者	江惠冰 (Giang Huệ Binh)
國語錄音	常菁
出版者	智寬文化事業有限公司
地址	23558新北市中和區中山路二段409號5樓
E-mail	john620220@hotmail.com
電話	02-77312238・02-82215078
傳真	02-82215075
印刷者	永光彩色印刷股份有限公司
總經銷	紅螞蟻圖書有限公司
地址	台北市內湖區舊宗路二段121巷19號
電話	02-27953656
傳真	02-27954100
定價	新台幣350元
郵政劃撥・戶名	50173486・智寬文化事業有限公司